நிறுவனங்களின் கடவுள்
கட்டுரைகள்

யவனிகா ஸ்ரீராம்

உயிர் எழுத்து பதிப்பகம்
9 முதல் தளம், தீபம் வணிக வளாகம், கருமண்டபம், திருச்சி-1

நிருவனங்களின் கடவுள்: கட்டுரைகள். ஆசிரியர்: யவனிகா ஸ்ரீராம் உரிமை: யவனிகா ஸ்ரீராம். முதல் பதிப்பு: டிசம்பர், 2010. வெளியீடு : உயிர் எழுத்து பதிப்பகம் 9, முதல் தளம், தீபம் வணிக வளாகம், கருமண்டபம், திருச்சி - 620001 தொலைபேசி : 0431-6523099 மின்னஞ்சல்: *uyirezhutthu@gmail.com*. அட்டை அச்சாக்கம்: பிரிண்ட் ஸ்பெஷாலிட்டீஸ், சென்னை 600 014. அச்சாக்கம்: மணி ஆப்செட், சென்னை 600 005. தாள்: 18.6 கிகி மேப்லித்தோ. பக்கம்: 144. விலை: 90.

உயிர் எழுத்து பதிப்பக வெளியீடு : 21

ISBN 978-81-910296-4-2

Niruvanangalin Kadavul : Essay. Author: Yavanika Sriram. © Yavanika Sriram. Language: Tamil. First Edition: December 2010. Size: Demy 1 x 8. Paper: 18.6 kg maplitho. Pages: 144. Copies: 500. Published by Uyir Ezhutthu Pathippagam, 9 First Floor, Deepam Complex, Karumandapam, Thiruchirappalli- 620 001. India. Cell Phone: 0431-6523099. Email: *uyirezhutthu@gmail.com* Wrapper Printed at Print Specialities, Chennai 600 014. Printed at Mani Offset, Chennai 600 005. Price Rs. 90.

தமிழச்சி தங்கபாண்டியனுக்கு

நன்றி:

கனிமொழி, மாலதிமைத்ரி, குட்டிரேவதி, சல்மா, பெருந்தேவி,
லதா ராமகிருஷ்ணன், உமா மகேஸ்வரி, சுகிர்தராணி,
லீனா மணிமேகலை, சக்தி ஜோதி, தாரா கணேசன்,
சு.தமிழ்ச்செல்வி, கீதாஞ்சலி பிரியதர்ஷினி

கதவு, சிலேட், புதுவிசை, புதியகாற்று, உயிர் நிழல்,
லும்பினி.இன், பூஞ்சாரல் டைம்ஸ்.

உலகின் பின்தங்கிய, சுரண்டப்பட்ட மக்களாகிய நமது கடமை ஏகாதிபத்தியத்தைத் தாங்கிநிற்கும் அஸ்திவாரங்களை அழிப்பதாகும்.

-சே குவேரா

குறுக்குமறுக்குமாக தடவிச்செல்லும் மொழி

இயந்திரங்களின் அசைவும் தகவல் தொழில்நுட்பத்தின் காட்சி மற்றும் மின்னணுப் பாய்ச்சல்களால் பூமிப் பந்தினைச் சுற்றி வெப்பத்தை மட்டுமல்ல ஜீவராசிகள் அனைத்திற்குமே உடல்நலப் பதற்றத்தையும் உயிரச்சத்தையும் ஏற்படுத்தி இருக்கிறது என்பது மிகைக்கூற்றல்ல. எளிய வாழ்வின் கதியிலிருந்து மனித அக்கறை மட்டுமல்லாது திட, திரவ, வாயுப் பொருட்கள் அனைத்திலும் ஏற்படும் கரிமங்களால் மூச்சுத்திணரும் உலகில் மூலதனத்தின் உயிர்த்தன்மை அற்ற பொருள் குவிப்பு அதன் குப்பைகள் மற்றும் சந்தைப் பயங்கரங்கள் யாவும் மத்திய காலத்திலிருந்து குடும்பம் என்ற ஒற்றை அமைப்பை ஆண், பெண், சந்ததி என முக்கோண உறவாக மட்டும் நீடித்துக்கொண்டு வந்திருக்கும் பழைய தலைமுறைகளுக்கு இன்று சவாலாக மாறியிருக்கின்றன. நிலங்கள் அனைத்தும் முதலீட்டுக்குக்கீழ் வந்துவிட்ட பின்பு அதன்மேல் அசையும், அசையாப் பொருட்கள் அனைத்தும் மறு உற்பத்தியற்ற கழிவுகளாக மந்தைகளுக்குள் திணிக்கப்படும்போது, அதன் சந்தைக்கான விஞ்ஞானக் கண்டுபிடிப்புகள், விளம்பரங்கள் மற்றும் எதிர்காலம் பற்றிய ஊடக வெளிச்சங்கள்

கல்வியறிவு அற்ற எளிய உலகங்களை பிரக்ஞையற்று காயடித்தும் வந்திருப்பதை இன்றைய கண்ணுக்குத் தெரியாத அழுத்தங்களிலிருந்து நம்மில் யார் ஒருவரும் உணர்ந்துகொள்ள இயலும்.

அத்தகைய நெருக்கடிகளை பகிர்ந்துகொள்ளும் பொருட்டு, இக்கட்டுரைத் தொகுப்பு கலை இலக்கியங்கள் வழியாக பின்காலனித்துவ காலத்தில் வாழ நேர்ந்த ஒருவனின் வந்தடைதல்களாகவும் அல்லது கடந்துபோக முயலும் எத்தனிப்பாகவும் தகவமைப்பாகவும் பிரதியாக்கம் பெறுகிறது.

மேலும் இக்கட்டுரைகள் தனக்குள் கொண்டிருக்கும் வியாக்கியானங்கள் போக, பல வகையிலும் பெரியார், அம்பேத்கர், விடியல், நிறப்பிரிகை, அடையாளம் வெளியீடுகள் மற்றும் அ.மார்க்ஸ், எஸ்.வி.ராஜதுரை, வ.கீதா, வளர்மதி, வேட்டைக்கண்ணன், ரவிக்குமார், ராஜ்கௌதமன், நாகார்ஜுனன், தமிழவன், ரமேஷ்-பிரேம் ராஜன்குறை போன்றோரின் எழுத்துகளிலும் உரையாடல்களிலும் மண்ட்டோ, ப.சிங்காரம், ஆத்மாநாம், ஷோபாசக்தி போன்றோரின் கதையாடல்களிலும் ஓரளவு தாக்கம் பெற்றவை என்றபோதிலும் பின் காலனித்துவச் சலனங்களின் ஊடே எனது பயணங்களும் ஊகங்களும் இதில் அதிக அளவு இடத்தை அடைத்துக்கொண்டிருக்கின்றன. குறிப்பாகச் சொல்வதென்றால் எனது சக நவீன கவிஞர்களுடன் மேலும் தொடர்ந்து தாக்கப்பட்டு விமர்சனங்களுக்கும் உள்ளாகிவரும் அவர்களின் சமகால விளிம்புநிலை அவஸ்தைகளுக்கிடையேயான விவாதங்கள் இவற்றில் தொகுக்கப்பட்டுள்ளன. இலக்கியத்தின்வழியே குறுக்குமறுக்காக தடவி அறிந்துசெல்லும் இக்கட்டுரைகள் அவநம்பிக்கை ஊட்டும் தன்மைக்கு இணையாக சில உளவியல் காரணிகளையும் முன்வைப்பவை. பெண்ணிய, தலித்திய நோக்கிலும் பேச முயல்பவை. பல இடங்களில் கூறியது கூறலாக இருந்தாலும் திரும்பத் திரும்ப கூறுவதன் அவசியத்தை இவைகள் அரசியலாகக் கொண்டுள்ளன.

இன்றைய நவீன சந்தையின் உடனடித் தாக்குதலுக்கும் 1990களில் ஏற்பட்ட புதிய பொருளாதாரத் திறப்புகளின் மூலமாகவும் சிதைவுற்ற ஒரு வணிகக் குடும்பத்தின் உறுப்பினர் என்ற முறையிலும் விவசாயத்தின் சாதக, பாதகங்களை திடுமென தொலைத்துவிட்ட பதற்றத்திலிருக்கும் ஒரு விவசாயி என்ற முறையிலும் அதே வணிகத்தின்வழியே இந்திய, கிழக்காசிய நாடுகளில் பயணம் செய்ய நேர்ந்தவன் என்ற முறையிலும் நான் சேகரித்தவை இதில் மொழிப்பட்டிருக்கின்றன. என் கவிதை முயற்சிக்கு வெளியே வாசித்தவையும் நிகழ்ந்துகொண்டிருக்கும் சம்பவங்களும் ஒன்றிணையும்போது, இடைவெளியில் உண்டான எதிர்மறை விளைவுகள் மற்றும் உரையாடல்கள் பலவும் மொழிபெயர்ப்புடன் சேர்ந்து பல பிரதிகளாக இவற்றில் வித்தியாசப்பட்டுக்கொள்கின்றன.

இத்தகைய முயற்சிகளுக்கு தனது 'கதவு' இதழில் இடம்கொடுத்து ஆரம்பித்துவைத்த நண்பர் மதிகண்ணனை நினைவு கூர்கிறேன். அவர்தான் எனது இரண்டு கட்டுரைகளை வாங்கி முதலில் வெளியிட்டார்.

என் முதல் கட்டுரை 1998இல் கலாப்ரியாவின் குற்றலாம் 'பதிவுக'ளில் வாசிக்கப்பட்டது. அதன்பிறகு 'புதுவிசை'யின் ஆசிரியர் ஆதவன் தீட்சண்யா நூல் விமர்சனங்களையும் நவீன கவிதைகள் குறித்த கட்டுரைகளையும் வெளியிட்டு உற்சாகமளித்தார். முருகபூபதியின் செம்மூதாய் பற்றிய மதிப்புரையை என் நண்பரும் படைப்பாளியுமான லட்சுமி மணிவண்ணன் தனது சிலேட் இதழில் வெளியிட்டார். மேலும் சில கட்டுரைகள் வத்தலக்குண்டில் இருக்கும் என் நீண்டகால நண்பர்கள் சாந்தகுமார் மற்றும் அனீஸ் இருவரின் முயற்சியில் வெளிவந்த 'பூஞ்சாரல் டைம்ஸ்' என்ற சிறிய இதழில் வெளிவந்தவை. அதன்பிறகு கட்டுரைகள் எழுதுவதில் பிடிப்பற்று இருந்த என் சோம்பேறித்தனத்திற்கும் பொறுமையின்மைக்கும் தூண்டுதலாக 'புதிய காற்று' இதழின் ஆசிரியர் ஹாமீம் முஸ்தபா, தனது இதழில் மிகச் சுதந்திரமாக எழுதமுடியுமென

உற்சாகமூட்டினார். அவரது விருப்பத்திற்கேற்பவும் என்னை எழுதத் தூண்டுவதில் ஓயாத பெரு விருப்பமுடையவரும் நவீன கவிஞரும் 'புதிய காற்'றின் ஆசிரியர் குழுவில் இருந்தவருமான ஸ்ரீஷங்கரின் ஆர்வமே இம் முழுத் தொகுப்பும் வளர்வதற்கு ஆதாரமான உந்துதலாய் இருந்தது. அழைத்தபோது வந்து எனது வீட்டில் அமர்ந்து தனது கையெழுத்தால் எழுதி வாங்கிப்போய் 'கடவுளின் நிறுவனங்கள்' என்ற தலைப்பில் நான்கு கட்டுரைகளை சிறப்பாக வெளியிட்டார். அவரே இத் தொகுப்பிற்கான மெய்ப்புப்பணியும் பார்த்துக் கொடுத்தார். அதில் வந்த முதல் கட்டுரை குறித்து கவிஞர் சங்கர்ராமசுப்ரமணியன் காட்டிய விமர்சன ஆதரவு நினைவுகூறத்தக்கது.

அண்ணன் ந.முருகேசபாண்டியன் பலமுறை எனது கட்டுரைகள் பற்றி விமர்சனமும் அதன் புதிய செய்திகள் பற்றி ஆர்வத்தையும் உறுதிசெய்து குறைபாடுகளையும் எடுத்துக்காட்டினார். இக்கட்டுரைகள் அனைத்திலும் ஏதேனும் ஒரு வரியை ஆதாரமாக்கிச் சொல்லி உடனே உட்கார்ந்து எழுதிவிடவேண்டுமென ஒரு வெப்பத்தை தொடர்ந்து என்மீது நிலவச்செய்த நண்பன், கவிஞன் செல்மா பிரியதர்ஸன் இக்கட்டுரைகளில் சில சொல்லாடல்களை தணிக்கை செய்வதிலும் துணையாக இருந்தார்.

ஃபிரான்ஸிலிருந்து வரும் 'உயிர் நிழல்' இதழில் வெளியிடுவதற்காக என் நண்பரும் இலங்கையின் சமகால நெருக்கடியை அதிகாரத்திற்கு எதிராக அரசியல் யோக்கியதையுடன் தமிழருக்கென சிந்தித்து வரும் நடராஜா சுசீந்திரன் கேட்டுப் பெற்ற இரண்டு கட்டுரைகள் என் அளவில் அவசியமாகக் கருதப்பட்டது. அந்த அளவில் அவரது துணைவியார் இன்பாவின் கரிசனமும் கவிஞரும் நண்பருமாகிய தேவேந்திரபூபதி அவரது துணைவியர் கீதா, குழந்தை வசிஷ்ட் ஆகியோரும் காட்டிய என் ஆதார வாழ்விற்கான நம்பிக்கையும் மிக முக்கியமானவை.

இந்நேரத்தில் செல்மாவின் துணைவி பிரபா மற்றும் குழந்தைகள் ட்ரீமா, அதிதி மற்றும் எனது

மகள் ராதா- ஹரிராம், பேத்திகள் பிரியா, அபிநயா பேரன் சிவா போன்றோரின் பிரியங்களையும் மனைவி பேபி, மகன் உலர்சுலா ராகவ் ஆகியோரின் சகிப்புத்தன்மையையும் ஒத்துழைப்புகளையும், புதிய கவிஞன் பழ.மணிவண்ணனையும் நினைத்துக்கொள்ள வேண்டியிருக்கிறது. சென்னையின் என் உடன்பிறந்த சகோதரர்களைப் போல அன்பும் உபசரிப்பும் கொடுத்து என்னை ஆற்றுப்படுத்தும் சிவா, கவிஞர்விசு, ஸ்ரீதர் சகோதரர்களுக்கும் அவர்களுடனான விவாதங்களுக்கும் கடமைப்பட்டிருக்கிறேன்.

மற்றபடி எனது உடல்நலமின்மையின்போது அதை மட்டுமே அக்கறையாக எடுத்துக்கொண்டு எவ்வித எதிர்ப்பார்ப்புகளும் இன்றி, என்னை கவிஞன் என்ற நிலையில் மட்டும் இன்றுவரை ஆதரித்தும் உதவிகள் செய்தும் முரண்பாடுகளின்போது எதிர்வினை செய்தும் சமயத்தில் அச்சுறுத்தியும்கூட என்னை நிலைப்பட ஒருங்கிணைக்கும் கவிஞன் சுதீர் செந்தில் அவரது மனைவி சங்கீதா, குழந்தை சித்தார்த்த மணி ஆகியோருக்கு எனது அன்பு என்றும் உரித்தாகிறது. இத்தொகுப்பினை தனது உயிர் எழுத்து பதிப்பகத்தின் மூலம் வெளியிட்டு எனது இதயநோய்க்கான் மருந்துகளை சுதீர் தொடர்ந்து பரிசளிக்கிறான். இத்தகைய நட்புடன் எனது சமகாலம் சற்றே நகர்ந்து செல்வதோடு மனச்சிதைவிலிருந்து தப்பிப்பதற்குமான யதேச்சைகளை அதனளவில் தனக்குள் கொண்டிருக்கிறது.

யவனிகா ஸ்ரீராம்

சின்னாளபட்டி.

●●●

முருகபூபதியின் செம்மூதாய் - ஒரு பார்வை

முதன்முதலாய் நவீன நாடகம் உருவான காந்திகிராமத்தின் அருகே உள்ள ஓர் ஊரில் வசிப்பவனாய் இருந்தும் எனக்கு அவை குறித்து பெரிய ஆர்வம் இல்லாது போனதற்கு, சிறுவயது முதல் கவிதைகள் மீது இருந்த நாட்டம்தான் காரணமாய் இருக்க முடியும். மற்றபடி ஊர்த் திருவிழாக்களில் நடக்கும் பவளக்கொடி, அரிச்சந்திரா புராணம், வள்ளி திருமணம், சத்தியவான் சாவித்திரி போன்ற பழங்கதை நாடகங்களுக்கு முன்னர் நடக்கும் குறவன்-குறத்தி, பப்பூன், காமிக், ரிக்கார்டு டான்ஸ் போன்றவற்றை ஒருவித ஃபோர்னோ தன்மையுடன்

பார்த்துவிட்டு உடனே வீடு திரும்பிய பல பேர்களில் ஒருவன்தான் நான்.

இப்படியான சூழலில் பேராசிரியர் ஆறுமுகம் அவர்களின் கருஞ்சுழி மற்றும் சே.ராமானுஜம் அவர்களின் பல நாடகங்கள், தமிழ்த்துறை தலைவர் குருவம்மாள் அவர்களின் நாடகம் போன்றவற்றை பேசுபவர்களின் மத்தியில் இருந்திருப்பதாக ஞாபகம். பல்கலைக்கழக அரங்குகளிலும், சென்னை போன்ற பெருநகரங்களிலும் இத்தகைய நாடகங்கள் நடைபெறுவதை அறிந்தும் விமர்சனங்களை வாசித்தும் இருக்கிறேன். நா.முத்துச்சாமி, மு.ராமசாமி, யதார்த்த ராஜன், கே.ஏ.குணசேகரன், வேலுசரவணன், முருகபூபதி, அ.மங்கை, கோமல் சுவாமிநாதன், பிரளயன், சுபகுணராஜன் போன்ற பெயர்களில் பரிச்சயம் உண்டு.

ரமேஷ்-பிரேம், இந்திரா பார்த்தசாரதி, தேவதேவன், இன்குலாப் எனச் சிலர் எழுதியுள்ள நாடகப் பிரதிகளையுமபடித்திருக்கிறேன். வங்கமொழி நாடகம், கேரள நாடகங்கள், பாதல் சர்க்கார் என்பதெல்லாம் கேள்விப்பட்டதோடு சரி. போக ஆவணப்படங்கள், அகிர குரோசாவா, இத்தாலிய பெலினி, சத்யஜித்ரே, ரித்விக் கட்டக், இரானியப் படங்கள், பிரெஞ்சுப் படங்கள் போன்றவற்றைப் பல குழுக்களிடையே அமர்ந்து பார்த்த பாவியுமில்லை நான். இத்தகைய ஏக்கங்கள் எனக்கு நிறைய உண்டு என்றாலும் திரைப்படமும் நாடகமும் குறிப்பிட்ட வரையறைக்குள் தெரிவு செய்யப்பட்ட காட்சிகளின் குவிப்பாகவும் முன்வரைவு, ஒத்திகை எனச் செப்பனிடப்பட்டு முடியும் தருவாய்வரை பார்வையாளரை மவுனித்து இருக்கச்செய்யும் கலையாக இருப்பதால் ஒருவித அரங்க இறுக்கமானது எழுத்தை வாசிப்பவனின் உரிமையைப் போல் அவ்வளவு எளிதாக இருப்பதில்லை என்பது எனது அபிப்பிராயம். தவறவிட்ட காட்சிகளை மீண்டும் பார்க்க இயலாத நவீன நாடக நிகழ்வு பார்வையாளர்களிடம் அதிக ஒத்துழைப்பையும் நுட்பத்தையும் விசேசமாகக் கூருணர்வையும் கோருகிறது என்பதால் இவற்றிலிருந்து பெறப்படும் உணர்வுகளுக்காக என்னைப் போல நிலையற்றுத் திரியும் ஒருவன் மனம் கொடுப்பது கஷ்டமான காரியமாக இருக்கிறது.

இப்படியான எனது தனிப்பட்ட கருத்து ஒருபுறமிருக்க கடலின் பேரலைகளால் இறந்தும் காணாமலும் போய்விட்டவர்களது கரைக்கு இணையாக கடந்த டிசம்பர் 27ஆம் தேதி மதுரையிலிருந்து நானும் கோணங்கியும் சிறிய காய்கறி மூட்டைகளைச் சுமந்தவாறு இடம் தகர்ந்துபோய்விட்ட ஒரு நதியின் கனவும் ஆதிவாழ்வும் நொறுங்கி புதையுண்டு கிடக்கும் ஒரு செந்நிற மணல்மேடான 'தேரி'யை நோக்கி பயணித்தோம்.

சாயல்குடிக்கு அருகாமையில் கிடாத்திருக்கை என்னுமிடத்தில்

அம்மணல் தேரி இருப்பதாகக் கூறிய கோணங்கி' பசித்த பறவைகளென மணற்காட்டில் உடல்முறுக்கி எழும் அடவுகளோடு முருகபூபதியின் செம்மூதாய் கலைஞர்கள் நமக்காக காத்திருப்பதாக விவரித்தபோது எனக்குள் ஆர்வம் தொற்றிக்கொண்டது. அவர் பேச்சிற்கிடையே வெளிப்பட்ட மனவுடலிகள், நிலவுடலிகள், தரிசு நில நிராகதி, நரிவாலால் அடிபட்ட நிலம் என்று வந்த கூறுகள் என் தலைக்குமேல் ரீங்கரிக்கும் வண்டுகளென சூழ்ந்துகொண்டன. ஒரே சமயத்தில் தனது கிராமத்திற்கு கூட்டிச்செல்லும் உறவினர்போலவும் மொழிகளின் வழியே என்னை கடத்திச் செல்பவராகவும் கோணங்கி தோற்றமளித்துக் கொண்டிருந்தார். அவருடன் எனக்கு இது முதல் பயணம் என்பது சட்டென உறைத்தது.

வலப்புறம் பனங்குருத்துகளும் இடப்புறம் செஞ்சோளக்கதிர்களும் நிறைந்த ஓர் இடைக்காட்டில் பேருந்து எங்களை இறக்கிவிட்டபோது மெல்லிய பனிவீசும் முன்னிரவு தொடங்கிவிட்டது. கொஞ்ச காலத்திற்கு முன்பு இறந்துபோன ஒரு பனங்கருப்பட்டி வியாபாரியால் கட்டிமுடிக்கப்பட்டு அநாதையாக விடப்பட்டிருந்த ஒரு காட்டு பங்களாவை நாங்கள் நெருங்கியபோது கலைஞர்களும் ஓவியர்களும் ச்ன்னலுக்குக் குறுக்காக வைக்கப்பட்டிருந்த டியூப்லைட் வெளிச்சத்தில் நடமாடிக்கொண்டிருந்தார்கள். வீட்டிற்கு முன்பான மெல்லிய இருட்டிலும் பனைமரங்களின் அடித்தண்டில் வரையப்பட்டிருந்த வன உடல்களும் மிருகங்களும் ஒரு தொல்தன்மையைத் தந்துகொண்டிருப்பதை உணர்ந்தேன்.

சற்று நேரத்தில் வெற்று உடம்போடு கழுத்தில் சிறிய தாயத்து மின்ன, புழுதிபடிந்து முழங்கால்வரை மடித்துவிடப்பட்டிருந்த டவுசர் அணிந்து கார்ட்டூன் சித்திரங்களில் வரும் ஒரு வனவாசி இளைஞனைப் போல என் எதிரில் வந்து அமர்ந்தவர் தன்னை முருகபூபதி என அறிமுகம் செய்துகொண்டபோது எனது நவீன நாடகப்பிரமைகள் வெளிறத் துவங்கியது. அவருக்குப் பின்னால் இருந்து பெண்களைப் போல நீண்ட தலைமுடிகளுடன் உடல் கருத்து மின்னும் இளைஞர்கள் கண்களில் கூர்மையோடும் இணக்கமான பாவனைகளோடும் ஒருவர் பின் ஒருவராக வந்து என்னுடன் கைகுலுக்கியபடி இருக்க அவர்களின் பெயர்கள் பனைவிடலிகளுக்குள் துள்ளி மறைந்துகொண்டிருந்தன.

மறுநாள் காலை அவ்வீட்டிற்கு பின்புறம் சுமார் ஒரு பர்லாங் தூரத்தில் இருந்த தேரிக்கு மணலில் கால் பதியப்பதிய நடந்து சென்றபோது பெரும் பிரமிப்பை ஏற்படுத்தியது அதன் சிவந்த நொய்மையான மணல் படிவுகள்தான். அப்படியொரு சிவப்பு நிற

மணலை அதன் புராதனத்தன்மையோடு அலைபோல் விரிந்த நிலப்பரப்பில் காணுவது உற்சாகமாகவும் வாழ்விடத்தை விட்டு ஒரு புதிய கிரகத்தின் முதுகில் வந்து நிற்பதுபோலவும் உணர வைத்தது.

அன்றைய மாலை நேர ஒத்திகையின்போதும் நான் முழுமையாக உடனிருந்தேன். இரவு மணல் தேரியை வானம் தனது நட்சத்தி ரங்களுடன் அரைவட்ட கிண்ணமென கவிழ்ந்து கொண்டபோது ஒரு கோளரங்கிள் இருப்பதுபோலவும், அம்மணல் மேட்டின் உச்சியில் நின்ற நிலையில் தரையும் அசைவதாகத் தனிமையும் கிளர்ச்சியும் ஏற்பட்டன. அன்றைய செம்மூதாய் கலைஞர்கள் அதன் சரிவில் தங்களது நிகழ்த்துதலை தொடங்கிய கணம் மணலில் இருந்து பிரதிமைகள் எழுவதுபோன்ற மாயத்தோற்றத்தை அந்நிலமே நிகழ்த்தியதுதான் பரவசமான காட்சி.

நான்கு நாட்கள் இப்படியாக உடனிருந்தபோது, கலைஞர்களின் பெயர்களையும் மனத்தையும் நான் நெருங்கி இருந்தேன். கோபி, முருகதாஸ், விஜி, முகமூடிக் கலைஞர்கள் திருநாவுக்கரசு, கண்ணன், மலைச்சாமி, எழில், சுரேஷ், திருப்பதி, கோடாங்கி முருகேசன் போக இந்நாடகத்திற்காக தார்மீக ஒத்துழைப்பை செய்துகொண்டிருந்த கூட்டுறவு வங்கி ஊழியர் கந்தசாமி, கி.ராவின் வட்டார வழக்குச் சொல்லகராதியில் பங்கெடுத்த போத்தையா ஆசிரியர், அந்தோனி, கவிஞர் குமணன், முனியாண்டி, பவளக்கொடி ஆசிரியர் குழுவில் இருந்த சாந்தாராம் என எல்லோரிடமும் இணைந்து நானும் அதில் பங்கெடுத்துக்கொண்டிருப்பவனாக இருந்தேன்.

கலைஞர்களின் விருப்பதிற்கேற்ப எனக்கு நானும் ஒரு முகமூடி செய்துகொண்டேன். மொழிக்குள் இலக்கிய நுண்மை குறித்து சாந்தாராமுடன் அதிகம் பேசமுடிந்தது. எதிர்பார்த்தபடி ஜனவரி 2ஆம் தேதி மாலை தொலைதூர நாடக ஆர்வலர்கள், புகைப்பட வல்லுநர்கள், ஒளி அமைப்பாளர்கள், ஊர்ப் பொதுமக்கள் என தேரி தனது நட்சத்திரங்களுடன் நிகழ்விற்கென மவுனமாய் உடல் விரித்துக் கிடந்தது.

தொல்குடிகளின் பூமித்தாய் தன் முதல் வித்தை வயல்களுக்கிடையே ஈன்றெடுக்கிறாள். நில உடலிகள் அதைச் சுமந்துசெல்ல வலி மீந்தத் தாய் அவர்களின் வாழ்வின் ஒளியை ஏந்தி நிலமெல்லாம் தாபிக்கிறாள். தேரி மணல் பிரதிமைகளை ஒளியின் அசைவில் மாயமாய் எழுப்புகிறது. விதை விதைத்து மழைவேண்டி தரிசுநில நிராகதிகள் தன் தொன்ம பலிச் சடங்குகளின் உச்சாடனங்களை விண்ணோக்கி எறிந்து கூக்குரலிடுகின்றன. கல்மூட்டை சுமந்தலையும் மன உடலிகள் நிலம்காக்க வருவாளென தன் செம்மூதாயை தனது ஆதிவாழ்வின் அமானுஷ்யத்திலிருந்து கருவி அழைக்கிறார்கள். நிலம் சுருட்டிக் கொண்டு ஓடுகிறது ஒரு வானரம். விலங்கின் உடல்கூறுகள் பைசாசமெனத் தன் தொன்ம வீரியங்களால் இந்நிலம்மீது

பிணைப்புண்டிருந்த தனது நம்பிக்கைகளின் குரலெடுத்து பனங்காட்டின் பசிமிகுந்த பேய்களோடு களிநடனம் புரிகின்றன. காலங்களுக்குள் உள்ளோடி தொன்ம நிலம் உயிர்ப்புற்று நம் கண்முன் விரிகிறது. மூதாதையர்கள் வளைந்த கம்பூன்றி கலகலவென சிரித்து நிலம் கடக்கிறார்கள். பட்சிகளை வேண்டி அழைக்கிறது ஒரு மன உடலி. நில உடலிகளின் தோள்மீது மனக்குரங்கு ஏறிச்செல்கிறது. படிமமானது நிலக்காட்சிகளின் அடுக்குகளைக் கலைத்துப்போட பத்தெழுத்தும் ஒரே எழுத்தாக உச்சரிக்கும் நாவுடன் தொல்தெய்வம் தாசி வேசி நியாயம் கேட்டு சாம்பல் பூசிய அடிவயிற்றின் ஓலம் எழுப்பிப் பதறுகிறது. நில உடலிகள் கூண்டில் அடைபட்ட மிருகங்களென உடல் முறுக்கி வெளியேற, தாபம்கொண்டு அலையும் ஆவேச நெருக்கடியில் விடுவிக்கப்பட்டதும் விலகாமல் ஒன்றையொன்று பற்றி இறுக்கி அணைத்துக் குவியலாகி மூச்சு விடுகிறது. கிழத்தாயின் வலி வடித்து மண்ணில் விழுந்த சிசுவொன்று கூவி அழைக்கிறது. நிலம் கடந்துபோன பறவைகளையும் கல்மூட்டை சுமந்து திரிபவர்களையும் அக்குரல்வளம் அடிவயிறு கலங்க அழைத்துப் பரிதவிக்கிறது.

மணல் விளிம்பின் ஒளியுடல் மண்வீச காற்றில் படரும் மணல் புகையில் ஆதிரூபங்கள் நெளிந்து மறைகின்றன. தொல் தெய்வம் சாற்றுகிறது வருவாள் செம்மூதாய் என உறுதிசொல்லி தனது மகவு கொடுத்து நில உடலிகளின் தாபம் சேர்த்து அழுகிறது. நரிவாலால் அடிபட்ட நிலம் நிர்கதியாகிவிட்ட தன் குடிகளின் மன உடல் சிதைக்கப்பட்ட நவீனத்தில் புதைந்து வெடித்து விம்ம செம்மூதாய் வருகிறாள். அடையாளம் அழிக்கும் அதிகாரங்கள் ஊடுருவிச் செல்கின்றன. வெறித்த கண்களுடன் கிழிந்த வானத்தைத் தைக்கும் பதட்டத்துடன் கைகள் நடுங்க தன் பெண் மக்களை, குழந்தைகளைத் தன் அடிவயிற்று வீரியத்தை நிலத்தின் வேரசைத்து வாழ்ந்த தன் எக்காளத்தை மண் மொழியில் லிபியெழுதி மந்திரவாக்கில் செருமுகிறாள் செம்மூதாய். பேய்கள் அவளை ஆதூரமாய் அழைத்து இறந்த நிலத்தில் நீ என்னதான் செய்கிறாய் என கெக்கலிக்கின்றன. மனவெறியும் ஊளையிடும் உடலுமாய் கண்ணீர் மல்க செம்மூதாய் தனது நிலத்தைவிட்டு தரிசுநில நிராகதிகளைச் சபித்து நிலரேகைகளின் ஒளி மங்க வெளியேறுகிறாள். சட்டென நிலமெங்கும் மனித உடல்கள் எண்களாய் மாறுகின்றன. 69, 68, 67, 15, 16, 17, 308, 309 அப்புறப்படுத்த அப்புறப்படுத்த தூக்கிலிடப்பட்டு செத்துவிழும் உடல்கள் நகர்கிறது. மீண்டும் மீண்டும் எண்ணிக்கை குழம்பும் ஊளையாய் பெருகுகிறது.

சிறைக்கூடங்களில் அசைகின்றன மன உடல் தரிக்கப்பட்ட நில உடலிகள். அண்ணே ஒரு பீடியும் தீப்பெட்டியும் இருந்தா தாங்கண்ணே.............. பிரதர் ஒரு சிங்கிள் பீடி.......... அவ எனக்குக் கிடைப்பாளா? இந்த பூ அவளுக்குத்தான்.......... எங்க அம்மா வருவா 84, 85, என்.......... பத்தி............. ஆ...........று குழம்பும் எண்ணிக்கையின்

மனப்பிறழ்வு ஓலம் கொடூரமாய் மாற, மனமற்ற பிண்டங்களாய் உடல்கள் மணல்வெளியில் அலை அலையாயெழும்பி அடங்குகின்றன. சற்று நேரத்தில் தேரி தன் நிலைக்கு மீண்டபோது அம்மணலே நடித்து ஓய்ந்ததாக வந்த பிரமையைத் தவிர்க்க முடியவில்லை.

பல்வேறு கலாச்சாரத் தொன்ம சடங்குக்கூறுகள் உள்ள இந்திய நிலத்தில் அதன் புராதனத்தன்மை இன்றைய நவீன வாழ்விற்கும்கூட விடுதலையையும் அடையாளத்தையும் தரவல்லதாக இருப்பதன் பேற்றினை, ஒரு மூன்றாம் உலக அரசியலாக இந்நாடக நிகழ்வு உடல்மொழியில் முன்வைப்பதை நாம் உணருகிறோமோ இல்லையோ அதன் அசைவுகள் மொழி, இனம், கலாசாரம், பண்பாடு, சூழல் போன்றவற்றையெல்லாம் தாண்டி ஓர் உலகநாடக செயலாக்கங்களுக்கு இணையாகத் தன் தொன்ம வழிபாட்டின் மூலம் ஒரு நிகழ்த்துதலை தந்திருக்கிறது என்பது முக்கியமானது. வேர்களற்ற மேற்குலக மொண்ணை உருவங்களுக்குப் பதிலாக வளமும் சடங்கார்த்த நம்பிக்கைகளும் நிலமும்கொண்ட ஓர் ஆதிக்குழு இன்றைய ஏகாதிபத்திய ஒற்றைத் தன்மையை மறுத்து தனது கலகமாக சுயத்தைப் பதிவு செய்கிறது.

கூந்தல் நகரத்தைப் போலவே இதுவும் புரியவில்லை என்ற பார்வையாளர்களின் விமர்சனம்பற்றி கேட்டபோது முருகபூபதி “தேர்ந்த பார்வையாளர் அன்றி வெகுஜன நாடகப்பார்வையாளர்களின் மத்தியில் இது நிகழ்ந்திருந்தாலும் எப்போதேனும் அவர்களின் வாழ்வின் ஊடான நிகழ்வில் இக்காட்சியின் பிம்பப்பதிவுகளை ஒரு நெருக்கடியான சூழலில் உணர்ந்துகொள்ள வாய்ப்பு கிடைக்கும்போது அவர்கள் இதில் பங்கெடுத்தவர்களாக இருப்பார்கள் என்பதன்றி ஒரு நிகழ்த்துதலில் இவ்வளவுதான் சாத்தியம்” என்று சொன்னார்.

வெளி ரங்கராஜன், காலச்சுவடு கண்ணன், அ. ராமசாமி, கவிஞர் தேவேந்திரபூபதி, புகைப்படக் கலைஞர் சாரங்கன், தமிழ்ச்செல்வன், சு.வெங்கடேசன், குடும்பத்துடன் லேனா.குமார், மோகன், சுந்தர்காளி, ஒளிச்சலனங்களின் மூலம் இந்நிகழ்த்துதலை அற்புதப் படிமங்களாய் மாற்றியமைத்த ந.முத்துச்சாமியின் புதல்வர் நடேஷ், வேல.ராமமூர்த்தி போன்றோரை அம்மணலின் இருட்டு வெளிக்குள் சந்திக்க முடிந்தது. லேனா.குமாரும், நடேசனும் “தீவிரமான மொழியின்போது காட்சியும் அற்புதமான காட்சியின்போது மொழியும் குறைபட்டிருக்கிறது” என சுட்டிக் காட்டினார்கள். வெளிரங்கராஜன் கோணங்கியின் மீதும் முருகபூபதியின் நிகழ்த்துகலைச் செயலாக்கங்களின் மீதும் தான் மிகுந்த மதிப்பு கொண்டிருப்பதாகத் தெரிவித்தார். ஒரு பனங்காட்டுத் தேரியில் கைக்குக் கிடைத்த பொருள்களையே பயன்படுத்தி அதன் மக்களை நெருக்கிக்கொண்டு உடல்மொழி மூலம் உக்கிரமான நினைவடுக்குகளை உசுப்பி எழுந்த இந்த முடிவற்ற மணற்பிரதி, போலந்து நாடக

நிறுவனங்களின் கடவுள் 17

இயக்குனரான குரோட்டோவ்ஸ்கியின் *பகட்டற்ற அரங்கை* நோக்கி என்பதன் புராணிகச் செயலாக்கமாகவே தன்னை வெளிப்படுத்திக் கொண்டிருப்பது கவனத்திற்கு உரியது.

என்னைப் பொறுத்தவரையில் தன் தொன்மத்திலிருந்து எழுந்து சம காலத்தைத் தொடும்போது, இந்நிகழ்வு பல அதிர்வுகள் மிக்கதாய் இருந்தபோதிலும் விழைவுறுதியும் விருப்ப வேட்கையும் இயல்பூக்கத் தின் மாற்றுகளாய்க்கொண்டு சில சலனங்களையேனும் இந்நிகழ்வு தன்னகத்தேகொண்டிருந்தால் பிரதியின் பன்முகத்தன்மைக்கு இன்னுமான நவீன வாய்ப்பாக இருந்திருக்கும். மற்றபடி இதன் நிறைகுறைகள் பற்றி நவீன நாடக விமர்சகர்கள் மேலதிகமாக சொல்ல முடியுமென்றாலும் கோணங்கியுடனான இந்தப் பயணத்தில் முருகபூபதியின் ஆளுமையும் தோழமைக் கலைஞர்களின் கவனமூர்க்கமும் நிகழ்வில் தந்த கடும் உழைப்பும்கொண்ட ஒரு நவீன நாடகத்தின் பல்வேறு பரிணாமங்களை எனக்கு அறிமுகப்படுத்திக்கொண்டதோடு தேரிக்காட்டில் பனியேறிய வெப்பத்தையும் எனது சம்பிரதாய அசைவுகளற்ற ஒருமன முகமூடியையும்கூட எடுத்து வந்ததில் நான் சற்று விசித்திர மடைந்திருக்கிறேன் என்பது உண்மை.

•

தேசியக் கவிதைகளும் விசுவாசமற்ற சொற்களும்

சங்கம் வளர்த்த தமிழ்க்கவிதை மரபுகள், அதன் இறைச்சி, ரசனை அதனுடன் இயைந்த மொழி விரிவு போன்றவற்றையெல்லாம் பல்கலைக்கழக அடைவுகளுக்குள் தேர்வுகளுக்கான காப்சூல்களாக்கிய பின்பு இன்றைய தமிழனின் வெறும் கவிதா தாகத்தைத் திரைப்படப் பாடல்களே தீர்த்து வைத்துக்கொண்டிருப்பதாகச் சொல்லலாம். புதிய, பழைய திரைப்பாடல்களை குறுந்தகடுகளில் பெற்றுக்கொண்டு, பேச்சுவழக்கில் அதன் சிலாகிப்புகளை ஒருவருக்கொருவர் பகிர்ந்துகொள்வதில் கவிதைக்கணங்கள் முடிந்துபோய்க் கொண்டிருக்கிறது. இதில் தவறொன்றுமில்லை. ஒருகாலத்தில சங்க இலக்கியம் தொடர்ந்து தனிப்பாடல்கள், கதைப்பாடல்கள் வழியே உருக்கொண்ட பாரதியின் கவிதைகள் சமூக, அரசியல், பின்னணி களோடும் புதிய கருத்துகளோடும் தொடர்ந்து ஒரு நூற்றாண்டு கவிதைத்

தேவையை வழங்கிவிட்டுப் போனதையும் அதை தொடர்ந்த சிந்தனைப் பள்ளிகளையும் இன்றுவரை நம்மால் பார்க்கமுடியும்.

1974இல் வானம்பாடிகள் ஆரம்பித்த சமூக, வரலாற்று பொருக்குகளும் மொழிப் பீறிடல்களும் ஊடக வளர்ச்சிப் போக்கிற்கிடையே பெரும் ஆரவாரம் பெற்றதையும் பல்கலைக்கழகக் கவிதை, தொட்டியில் சாராய ஊறல்களாகி நாறியதையும் அதன் காய்ச்சப்பட்ட போதை வடிவுகளும் சினிமாத் துறையில் பெரும் விலைக்கு பரிமாறப்பட்டதையும் தமிழ்கூறும் நல்லுலகு நன்றியுடன் இன்றுவரை நினைவுகூர்ந்து கொண்டிருக்கிறது.

ஆக, தமிழனின் அறிவுத்துறைச் செயல்பாடு என்பது கவிதையைப் பொறுத்தவரை விளக்கெண்ணெய் வியாபாரமாகி பத்திரிகை மூலைகளிலும் லேஅவுட் செய்பவனின் விருப்பத்திற்கேற்ப பக்க இடைவெளிகளில் எறியப்பட்டு பிசுபிசுத்துக்கொண்டிருக்கிறது.

முற்போக்கு, நற்போக்கு என பல மாமாங்கமாக புரட்சிக் கவிதைகள் எழுதிய பூபாளப்பாடல்கள் எல்லாம் உலர்ந்த கனியின் கோட்பாட்டு வெடிப்புகளாகி காற்றில் பரவியபோது, அதன் விதைகளை கையில் வைத்துக்கொண்ட சமரசச்சோலையை உருவாக்கும் வித்துகள் எனச் சொல்லியதோடு அதையே வெடிகுண்டாகவும் மாற்றியமைப்பதாக ஜம்பம் பேசியவர்கள் இறுதியில் அரசாங்க விருதுகள் எனும் ஈரச்சாக்கில் போட்டு அதை மூடிவிட்டு மேடையில் கைத்தட்டல்களுக்கு மட்டும் கவிதை சொல்லி ஆக்கப்பட்ட கவிஞர் அனைத்தும் அரசாங்கத்திற்குச் சொந்தம் என ஆகிப்போனார்கள்.

இன்றைய சமகாலச் சூழலில் தீவிர மனோநிலையோடு இயங்கக்கூடிய கவிஞன் என்பதும் எல்லோரும் பயன்படுத்தும் மொழியை எடுத்துக்கொண்டு எவரும் சொல்லாதவற்றை சொல்லிவிட முயலும் புதிய மற்றும் மாற்றுப் பார்வைகளோடு கூடிய கவிதை என்பதும் சாத்தியம் இல்லாத சூழலில் ஒரு நூற்றாண்டுகாலக் கவிதை முற்றிலும் அரசாங்க அறிக்கைகளாகிப் போனதுதான் மிச்சம். இவர்கள் கவிதையைத் தெருவிற்கு கொண்டுவந்ததாக சொன்னாலும் தெருவிலிருந்து ஒரு கவிஞனும் உருவாகவில்லை. எதிர் கவிதைகள்கூட விமர்சனப் பார்வையை முன்வைத்து ஆளும் கருத்தியல் போக்கில், ஜனநாயக விளைவுகளை முன்வைக்க முனைந்தன என்றாலும் மாற்று இருப்புகள், கட்டற்ற விடுதலை உணர்ச்சி அதிகாரத்திற்கு எதிரான கலகம் போன்றவற்றை சூழலில் பிரித்தெடுக்க இயலாதவையாகிப் போயின. வாழ்வின் மீதான நிலைத்த தன்மையே இவர்களிடையே மொழிக்கவனம் பெற்றதல்லாமல் எதுவும் புதிதல்ல என்ற கீழைத்தேய ஏகாந்தமும் கற்பிதமான குடும்ப அலகும் கொண்டாட்டமில்லாத நிலமும் ஒரு குறிப்பிட்ட ஒற்றைத் தன்மையுள்ள கவிதையியலைத் தீர்மானித் திருக்கிறது எனலாம். ஏறக்குறைய முலைப்பாலூட்டிகளின்

ஊட்டுதலுக்கான இயங்குதலே தமிழ்க்கவிதையின் உளவியல் என்றும்கூடச் சொல்லி முடிக்கலாம். சங்க இலக்கியத்திலிருந்து பெறப்பட்ட காதல், வீரம், அகம், புறம், தத்துவம், தாய்மை, சடங்கு, வழிபாடு, பக்தி இலக்கியம் எல்லாம் இதற்குள்தான் அடக்கம். தமிழனுக்கு ஏதாவது ஒரு சக்தி தன் முலையை ஊட்டிக்கொண்டே இருக்கவேண்டும். எடுத்துவிட்டால் மூச்சுத்திணறி அழும் குழந்தைதான் அவனது கவிதையும்.

இதைப்பற்றி கவலைகொள்வது ஒருபுறமிருக்க, 1960களில் மேற்கத்திய பாணியைப் பின்பற்றி கட்டற்ற கவிதைகள் எழுதவந்த நவீன கவிஞர்கள் மீதான ஒரு பார்வைதான் நமது உண்மையான அக்கறையாக இருக்கிறது. இது இன்னும் ஜனரஞ்சகப்படாமல் ஒரு குறிப்பிட்ட சுற்றுக்குள் இயங்கிவருவதாலும் அது மெல்ல மேற்சொன்ன நிலைக்கு நீர்த்துப்பரவி வருவதையும் நாம் எச்சரிக்க வேண்டியிருக்கிறது. மத்திய கால நம்பிக்கைகளான கடவுள், மதம், தந்தைமை, வீரம் போன்றவற்றின் மீதான நம்பிக்கையும் அவற்றோடு சமூக, அரசியல், பொருளாதாரம் பற்றிய அறிவற்று, இருப்பை குருட்டுத்தனமாக நம்புதல் போன்றவற்றில் இயங்கும் கவிதைகளை இன்னும் நாம் சகித்துக்கொள்ளத்தான் வேண்டியிருக்கிறது. இவ்வகையான சமூக, அரசியல், பொருளாதாரப் பின்னணியோடு நவீனத்துவத்திற்கு கலகப்பண்பாடான நிலையை மேற்கத்தியச் சூழலில் தீவிரமாகச் சாதித்துக் காட்டியவர்கள் கலைஞர்கள். அறிவொளிக்கால கலை இலக்கிய வரலாறு தெரிந்தவர்களுக்கு இது நாம் சொல்லாமலே புரியும்.

இவ்வாறான நவீனத்துவம் ஒருபுறமிருக்க இரண்டு உலகப் போர்களினால் ஏற்பட்ட உயிரிழப்பு, பேரழிவு போன்றவற்றால் ஐரோப்பியச் சமூகம் உட்பட உலகின் எல்லாப் பகுதிகளிலும் மத்தியகால நம்பிக்கைகளும் அறிவொளிக்கால எதிர்பார்ப்புகளும் தகர்ந்து சிதைந்துபோனதை கணக்கில் எடுக்காமல் கலை உட்பட எந்த மாற்றத்தையும் ஆய்வு செய்யமுடியாது. மொத்த மனித உளவியலே இருப்பின் தீவிர அவஸ்தையை உணர்ந்தபோது விஞ்ஞானவாதம் முதல் பகுத்தறிவின் விளைவுகள்வரை அனைத்தும் கேள்விக்குள்ளாகின. அறிவியல் மற்றும் மதம்சார்ந்த அனைத்து லட்சியவாதங்களும் தகர்ந்து நம்பிக்கைக் குரியதல்ல எதிர்காலம் என்கிற நிலை ஏற்படுகிறது. இந்தச் சூழலில் உருவான கலைஞர்கள்தான் காப்ஃகாவும் ஆல்பெர்ட் காம்யூவும். உலகத்தின் அத்தனை இலக்கியப் போக்குகளிலும் ஒரு தளமாற்றத்தை பாய்ச்சலாக புகுத்தியதுதான் அவர்தம் படைப்புகளின் பங்களிப்பு. அவை வாழ்வை அபத்தமாகவும் அர்த்தமற்றதாகவும் நிறுவின.

இப்போக்கினை உள்வாங்கும்போது, அதன் வலியை உணரும் ஒரு கலைஞன் தனக்கு வாழும் காலத்தில் நேரப்போகும் கெடுபிடியை முன்னுணர்ந்து தனது படைப்பை அதன் பழைய போக்குகளிலிருந்து சரேலென உருவிக்கொண்டு முற்றிலும் புதிய வகையான

மாற்றுத்தளத்தில் புனைவில், கற்பனையில், கனவில் இயங்க நேர்வதையே அவன் சமகாலத்து நவீனம் எனக் கொண்டாட முடியும். தவிர, மேற்கத்திய வடிவத்தை மட்டும் கைக்கொண்டு 1960களில் உருவான தமிழ் நவீன கவிஞர்கள் 'வாழ்வு அபத்தம் என்ற போக்கை இந்திய மரபு சொல்லியிருக்கிறது. நிலையாமையைவிட உயர்ந்த தத்துவம் எதுவும் இல்லை'யென்று உள்ளூர் சாதியங்கள் அல்லது மற்றதுகள் தன் இருப்பிற்கு தொந்தரவாக இருப்பதை மறைத்து 'ஏகம்தான் வாழ்க்கை' என மேட்டுக்குடி ஆசிரியர்களாகி தங்கள் கவிதைச் செருக்கை முன்வைத்து அதிகாரம் செய்தார்கள். இதுவே தமிழ் நவீன கவிதையின் வரலாறும் இயங்கியலும் கவிதையியலுமாக இருக்கிறது. நவீன இருப்பு என்பது மேற்சொன்ன எதன் பிடியிலும் இல்லை. அனைத்து வகைத் தொழில் நுட்பங்களும் ஏகாதிபத்திய வளர்ச்சியும் ஒருலகு ஒரே நிறுவனம் என்ற கொடூரத்தின்கீழ் நம்மை மந்தைகளாக கணித்து வைத்திருக்கும்போது, அறியமுடியாத அதன் நெருக்கடிகளிலிருந்து எழும் ஒரு கவிஞன் எல்லாவற்றையும் புறந்தள்ளிவிட்டு புதியதளத்தில் அத்துமீறி சஞ்சரிக்க வேண்டியதிருக்கிறது. அதற்கான வலியை உடையவனே சமகால நவீனத்தைப் படைக்க முடியும். ஆக, எதையும் மறுவுறுதி செய்யவேண்டிய அவசியமில்லாமலும், தத்துவத்தின் பிடியிலிருந்து விலகியும் அடங்க மறுத்தும் மொழியின் அதிகாரச் சொல்லடைவுகளைத் தகர்த்தும் எல்லாம் வார்த்தைகள்தான் என அறிந்தும் ஒரு குழந்தைமை விளையாட்டில் குரூரத்துடனே ஈடுபட வேண்டியிருக்கிறது.

வலியே வன்முறையையும் ஒழுங்குச் சிதைவையையும் உருவாக்கு கிறதெனில் சமநிலை குலைக்கும் ஒரு கவிஞன் உருவாகாத நிலம் செயலூக்கமற்ற மொழியையும் மொண்ணைத்தனமான நிறுவன இருப்பையுமே தேசிய மனச்சாட்சியாக வைத்துக்கொண்டிருக்கும் என்பதைத் தவிர நாம் சொல்ல என்ன இருக்கிறது. "அதிகம் ரொட்டி சுடத் தெரிந்தவன் என்பதால் ஏன் என் பெயர் சொல்லப்படவேண்டும்" என்ற ப்ரக்ட்டுக்கும் "பசித்தவன் முன்பு வெந்த முட்டையோடு உடையும் சத்தம் கொடியது" என்று எழுதிய ழாக் ப்ரெவர்க்கும் இடையேதான் இன்றைய நவீன கவிதை மேலெழும்புகிறது. பாழ்நிலம் எழுதிய டி.எஸ்.எலியட் முதல் பாரதி எழுதிய "சோற்றுக்கா வந்தது இந்தப் பஞ்சம்" தொடர்ந்து 'வெந்து தணிந்தது காடு' வரையிலான கவிதைகள் சூழலில் எங்கே தொலைந்து கிடக்கின்றன என்பது புதிரானது. மொழி, உருவம், உள்ளடக்க உத்தி போன்றவற்றில் கச்சிதமான கவிதை தேடுபவர்கள், தமிழ்ச்சூழலில் தங்கள் தத்துவமன அரிப்பிற்கு கவிதை விரித்துக் கொண்டுபோவது உயர்குடி கேளிக்கையின் கொலை பாதகம்தானேயொழிய நவீனம் என்று சொல்லுவதெல்லாம் வெகுளித்தனமான எளியவைகளின் மீதான வன்முறை என்றுதான் புரிந்துகொள்ள முடியும்.

பெருகிவரும் தாராளமயப்போக்கும் மூன்றாம் உலகங்களில் மறைக்கப்படும் வறுமையும் அமெரிக்க அரசியல் வன்முறையும் தற்கொலைகளும் வாழ்வின் சிதைவுகளையும் குடும்பம், அரசு, கோவில் போன்றவற்றின் பிடியிலிருந்து விலகி ஓடி மாற்று இருப்புக்கொள்ளும் உதிரி நிலைகளையும் பாலியல் வகைமைகளையும் உடல்மீதான கண்காணிப்பையும் பேசாத கவிதையானது படிமம், வடிவம், கச்சிதம் எனப் பழங்குப்பைகளை நவீன உறைக்குள் இட்டு நிரப்பி தொழில்நுட்ப புத்தக வடிவங்களாய் நம்முன் கொட்டுவது நியாயமற்றது.

நவீன கவிதைகளைப் படிக்க ஆர்வமில்லாதவர் மற்றும் அதுபற்றியே தெரிய விரும்பாதவர்களுக்கு எவரும் எதையும் முனைந்து சொல்லவேண்டியதில்லை. ஆனால் நவீன கவிதையே புரியவில்லை என்பவர்களில் பாசாங்குக்காரர்கள்போக, புரிய ஆர்வமுள்ளவர்கள்மீது படைப்பாளிகள் எதிர் வன்முறை செய்வது தேவையற்றது. காரணம் பூடகமான மொழிதலில் விடுபட்டு எளிய நேரடித்தன்மையை நோக்கி கவிதை வந்துவிட்ட சூழலில் படிமங்களும் காலம்-வெளி, போத அபோதங்களும் அரூபக் கவிஞனுக்கு வேண்டுமானால் உவப்பாக இருக்கலாம். ஆனால் மற்றதனோடு உறவுகொண்டிருக்கும் தனது நிஜமான இயல்பை மறைத்துக்கொண்டு தனித்துவம் கோருவது தீர்மானிக்கவும் அனுபவிக்கவுமான எதனுடைய உரிமையிலும் மொழி வழியாகத் தலையிடுவதில்தான் முடியும். அதைவிட நவீன கவிதையை அறியாத ஒருவனின் இருப்பு மகிழ்ச்சியுடனும் சுதந்திரத்துடனும் அனுபவிக்க வசப்படுமேயானால் அவனை கீழிருப்புச் செய்து தன்னை மேல்நிலையாக்கம் செய்துகொள்ள முயற்சிக்கும் எந்தவொரு கவிதைச் செயல்பாடும் அனாவசியமானதுதான்.

பிறகு நவீனகவிதை என்பது ஒரு மொழி விளையாட்டுத்தான் எனவும் இதுவரை மொழிந்துபட்டவைக்கும் இருப்பிற்குமான உறவுகளை நம்பி வந்த மரபை உடைத்து மறுபடியும் மொழியுடன் மொழியை வைத்து அர்த்த உடைப்புகளில் எவரும் ஈடுபடலாம் என்பதே எல்லா நவீன இலக்கியங்களுக்கு நாம் பொருத்திப்பார்க்கச் சுலபமானது. ஒரு படைப்பாளி கோரும் இடத்தைவிட அவன் மொழியில் ஒளிந்துள்ள இடமே விளையாட்டின் முதல்நிலைக் கண்டுபிடிப்பாகிறது. யாவும் சந்தேகத்திற்குரியதும் கேள்விக்குட்பட்டதுமாகுமெனில் மொழி படைப்பாளியின் பிரக்ஞைக்கு அப்பாற்பட்டே தனக்குள் ஒரு அதிகாரத்தையும் வன்முறையையும் கொண்டு தோன்றியிருக்கிறது என்பதுதான் உண்மை. மொழியைச் சரியாகப் பயன்படுத்துபவன் அல்லது மொழியின் கூடுதலான தகவலைப்பெற்றவன் அதிகாரத்தின் மேல்நிலையாக்கத்தை எளிதில் பெற்றுவிடுகிறான் என்பதே அரசியல், கலை, இலக்கிய வரலாறு. எவ்வளவுதான் நுட்பமானவனாகவும் தேர்ந்த படைப்பாளியாக இருந்தாலும் மொழியின் அதிகாரச்சூசகங்களை தன் பிரக்ஞையிலிருந்து கழற்றுவதற்கு தேவையான வெகுளித்தனத்தை

நிறுவனங்களின் கடவுள் 23

பெற்றிருந்தாலொழிய அவன் மொழியை வேறுதளத்திற்கு நகர்த்த முடியாது. கூடுதலான மொழி அறிவிற்கு இப்படியும் ஒரு நுட்பமான ஒரு தேர்வு இருக்கத்தான் வேண்டும். இது தேவையில்லையெனில் மொழி அதன் கதியில் தேர்ந்த படைப்பாளியையும் வீழ்த்திவிடும். "நான் நாளைக்கு வந்தேன்" என பதில் சொல்லும் குழந்தையின் மொழிச் சிரிப்புதான் வெகுளித்தனத்தின் துவக்கமாக இருக்கிறது.

ஒரு வர்த்தகக் காலனியான மூன்றாம் உலகத்தில் கவிதை எழுதும் ஒருவனுக்கு தன் வாழ்வின் நெருக்கடிகளுக்கான அடிப்படைத் தகவமைப்பு போதுமானதாக இருக்கும்பட்சத்தில் கலையின் உன்னதங்கள் பற்றி பேசிக்கூடுவது இலக்கிய தோட்டமாகலாம். ஆனால் அரசியல், பண்பாட்டு, கலாச்சார, மத ஒடுக்குதல்களுக்கும் குடும்பக் கற்பிதங்களில் நிகழும் வன்முறைக்கும் எந்நிலையிலும் விசுவாசத்தையும் அடிமைத்தனத்தையும் கோரும் பொருளாதார வன்மங்களுக்கும் ஆளாகும் ஒருவன், தன்மீதான கண்காணிப்பிற்கும் பொதுப்புத்தி சார்ந்த மதிப்பீடுகளுக்கும் எதிராக மொழியைச் சிதைப்பதற்கும் சட்ட, நிறுவனக் கோட்பாடுகளுக்கு அகப்படாத உயிரிகளை பிரதிநிதித்துவப் படுத்துவதற்கும் அதிகாரத்திற்கு எதிரான குற்றச் செயல்களை புரிவதற்குமாகச் சேர்த்து கலையின் வெகுளித்தனங்களை முன்வைப்பது தவிர்க்க முடியாததாகிறது.

நாம் வசிக்கும் பகுதி அமெரிக்காவில் ஒரு வர்த்தகக் காலனி எனில் அதை அப்படியே அமெரிக்க நலன்களுக்கு தாரைவார்த்துவிட்டு தன் அதிகாரத்தை காப்பாற்றிக்கொள்ளத் துடிக்கும் உள்ளூர் அரசியல் தலைமைகளுக்கு எதிராக பேய்ச்சிரிப்புடன் ஒரு கலகம் செய்ய வேண்டியுள்ளது. அமெரிக்கச் சுரங்கப்பாதை வாசிகளும் ஜிப்சிகளும் வந்தேறிகளும் அம்மண்ணில் ஆளும் அதிகாரத்திற்கு எதிராக கலகம் செய்வதைப் போல நாமும் நமது கலகத்தை அமெரிக்காவின் தொலைதூர காலனியான நமது வாழ்விடத்திலிருந்து துவங்குவதுதான் சமநிலை குலைக்கும் ஒரு காலனித்துவச் செயல்பாடாக இருக்கமுடியும். ஏறக்குறைய அமெரிக்க மனம்கொண்ட பொதுப்புத்தி வளர்ந்து வரும் இன்றைய இந்தியனுக்கு மரபு, தொன்மங்கள் இவற்றிலிருந்து அவன் இருப்பை ஞாபகப்படுத்துவது காலவிரயமாகத்தான் முடியும்.

பன்னெடுங்காலமாகவே அரசியல் ஆளுமைக்கூறு இல்லாத இந்திய மனம் அடிமையாக இருப்பதையே தொடர்ந்து மறுவுறுதி செய்துகொண்டிருக்கிறது. இங்குதான் தமிழ் நவீனகவிதை எல்லாவற்றிலிருந்தும் சரேலென உருவிக்கொண்டு ஒரு பாய்ச்சலாக வெளிப்படுகிறது. வரப்போகும் அமெரிக்கவியத்திலிருந்து தன் மனிதமையைக் காப்பாற்றிக்கொள்ளவும் வளர்ந்துவரும், ஏகாதிபத்திய நலன்களில் பங்குபெற தனக்குள்ள உரிமையைக் காப்பாற்றிக்கொள்ளவும் கம்பீரமாக வெளிப்படுத்தவும் தான் இதுவரை சுயமென நம்பிவந்த சாதிமான், தேசியவாதி, நற்குடிமகன், குடும்பப்பொறுப்புடையவன்,

என்பதை கைவிடவும் பெருங்குடிகாரன், பைத்தியக்காரன், நேர்மையற்றவன், பணிவற்றவன், நன்றிகெட்டவன், விசுவாசமற்றவன், சோம்பேறி, சந்தர்ப்பவாதி, பொறுப்பற்றவன், அரசு வருமானத்திற்கு உதவாதவன், ஊர்சுற்றி, நிலையில்லாதவன், கலைஞன் எனப் பெயரெடுக்கவும் நவீன கவிதை புதிய குணரூபம்கொள்கிறது. இவ்வாறு பெயரெடுப்பதைவிட அவன் தற்கொலை செய்துகொள்வதே மேல் என நினைக்கும் பொதுப்புத்திகளுக்கிடையே கலைஞர்களை கொலையாளிகளாகவும் இனம்காண வரலாற்றில் இடம் இருக்கிறது.

ஆகவே, 2000க்கு முன்பாக தமிழில் நவீனகவிதை எழுதியவர்களில் ஒரு சிலரைத் தவிர, சரியாக சொல்ல வேண்டுமானால் ஒருசில கவிதைகளைத் தவிர வாழ்வை அடையாளப்படுத்துவதாகச் சொன்ன அனைத்து கவிஞர்களின் கவிதைகளும் ஒருசேர நவீனத்தன்மையை இழக்கிறது என்று பொத்தாம்பொதுவாகச் சொல்லலாம். குறிப்பிட்டுச் சொல்லும்படியான கவிஞர்கள் குறித்தும் கவிதைகள் குறித்தும் இன்னொரு சமயத்தில் பேசுவதையே இந்தக் கட்டுரை விரும்புகிறது. வலி நிறைந்தவனுக்கு அடையுமிடமும் தெரியும், வெளியேறும் வழியும் புரியும். வாழும்போது கற்றுக்கொள்ளுவதுதான் சுதந்திரம், இருப்புறுதி, விழைவுறுதி கொண்டாட்டம் போன்றவைகளேயன்றி எதிர்காலத்தில் கிடைக்குமென நம்பி நிகழ்காலத்தில் செத்து மடிவதல்ல. மற்றபடி எந்த நிறுவனமும் வாழுவதற்கான உறுதிப்பத்திரங்களை தந்துகொண்டிருப்பதில்லை. குற்றத்திற்கான தண்டனைகளை மட்டுமே அவை நிச்சயப்படுத்துகின்றன. நவீன கவிதை தொடங்கும் புதிய புள்ளியும் அதுவே. அது அதிகாரம் பற்றிய அல்லது கடவுள் பற்றிய கேலிச் சித்திரங்களாகவும் பாலியல் விழைச்சுகளாகவும் அர்த்த மறுப்புகளாகவும் அனுபவத்தின் மீதான கிண்டல்களாகவும், அருவருப்பூட்டுவதாகவும், திகட்டலாகவும் சமநிலை குலைப்பதாகவும் ஒழுங்கற்ற பயனற்ற மொழி விளையாட்டாகவும் புனிதமற்றதாகவும் உருவம், உள்ளடக்கம், உத்தி போன்றவற்றை குழப்பியும் சிதறியடித்தும் திருகியும் மருகியும் வெருண்டும் மிரண்டும் அதிர்ந்தும் அமைதியற்றும் அச்சுறுத்தியும் வெளிப்பட்டு வரும் எனில் அதற்கான மாற்றுவழியை துணிச்சலோடு எந்த அதிகார கருத்தியல் நிறுவனமும் ஏற்படுத்தித் தராது என்பதே அறமற்ற இன்றைய சமகாலச் சூழல். எனவே, இந்த தாராளமயச்சூழலில் ஒருவன் இரண்டு கைநிறைய புளிய விதைகளைத் தரும்போது அவனுக்கு ஒரு இறக்குமதிபானம் மறுக்கப்படுமேயானால் அனைத்தையும் தூக்கியெறிந்துவிட்டு கலகத்தை ஆரம்பித்து விடவேண்டியதுதான். அவனது மொழியும் அதற்கு உதவுமேயானால் நவீனக் கவிதையைவிட வேறென்ன இருக்கிறது அவன் வாழ்வுக்கு.

•

...

இனப்
பிரச்சினைகளுக்கு
அப்பால் இலங்கை
-ஒரு பின்காலனித்துவப்
பார்வை

பின் நவீனத்துவம் அறிவியல் தளத்தில் மின்சார மற்றும் அணு ஆற்றல் புரட்சியுடன் பொருளாதாரத் தளத்தில் பன்னாட்டு முதலாளித்துவத்துடன் இணைந்துள்ளது. பன்னாட்டுத் தொழில் நிறுவனங்கள் பொருளாதார உறவுகளின் உருவத்தையும் செயலாக்க வேகத்தையும் அடியோடு மாற்றிவிட்டன. முந்தைய காலகட்டங்களில்

முதலாளித்துவத்தின் நிழல்கூட சென்றடைய முடியாத இடங்கள் இன்று பன்னாட்டு முதலாளித்துவத்தின் ஆதிக்கப்பிடியில் சிக்கியுள்ளன. உதாரணமாக, விண்வெளி, கடல், இயற்கை என்று எங்குமே பன்னாட்டு முதலாளித்துவத்தின் அபாயகரமான நிழல் பரவிவிட்டது".

-பிரெடரிக் ஜேம்ஸன்

பிரபாகரன் இறப்புச் செய்திக்குப் பிறகு பற்றியெரியும் சர்வதேசப் பிரச்சினைகளில் ஒன்றாக இருந்த இலங்கை இனங்களுக்கிடையேயான உள்நாட்டு யுத்தம் சற்றேறக்குறைய ஒரு முடிவுக்கு வந்துவிட்டது. இச்சமயத்தில் அகதிகளாக வெளியேறிய தமிழர்கள் போக, சிங்கள இராணுவப் படையால் முகாம்களில் வைத்து கொல்லப்பட்டுவிட்ட அப்பாவித் தமிழர்கள், விடுதலைப்புலிகளின் தற்காப்புக்காக சிக்கிப்போன தமிழர்கள், போராளிகளாய் இறந்த தமிழர்கள் யுத்தத்தில் இறந்துவிட்ட சிங்கள இராணுவத்தினர் மற்றும் இலங்கை இன ஆதிக்கத்தின்கீழ் மாற்றுக் குறைந்த சிறுபான்மை தேசிய இனமாக வாழ்ந்தால்கூட போதும் என நினைத்துக்கொண்டிருக்கும் தமிழர்கள்; விடுதலைப்புலிகளின்மீது அவர்களது செயலாக்க அதிகாரங்கள்மீது அவநம்பிக்கை கொண்ட தமிழர்கள், தேசிய நல்லிணக்கம் வேண்டும் என நினைக்கும் இரு இனத்தையும் சேர்ந்த மனிதவியலாளர்கள், அறிவுஜீவிகள், உள்ளூர் முதலாளிமார்கள், வணிகர்கள் உழைப்பாளிகள், கூலிகள் என இலங்கையின் மொத்த மக்களுமே அதன் நிலத்தின் வாழ்வியல் நெருக்கடியில் இருப்பதாக நாம் உணரும்போது, போர்நிறுத்தம் மற்றும் உயிரிழப்புகள் குறித்து அமெரிக்கா, ஐரோப்பா உள்ளிட்ட பல நாடுகளும் ஐ.நா.சபை போன்றவையும் இன்று கேள்வி எழுப்பும் அளவிற்கு இப்பிரச்சினை உலக கவனம் பெற்றுவிட்டது.

இலங்கை குறித்த நீண்டகால வரலாற்றடிப்படைகள், ஆட்சி மாற்றங்கள், மத, இன, மொழி வழியேயான மோதல்கள் யாவற்றையும் இரண்டு இன உள் தேசியங்களின் பார்வையில் அல்லது இன்றைய பின்காலனித்துவ சமகாலத்தில் வர்க்கரீதியாகவைத்து உணர்வோமெனில் பெரும்தேசியம் என்று சொல்லிக்கொள்ளும் சிங்கள இனவாத அரசாங்கம் தன் இனத்தின் வர்க்க நலன்களுக்காக சிறுபான்மைத் தமிழர்களை வன்முறையாளர்களைத் தீர்ப்பெழுதி இரண்டாம் தர மக்களாக அவர்களைத் துடைத்தழிக்கும் பணியை ஆயதமேந்திய விடுதலைப்புலிகளின் மீதான லாப, நஷ்டக் கணக்குகளில் தீர்த்துக்கொண்டு விட்டதாக முன்வைக்கலாம். வரலாறு எந்த உண்மைகளின் மீதும் எழுதப்படுவதில்லை. அது ஆதிக்கங்களின்

பெருமிதப் புனைவுதான் என்பது ஒரு புறம் இருக்கட்டும்.

தாங்கள் ஆயுதம் ஏந்தவேண்டி வந்த அவசியத்தை இன ஒதுக்கல்களின் காலம் காலமான சகிப்பு மற்றும் வாழ்வியல் துயரங்களின்வழி விளக்கி வந்திருக்கும் விடுதலைப்புலிகள், ஒரு கெரில்லா யுத்தத்திற்கான நியாயங்களை முன்வைத்தபோதும் அவற்றுக்கிடையேயான உள்முரண்கள், பேதங்கள் ஊடகங்களின் மூலமாக சர்வதேசப் பார்வைக்கு வெட்ட வெளிச்சமாகியிருப்பதால் அவை ஒரு பின்னடைவைச் சந்திக்க நேர்ந்தது துரதிர்ஷ்டவசமானதுதான்......

தனி ஈழம் பற்றிய அவர்களது 26 ஆண்டுகாலப் போராட்டம் அதன் நடைமுறையில் பல விளைவுகளை சந்தித்துவிட்டது. அதன் நிலம்பற்றிய வரைபடங்கள், யுத்த வியூகங்கள், சுயாட்சிமுறைகள், நிர்வாகக் கெடுபிடிகள், தன் மக்களுக்கான உத்தரவாதங்கள் யாவும் லட்சியவாதத்தின் அடிப்படையிலும் இனப்பெருமையில் செறிவுமிக்க தங்கள் மூதாதைகள்மீது கொண்ட வீர உணர்ச்சிகளுக்குமான காவிய எழுச்சியாகவுமே இருந்தது என்பதோடு, மற்றமைமீது அக்கறையற்ற யாழ்பாணியப் பெருமையின் வெறும் எக்களிப்புமாகத்தான் இருந்தது என இலங்கையில் சமஸ்டி ஆட்சிமுறைப் பற்றி தொடர்ந்து பேசிவரும் சுசீந்திரன் போன்ற சில நவீன அறிவுஜீவிகள் வரையறுக்கிறார்கள்.

இதற்கு உதாரணமாக, அவர்களது சகோதரப் படுகொலைகள் மற்றும் தூய்மைவாத அடிப்படையில் அல்லது இன்வாதத்திற்குள்ளான தனிச் சிறப்புமிக்க தலைமையை உருவகித்து இதே தமிழ்மொழி பேசும் வேறு சிறுபான்மை மதத்தவரை அல்லது தாழ்த்தப்பட்டவர்களை சம அந்தஸ்தில் நடத்தவில்லை என்பதோடு அவர்களைத் தங்கள் ஆளுமைக்கு வெளியில் சந்தேகத்தோடு நடத்தியது, வெளியேற்றியது, கொன்றொழித்தது என்ற வகையில் பாசிச உணர்வையும் அது கொண்டிருந்தது என்பது வரையிலான விமர்சனங்களை ஈழத் தமிழர் இயக்கம் எதிர்கொள்ளவேண்டி இருந்தது. இன்னும் சிலர் இந்திய வர்ணாசிரம சாதியப்பிடிப்புகளில் இருந்து விடுதலைப்புலிகளும் தப்பமுடியவில்லை என்றே முணுமுணுக்கிறார்கள். 1948-49களிலேயே 'யாழ்ப்பாணியம்' என்னும் மேட்டிமைத்தன்மை கொண்ட தமிழ் 'தலைமையானது' மலையகத் தமிழர்களை கீழறுப்பு செய்து ஓட்டுரிமை இல்லாமல் ஆக்கியதோடு 1990இல் வடஇலங்கை வாழ் தமிழ் முஸ்லீம்களை வெளியேற்றியதுவரையில் தனது ஆதிக்கக் கருத்துகளை சுத்திகரித்துக்கொண்டே வந்திருக்கின்றது. மேலும் உலகெங்கிலும் நடந்து வந்த பல இன விடுதலைப் போராட்டங்கள் குறித்து பெரும்பாலும் மௌனம் சாதித்து வந்த விடுதலைப்புலிகள் மேற்சொன்ன யாழ்ப்பாணிய புனிதங்களை காப்பாற்றும் வகையில் தங்களின் போராட்டத்தை மட்டும் சர்வதேசக் கவனமாக மாற்றிக்கொள்வதில் சுயநலமாக இருந்தார்கள். போக, பாலியல் தொழிலாளிகள் மற்றும் சிறு குற்றம் செய்யும் திருடர்கள்

போன்றோரை இனத்தூய்மைக்காக மின்கம்பங்களில் கட்டி வைத்தும் குற்றம் செய்ததாக அட்டையில் எழுதி கழுத்தில் தொங்கவிட்டும் மரண தண்டனை அளித்தார்கள் எனவும் பேசப்படுவதை மனிதநேயவாதிகள் ஆய்வு செய்யத்தான் வேண்டும்.

மேற்சொன்னவை ஒருபுறமிருக்க, சிங்கள அரசு ஒன்றும் முற்றிலும் ஜனநாயகத் தன்மையும், மனிதப் பேருணர்வும் அறமும் தம் மக்கள் மீதான இறையாண்மையும் நம்பிக்கையும்கொண்ட ஓர் எடுத்துக்காட்டான அரசு இல்லை என்பதையும் நாம் கவனத்தில்கொள்ள வேண்டும். காலனிய விடுதலைக்குப் பின்பான காலத்தில் இருந்து இன்றுவரை சிங்களப் பேரினவாத அரசாகத் தன்னை நிறுவிக்கொண்டிருக்கும் அது, தன்னுடைய ஆளுகைக்குக் கீழ் பிரித்தானிய பிரித்தாளும் சூழ்ச்சிக்குப் பலியாகி தன் தேசிய சிறுபான்மையான தமிழர்களை ஒடுக்கி வந்ததோடு, வன்முறையைச் செலுத்தி அவர்களது உரிமையையும் பறித்தெடுப்பதில் முனைப்பாக இருந்தது. அத்துடன் நில்லாமல், பௌத்த மதவாதிகளின் பிடியிலும் தன்னை ஒப்புக்கொடுத்துவிட்டதோடு, தேசிய இணக்கத்தையும் அதற்கிடையேயான உற்பத்தி உறவுகளின் வழி அனைத்து மக்களின் நலன்களையும் உறுதிப்படுத்தவும் அது தவறிவிட்டது. இதன் அரசியல் காரணங்கள் எதுவாக இருந்தாலும், இலங்கையில் கூட்டாட்சித் தத்துவத்தில் நிகழ்ந்துவிட்ட பெரும்பிழை இதுவே எனலாம். இதன் விளைவாகத்தான் JVP போன்ற மத அடிப்படைவாத இயக்கங்கள் வலிவு பெற்றன என்பதையும் நாம் ஞாபகம்கொள்ள வேண்டும். போக, இடதுசாரி இயக்கமாக தன்னை அறிவித்துக்கொண்ட லங்கா சம சமாசா பார்ட்டி, கம்யூனிஸ்ட் பார்ட்டி ஆஃப் சீரிலங்கா போன்ற இலங்கை கம்யூனிஸவாதிகள் இதை முதலில் இனப் பிரச்சினையாக ஒதுக்கியதோடல்லாமல் பின்னாளில் ஏனோ மதவாதிகள் மற்றும் அரசு யதேச்சதிகாரத்தை எதிர்க்க இயலாமல் பிற மக்களின் ஜனநாயக நம்பிக்கையை தன்னளவில் குலைத்துக்கொண்டது நிலைமையை மிக மோசமாக்கியது என்றே வர்ணிக்கலாம். நவீன உற்பத்தி உறவுகளில் இயந்திர வணிகச் சந்தையின் விளைவுகளை அவை ஒரு இயங்கியலாகக் கணக்கெடுக்க முடியாத நிலையில் கட்சிக்கொள்கையில் பிடிவாதம் கொண்டிருந்த இடது இயக்கங்கள் இன்று பன்னாட்டுக் கம்பெனிகளின் வருகைக்கு ஒன்றும் செய்யவியலாமல் இலங்கை தேசிய இறையாண்மை குறித்து மட்டும் உள்மறைவாகச் செயற்படுகின்றன. 1950இல் இருந்து இனப்பிரச்சினையை வர்க்கப் பிரச்சினையாக தீர்க்கும் முயற்சியில் அவை தோல்வி அடைந்தன என்பதுதான் உண்மை. அநேக ஏழ்மை நாடுகளில் முற்போக்குகளின் கையாலாகத்தன்மை இப்படித்தான் இருக்கின்றது. சர்வதேசியம் பேசியவர்கள் இன்றைய உலகமயமாதல் சூழலில் புரட்சிகரமாக இயங்கமுடியாமல் போவதில் வியப்பில்லை. இதைவிட நக்சல்கள் எவ்வளவோ தேவலை என்றுதான் கூறவேண்டும்.

மற்றபடி, இன்றைய இலங்கை இடதுசாரிகளை அதன் தேசிய நம்பிக்கைகளின் வழி சிங்கள இனவாத அரசுடன் நாம் உள்ளடக்கித்தான் காணவேண்டி இருக்கின்றது. தமிழர்கள் உரிமைகள் பற்றி தார்மீகம் கொண்டிருக்கும் ஒருசில சிங்கள விதிவிலக்குகள் இருக்கலாம். போக, விடுதலைப்புலிகளால் சிங்கள அப்பாவி மக்கள் கொல்லப்பட்டுள்ளனர் என்றும் 1984இல் அனுராதாபுரத்தில் அனேக சிங்கள பொதுமக்கள் புலிகளால் கொல்லப்பட்டதுடன் தொடங்கிய பொதுமக்கள் படுகொலை இறுதிவரை தொடர்ந்தது என்றும் பார்வையாளர்கள் கூறுகின்றார்கள். மற்றபடி சிங்கள இராணுவத்தினர் தமிழ்ப் பெண்கள்மீது தொடுத்த பாலியல் வன்முறைகளுக்கு எதிராக வேறு எந்த சிங்களப் பெண்களையும் விடுதலைப்புலிகள் மானபங்கப் படுத்தியதாகவோ இதுவரை ஒரு செய்தியும் இல்லை என்பதையும்கூட சில நடுநிலையாளர்கள் குறிப்பிடுகிறார்கள்.

இப்படியாக, இரு சாராரின் சரி தவறுகள், ஒருபுறம் இருக்க, இலங்கையின் மீதான சர்வதேச நெருக்கடிகள், வணிக ஒப்பந்தங்கள் அச்சிறு தீவின்மீதான பொருளாதாரக் கண்காணிப்பு, அந்நிய மூலதனங்கள், வளர்ந்து வரும் புதிய தொழிற்துறைகள் மற்றும் சந்தைக்கான வாய்ப்புகள், திறப்புகள் பற்றி நாம் அதன் கடல்வாழ் வளத்தோடு இயற்கை எழில்களையும் சேர்த்துக்கொண்டு ஒரு மாற்றுப் பார்வையை முன்வைக்கவேண்டி இருக்கிறது. இவ்விடத்தில் ஒன்றை நாம் கவனிக்க வேண்டும். இந்தியா, பாகிஸ்தான், சீனா போன்ற நாடுகளின் மூலதனங்களை இலங்கைக்குள் அனுமதிப்பதன் வழி சிங்கள அரசு தன்னைச் சுற்றி ஒரு பாதுகாப்பு வளையத்தை உறுதி செய்துகொள்வதோடு, ஈழத்தமிழர்களின்மேல் தான் சுமத்தும் குற்றங்களை, தண்டனைகளை, அழித்தொழிப்பை மேற்சொன்ன நாடுகள் கண்டுகொள்ளாதிருக்கும்படியும் அவற்றை மௌனப்படுத்தியும் வருகிறது. இவ்விஷயத்தில் வெட்கமற்ற இந்தியா, தன் வர்த்தக நலன்களுக்குமேல் ராஜீவ் காந்தியின் மரணத்தையும் இணைத்து ஒரு விளையாட்டையும் நடத்தி வருவது அப்பாவித் தமிழர்களுக்கு மிகமோசமான விளைவை ஏற்படுத்தி இருப்பது அழித்தொழிப்பு வரலாற்றில் பின்நாளில் ஒருபோதும் கேள்விகளற்ற மௌனமாக இருக்கப்போவதில்லை. பிறகு இந்தியாவில் ஆட்சி மாற்றங்கள் நிகழும்போழுது ராஜீவின் வழக்கு கிடப்பில் போடப்படும் என்பதும் நாம் அறிந்ததே.

நாம் விஷயத்திற்கு வருவோம். 1990களில் அறிமுகமான தாராளமயம் மற்றும் தடையற்ற வர்த்தகத் திறப்பால் வளர்ந்த நாடுகள் அடைந்திருக்கும் பலன்கள் கணக்கு வழக்கற்றவை என்ற நிலையில், அதன் அடிப்படையில் மூன்றாம் உலக நாடுகள் பெரும் மனித உழைப்பையும் அந்நிய கடன்களுக்குச் செலுத்திய வட்டியையும் அதன்வழியே பொருளாதார நெருக்கடியையும் கலாச்சார இழப்பையும் அடைந்திருக்கின்றன.

இலங்கை போன்ற நாடுகளில் அதன் உள்நாட்டு யுத்தம் அதனை மிகமோசமாகச் சீரழித்திருக்கும் என்பதில் ஐயமில்லை.

இரப்பர், தேயிலை மற்றும் தெங்குப்பொருட்கள், நவரத்தினக் கற்கள் என்கிற தனது வழக்கமான ஏற்றுமதியின் மூலம் கிடைத்துவரும் சொற்பத் தொகையோடு வெளிநாட்டு வாழ் இலங்கையர்கள் மற்றும் புலம்பெயர்ந்தவர்களின் பணிகள் மூலம் அனுப்பும் அந்நியச் செலாவணியும் நிலைமையை இன்னும் மோசமாக்காமல் காப்பாற்றி வருகிறது. ஒரு காலத்தில் இலங்கை, சிங்கப்பூருக்கு இணையாக ஒரு பெரும் வணிக மையமாக வளர்ந்து வந்திருக்க வேண்டியது. பரிதாபமாக அது தன் உள்நாட்டுப் பிரச்சினையால் வலுவிழந்துவிட்டது என்பதை உணர்கிறோம். சிங்கப்பூர் பிரதமர் லீ ஒருமுறை "இலங்கையின் உள்நாட்டு நெருக்கடியே கிழக்காசிய கடற்பிராந்தியத்தில் சிங்கப்பூரை பெரும் வணிகத்தலமாக நிமிரச் செய்தது" என ஒத்துக்கொள்ளும்போது, நமக்கு இலங்கையின் பேரழகு மிக்க கடற்கரைகளும் ஆழமற்ற கேளிக்கைக்கான உல்லாச விடுதிகளை அமைக்கத் தோதான அதன் இடங்களும் வெப்ப காலங்களில் தங்குவதற்கான உள்ளார்ந்த மலைப் பிரதேசங்களும் அதன் குளிர்ச்சியும் தேயிலைத் தோட்டங்களும் ஞாபகத்திற்கு வரவேண்டும்.

இன்றைய இலங்கையில் புதிய ஆடை, ஆபரண, ஜவுளித்துறை வெகு வேகமாகப் பொலிவு பெற்று வருகிறது. அதற்கான 'கிரே' எனப்படும் மூலத்துணிகளை இந்தியாவில் அது கொள்முதல் செய்துகொண்டாலும் சாயமிடுதல் வழியாக குழந்தைகளுக்கான மெல்லிய ஆடைகள் ஏற்றுமதியில் அது உலகத்தரத்தை எட்டி இருக்கிறது. மேலும் பல நவீன யந்திர தொழில்நுட்ப வளர்ச்சிக்காக பல்வேறு ஐரோப்பிய நாடுகளையும் தனக்குள் இன்று அது அனுமதிக்கவும் ஆரம்பித்துவிட்டது. பிறகு எவ்வழியேனும் இலங்கையில் அமைதி ஏற்படும் பட்சத்தில் மீந்திருக்கும் தமிழர்களுக்கான ஜனநாயக உத்தரவாதங்களை ஐக்கிய அரசியல் அமைப்பின் வழியே கையளித்து விட்டு அவசரமாக உள்நாட்டுப் பொருளாதாரத்தை வர்த்தகம் மற்றும் சந்தைகளின் வழியே வேகமாகப் பெருக்கிக்கொள்ளவே அது முயற்சி செய்யும்.

ஒரு கட்டத்தில் ஈழத்தமிழர்கள் மற்றும் விடுதலைப்புலிகளை ஆதரித்த பல்வேறு நாடுகள் இன்று அவற்றைத் தனிமைப்படுத்தி தடைகள் விதித்துவிட்டு போர்நிறுத்தம் செய்யவேண்டும் என இலங்கை அரசிடம் மனிதாபிமானக் கண்ணோட்டத்துடன் வேண்டுகோள் விடுக்கின்றன. இதைத்தான் மேற்கத்தைய வர்த்தகத் தந்திரம் என நாம் புரிந்துகொள்ள வேண்டும். (அமைதிக்கெனப் போராடும் நோர்வே போன்ற நாடுகளின் நீண்ட அங்கிகளுக்குள் பன்னாட்டு நிறுவனங்களும் ஒளிந்திருக்கின்றன.) ஏனெனில் எல்லாவற்றையும் இன்று சந்தை வணிகமே இயக்குகிறது.

தங்கள் முதலீடுகள் மற்றும் பொருட்களை வாங்கும் மூன்றாமுலகச் சந்தைகள் அவைகளுக்கு மிக முக்கியமானது. அதைவிட சந்தையில் வாங்கும் திறன்கொண்ட மக்கள் மிக முக்கியமானவர்கள். ழான் போத்ரியா சொல்வதுபோல "ஏகாதிபத்தியம் எப்போது திடுக்கிட்டுப் போகும் எனில், தனது பொருட்களை வாங்க சந்தையில் ஆட்களற்றுப் போகும்போதுதான்" என்ற அளவில் இன்றைய பன்னாட்டுக் கம்பெனிகளின் தடையற்ற வர்த்தகத்திற்கு இலங்கையில் அமைதியும் அதேசமயம் மக்கள் தொகையும் வேண்டும் என்ற கணக்கில் அது போராளிகளையும் பொதுமக்களையும் துல்லியமாகத் துண்டு படுத்தியிருக்கிறது.

இது ஒருபுறமிருக்க, மேற்கத்தைய உலகத்தின் கண்களில் இந்தியாவில் இருந்து இலங்கை வரையுள்ள கோரமண்டல் கடல் பகுதிகள் பேராசையுடன் ஒளிர்வதையும் நாம் கவனத்தில்கொள்ள வேண்டும். உலகின் அபூர்வமான கடல் உயிரிகள், கடல் தாமரைகள் போன்ற கோரல்கள் மற்றும் மீனினங்கள் இனப் பெருக்கம் செய்யும் ஆழமற்ற கடலிடமாக அது இருப்பதால், மேலும் நீரிணைகள், கப்பல்கள் ஊர்ந்துபோக சேது சமுத்திரத்திட்டமும் அருகே அணு மின்சாரக் கூடங்களும் தோரியம் போன்ற அணுக்கள் கலந்த அதன் மணலும் தன் மதிப்பில் உயர்ந்துகொண்டு போக, கடற்கரைப் பகுதிகளில் அநேக உல்லாச விடுதிகளையும் நீச்சல் குளங்களையும் கேளிக்கை மையங்களையும் கட்டுவதற்கு தோதான பகுதியாகவும் அது இருப்பதால், இதற்கான ஒப்பந்தங்களைப் பெற வலிமையான ஒற்றை ஆட்சிமுறை இலங்கையில் இருக்க வேண்டும் எனவும் அது நினைக்கிறது. இந்தியாவோ ஏற்கனவே தனது கோரமண்டல் பகுதிகளை பன்னாட்டு நிறுவனங்களுக்கு திறந்துவிட்டுவிட்டதை இத்துடன் சேர்த்துக் காணவேண்டும்.

விரிவான அர்த்தத்தில், இலங்கையின் அத்தனை போராட்டங்களும் இனப் பிரச்சினைகளும் லாப நஷ்டங்களும் உயிரிழப்பும் சேதாரங்களும் தோல்விகளும் வெற்றிகளும் அதனதன் இனத் தலைமைகள் வழியே இவற்றுக்குள் எதிர்காலத்தில் உள்வாங்கப்பட்டுவிடலாம் என்பது ஒரு கணிப்பு. என்ன செய்ய? "முன்பெல்லாம் மனித மூளையை ஒளிபெறச் செய்வதற்காக அறிவைத் தேடி அலைவது வழக்கம். இப்போதோ வணிகப் பொருளாதார முறையின்படி, அறிவைச் சுயநலத்திற்காக பயன்படுத்த, அதனை ஆற்றலுக்கான ஆயுதம்போல் பிரயோகிப்பதற்காக மட்டும் அறிவுற்பத்தி நடக்கிறது". எந்த இனத்திற்குமான தொல்கதைகள் அரசியல் சார்ந்தோ, சிந்தனை சார்ந்தோ, அது எதுவாயினும் சரி தன் நம்பகத்தன்மையை இழந்துவிட்டன என்று பொத்தாம் பொதுவாக கூறிவிடலாம். "இன்றைய யுகத்தில் அறிவியல் மற்றும் தொழில் நுட்பங்கள் நிதானத்துடன் இலட்சியத்தின் புனிதத்தன்மையை அடைவதைவிட குறுக்குவழியில் சென்று உடனடியாக வெற்றிக்கான

சாதனங்களைக் கண்டுபிடிப்பதில் முனைப்பாக உள்ளன. நாளைவரை காத்திருக்க மனிதனுக்கு இப்போது நேரமில்லை" என்று லியோ தார்த் கூறுவதை நாம் எல்லாவற்றுடனும் ஒப்பிட்டுப் பார்க்கவேண்டி இருக்கிறது.

"வேற்றுமையில் பிளவுண்ட சமூகத்தினிடத்தில் சமரச மனப்பான்மை கொண்ட சமூகத்தை நிறுவ வேண்டுமெனில் வாழ்க்கையும் சமூகமும் ஒழுக்கமும் கட்டவிழ்ந்து விவஸ்தை கெட்டுக் கிடக்கும் நிலையில் அறிவு, நீதி சார்ந்த சொல்லாடல்கள் பரஸ்பரம் நெருங்கி வருவதும் அவை செயலாக்கத் தளத்தில் ஒன்று சேர்ந்து ,பங்கெடுப்பதும் அவசியமானது" என்று கைபர் மாஸ் சொல்வதை இன்றைய பின் நவீன காலகட்டத்தில் ஆழ்ந்து யோசிக்கவேண்டி இருக்கிறது.

எல்லாத் தொல்கதைகளும் ஒரே நேரத்தில் யதார்த்தத்தை வெளிப்படுத்தவும் அதையே மறைக்கவும் செய்கிறது. இலங்கையில் இருக்கும் பல தொல்கதைகள் சிங்களர், இந்துத் தமிழர், மலையகத்தார், கிறிஸ்தவர்கள், முஸ்லீம்கள் எனப் பல திறத்தினதாய் இருக்கும்போது, இதில் பெரும் தொல்கதை எதுவெனப் பார்க்க வேண்டும். எந்தத் தொல்கதைகளும் மறைவதில்லை. மறைவாக இருக்கிறது என்று நாம் முதலில் சொன்னவற்றை மறைத்துக் கூறும் ஃபிரெடரிக் ஜேம்ஸன், மறைவாக உள்ள இந்த பெரும், சிறு தொல்கதைகளை அரசியல் நனவிலி என்கிறார். ஒரு அறிவுசார்ந்த இனவகையாக தொல்கதைகளை அவர் இடப்படுத்தும்போது பன்னாட்டு முதலாளித்துவமும் நுகர்வுவகைக் கலாச்சாரமும் மின்னணு ஊடகங்களின் பிரச்சாரத் தந்திரங்கள் மூலமாக சமூக நனவிலிமீது தங்களது பிடியை முறுக்கிக்கொண்டிருப்பது இன்றைய பெரிய வன்முறையாக இருக்கின்றது. மனிதன் இன்று மையமிழந்த தொலைத்தொடர்பு வலைத் தளத்தால் சூழப்பட்டிருக்கிறான். இந்த வலைத் தளத்தின் நீள அகலங்களை அளக்கும் ஆற்றல்கூட அவனிடம் இல்லை என்பதாக சூழல் நீளும்போது, இலங்கையில் இரண்டு இனங்களுமே தங்களின் கீழான சிறுபான்மையோடு உலக வர்த்தகப் பிடியில் சிக்கியுள்ளதையும் இவற்றுக்கிடையேயான சமரசம் அவர்களின் கைகளில்கூட இனிமேல் இல்லை என்பதுதான் பரிதாபம். ஒருபுறம், பெரும் தொல்கதைகளின் அரசியல் நனவிலியும் மறுபுறம் பன்மைப்பட்ட வட்டாரவயம் கொண்ட சிறுசிறு தொல்கதைகளின் அரசியல் நனவிலியும் எதிரெதிராய் பதற்றத்துடன் சலனித்துக்கொண்டிருக்கும் ஒரு கொந்தளிப்பைத்தான் வணிகப் பொருளாதாரம் பயன்படுத்திக்கொள்கிறது என்பது இதன் ஊடார்த்தம். இலங்கையின் இன்றைய பின்நவீன நிலைமையும் இதுதான்.

இலங்கையின் அருகேயுள்ள மிகப்பெரிய நாடான இந்தியா, இலங்கைக்குக் கடனுதவி, பொருளுதவி அளித்துவரும் வேளையில் அதன் அமைப்பிற்கு தனது வல்லாதிக்கத்தையே அன்பளிப்பாகக்

கொடுக்கும் என்றாலும், தொடர்ந்து அமெரிக்காவின் கட்டளைக்கு முன்பு வாய்மூடி பணிவாகி விடுகிறது. அதனளவில் சிறு தொல்கதைகள்கொண்ட இந்திய சாதிய, சமூக, அரசியல் நனவிலிகள் தங்கள் சுயநிர்ணய உரிமையை சந்தேகத்துடன் இன்று மேலெழுப்பிப் பார்க்கின்றன. இந்த வணிகப் பொருளாதார கேளிக்கைகளில் பங்கெடுக்க எந்த வகையிலும் அறிவற்றவர்கள் தகுதியற்றவர்கள் என்று எந்த ஓர் அரசியல் ஆதிக்க மையமும் தங்களைக் கூறுவது முட்டாள்தனமானது என்றளவில் இந்தியாவின் பிராந்திய மாநில உள்கட்டமைப்புக்குள்ளேயே முரண்பாடுகளை தோற்றுவிக்க முயல்கின்றன. இந்திய இறையாண்மைக்கு எதிராகப் பேசும் பிராந்திய அரசியல்வாதிகள் கைது செய்யப்பட்டு அவர்கள் மீது தேசியப் பாதுகாப்புச் சட்டம் பாயும் காலத்தில் பன்னாட்டு வர்த்தகம், இந்த முரண்பாடுகள் மீது தங்களுடைய எதிர்காலத்தை வேறுமுறைகளில் வடிவமைக்கத் தயாராகத்தான் இருக்கின்றன. ஏறக்குறைய இந்திய ஒருமைப்பாட்டையும் பன்னாட்டு வர்த்தகம் ஊடுருவிவிட்டது.

இந்திய நிலை இப்படி இருக்க, இன்றைய இலங்கைப் பிரச்சினை இலங்கையினுடையது மட்டுமல்ல; கிழக்கு, மேற்கு ஆசிய நாடுகளின் பொருளாதார உற்பத்தி உறவுகளுக்குள் மேற்குலகத்தை வணிகரீதியாக எப்படி எதிர்கொள்வது என்ற அச்சத்தையும் தகவமைப்பையும் அது உள்ளடக்கி இருக்கிறது. கோவா போன்ற அழகிய கடற்கரைகள் உள்ள அரபிக் கடல் பகுதியில் தங்கள் பார்வையைச் செலுத்தாமல் அதற்கு மேலே இஸ்லாமிய பயங்கரவாதமும் மத்தியதரைக்கடல் நெருக்கடிகளும் இருப்பதை உணரும் ஐரோப்பியர்கள், விரிந்து பரந்த முக்கடலும் சங்கமிக்கும் வங்காள விரிகுடா, இந்து மகாசமுத்திரம் போன்ற பகுதிகளுக்குக் கீழ் தங்கள் கேளிக்கை நிலையங்களைத் திறக்க ஆர்வத்துடன் முற்படுகின்றனர். மேலும் இப்பகுதியில் நிலவும் ஜனநாயக அரசுகள் வணிக ஒப்பந்தங்களுக்குத் தோதானவை என்பதும்கூட ஒரு வசதிதான்.

எது உண்மை, எது பொய் என்பதையும் எப்போதும் ஆதிக்க வர்க்கங்கள்தான் தீர்மானிக்கும் என்ற ஃபூக்கோவின் வாதத்தின்படி, எல்லோருடைய வாயிற்கதவுகளையும் சர்வாதிகாரம் தட்டிக் கொண்டிருக்கும் வேளையில், நாளை கோரமண்டல் மற்றும் இலங்கைக் கடற்பகுதிகளில் பனிப்பிரதேசங்களில் இருந்து இறங்கி வந்து வெப்பமண்டலக் காதல்களை இனவிருத்திக்காக அனுபவிக்கும் ஐரோப்பியப் பறவைகளை நாம் காணலாம். மல்லாந்தபடி அவை சூரியக்குளியல் நடத்தும்போது, அருகே அவர்களின் பன்னாட்டு நிறுவனங்கள் பல பொருட்களை உற்பத்தி செய்து தத்தம் நாடுகளுக்கு கப்பலில் ஏற்றிவிடும் காட்சியையும் அனுபவித்துக் காண்பார்கள். பிறகு நீர்க்கண்ணாடிகள் அணிந்து கடலுக்கு அடியில் நீர்த்தாவரங்களையும் பாசிகளையும் கடல்வாழ் உயிரிகளையும் கண்டுகளிக்கும்போது, பல

தொல்கதைகளின் எச்சங்களையும் அவற்றின் அரசியல் நனவிலிகளையும் தங்கள் நாட்டு அருங்காட்சியகத்திற்கு கொண்டும்கூட செல்வார்கள்.

குறிப்பு 1. 1969இல் இந்தி எதிர்ப்புப் போராட்ட மாணவர் கிளர்ச்சியின்போது தலைமை தாங்கி, அரசதிகார வாய்ப்புகளைக் கைப்பற்றி இன்றுவரை அதன் பலன்களை அனுபவித்துவரும் இந்திய தமிழ்நாட்டு திராவிட இயக்கவாதிகள் இலங்கைத் தமிழர் ஆதரவுப் போராட்டத்திலும் அதன் மாணவர் எழுச்சியிலும் மீண்டும் தலைமை தாங்கவே தந்திரங்களைக் கையாளுகின்றனர். மொழி அடிப்படையிலான அக்காலத்திய உணர்வுகள வேறு. இன்றைய பின்காலனித்துவ யுகம் வேறு. இலட்சியவாதங்கள் பொய்த்துப்போன நிலையில், மொழி மட்டுமல்ல வேறு ஏதோ சித்தாந்த அடிப்படையிலும்கூட ஒரு கொள்கையை வைத்துப் போராட முடியாது என்பது நிதர்சனமாய் இருக்கிறது. இன்றைய ஒருலகக் காட்சியில் எல்லோரும் Pan cardகள் மூலம் குறுக்கு வழியில் மூலதனத்தை நோக்கிப் பாய்ந்து கொண்டிருக்கும்போது இன அழிப்பு போன்ற துயரங்களுக்கு மனங்கொடுப்பார்கள் என நம்புவது சமகால வியர்த்தங்களில் ஒன்று. தமிழக அரசியல்வாதிகள் தங்கள் உள்ளூர் ஓட்டுகளுக்கு இலங்கை அப்பாவித் தமிழ் மக்களை அவர்கள் இறந்துகொண்டிருக்கும் நிலையில்கூட பயன்படுத்த முயற்சித்தது கேலிக்கூத்தென்றே முடிக்கலாம்.

குறிப்பு 2. சிங்கள மற்றும் விடுதலைப்புலிகளின் இந்த நீண்டகால யுத்தத்தின்கீழ் எத்தனை விளிம்பு நிலை மனிதர்களின் இயல்பு வாழ்வு சீரழிந்து அடையாளமற்றுப் போயிருக்கும் என்பதோடு, எத்தனை அவலங்கள் மூடி மறைக்கப்பட்டிருக்கும் என்பதையும் நாம் யோசிக்கும் வேளையில் அரசியல் பிழைத்தோர்க்கு அறம் கூற்றம் என்பதுபோல, மலையகத் தமிழர்கள், முஸ்லிம்கள், சிங்கள தாழ்த்தப்பட்ட இனத்தினர் மற்றும் பாலியல் தொழிலாளிகள் போன்றோர்க்கு அளித்த தண்டனைகள் வழியே அனுபவித்த பலரின் துயரங்களே இரண்டு இனத்தலைமைகளுக்குமான பின்நவீனத்துவ அறம்சார்ந்த கூற்றாக இருக்கிறது. ஏனெனில், இனி இலங்கையின் ஒட்டுமொத்த அரசியல் சமூக வாழ்வையும் அதன் தலைவர்களையே முகவர்களாக்கி வைத்து பன்னாட்டு நிறுவனங்களே நிர்வகிக்கும் என்பதை நாம் அதிகம் விளக்க வேண்டியதில்லை.

குறிப்பு 3. விடுதலைப்புலிகளின் தலைவர் பிரபாகரனோடு அவரது குடும்பம் மற்றும் பொட்டு அம்மன் போன்ற கூட்டாளிகள் இராணுவத் தாக்குதலில் இறந்து விட்டார்கள் என்றும் இல்லை இன்னும் உயிருடன்தான் இருக்கிறார்கள் என்றும் எழும் பல ஊர்ஜிதங்கள் சந்தேகங்கள் யாவும் அடிப்படையில் பிரபாகரனின் இலட்சியவாத இருப்பின்மைக்குத்தான் வலுச்சேர்க்கின்றன. சிங்கள அரசாங்கமும் விடுதலைப்புலிகளின் ஊடகங்கள் பலவும் பிரபாகரனின் இறப்பை

உறுதிசெய்துவிட்ட போதும், அவரைக் கொல்ல முடியாது என்கிற வீரநம்பிக்கைகள் பலரிடையே இருப்பது ஹீரோயிஸத்தின் மீதான பரிவு ஏக்கம்தானே ஒழிய மீண்டும் ஒரு கெரில்லா யுத்தத்தை அதன்வழியே மீட்டெடுப்பது என்பது இன்றைய சர்வதேச ஆதரவற்ற சூழ்நிலையில் சாத்திமற்றதாகத்தான் தோன்றுகிறது. 26 வருட போராட்டத்தில் பல்வகையான ஆதரவுகள் கிடைத்த சூழலுக் குள்ளேயே தங்கள் இலட்சியங்களை விடுதலைப்புலிகள் சாதிக்க முடியாமல் போனது பல பாரிய காரணங்கள் கொண்டது. இன்றளவில் மீந்திருக்கும் தமிழர்களுக்கான உரிமைகளுக்கு பரிந்து பேசவேண்டிய மிதவாத தலைவர்கள் அனைவரும் சகோதரப் படுகொலைகள் வழியே சுடப்பட்டு இறந்துபோன நிலையில் கேட்பதற்கு நாதியற்றுப்போன தமிழர்களுக்கான குறைந்தபட்ச வாழ்வுரிமையை மீட்டெடுக்க அங்கு என்ன அறம்சார்ந்த முயற்சிகள் எடுக்கப்பட்டு வருகிறது? அது இனிமேல் இரண்டு இனத்தைச் சேர்ந்த மனிதநேயவாதிகளின் விரைந்த செயல்திட்டமாக இருக்கவேண்டும் என்பதுதான் அறிவுஜீவிகளின் வேண்டுகோளாக இருக்கமுடியும். இராஜபக்சே சொல்வதுபோல, பிரபாகரனின் முடிவு தங்களது தோல்வி என்று தமிழர்கள் எடுத்துக்கொள்ளக் கூடாது என்ற ஒரு தேசிய நம்பிக்கையை தமிழர்கள் ஏற்றுக்கொள்வதா அல்லது மீண்டும் ஒரு புரட்சிகர யுத்தத்திற்கு முயல்வதா? என்றெல்லாம் நாம் சிந்தித்துக்கொண்டிருக்கலாம். ஆனால் இக்குழப்பங்களுக்குமேல் எவ்வித தடையுமற்று பன்னாட்டு வர்த்தகம் தங்கள் இலாப நிறுவனங்களைக் கட்டுவதற்கு ஆர்வம் கொண்டு விட்டன. பல்லாயிரக்கணக்கான தமிழர்கள் இறந்துபோய்விட்டனர் என்கிற அபாயங்களோடு அதற்கான எதிர்வினைகள் இந்திய மத்திய தேர்தல் வெற்றிகளின் கீழும் மேலும் பிரபாகரனின் மரணத்தின் அடியிலும் மௌனமாக முடக்கப்பட்டிருக்கும் சூழ்நிலையில் நடராசா சுசீந்திரன் புதுவிசை நேர்காணலில் சொன்னதுபோலவே, நம்பிக்கையூட்டும் எந்த கருத்தொன்றையும் நம்மால் சொல்ல முடியவில்லை.

உதவிய நூல்:

அமைப்புமையவாதம், பின் அமைப்பியல் மற்றும் கீழைக்காவிய இயல் நூல் கோபிசந்த் நாரங்க்.

•

•••

இந்திய நதி நாகரிகத்தின் சாதியத் தேசியமும் பன்னாட்டு நவீன பாராளுமன்றக் கூட்டுக் குடும்பங்களும்

ஒரு பழங்குடி வழியான பார்வை.

"மனிதன் வரலாற்றில் முதலீடு செய்யப்பட்டிருக்கிறான்"

தெலூஸ்

சமூக உருவாக்கம் என்பது பல காலங்களையும் வரலாற்றையும் அதன் சொந்த மொழிவழியே கூட்டு நனவிலியில் உள்ளடக்கியது மட்டுமல்ல; பேச்சு, எழுத்து என பல சிந்தாந்தங்களின்கீழ் மக்களை சிந்தனை மற்றும் செயல்களின் மூலம் அடக்கி ஒடுக்கி அதிகாரம் செய்ததும் ஆகும்.

இந்த சமூக உருவாக்கம் நதிக்கரை நாகரிகங்களில் மட்டுமல்ல அதன் உற்பத்தி உறவுகளோடு ஆதிக் குடியேற்றங்களிலும் நிகழ்ந்தது என்பதை அவற்றின் பெருமிதப் புனைவுகளாக நாம் இன்றுவரை வாசித்து வந்திருக்கிறோம். நதிக்கரையோரத்து நீதிகள், அதன் குடிமையியல், வரையறைகள், பங்கீடுகள், தாவாக்கள் என்பதற்கிடையே ஒரு குறிப்பிட்ட இனச் சமூகத்திற்கு மேலதிகப் பயன்பாடு எவ்வாறு கிட்டியிருக்க முடியும் என ஆராய்ந்தால் மிகச் சுலபம்; மொழி அதற்கு பெரும் பங்காற்றி இருப்பதை அறிந்துகொள்ளலாம்.

வேதம், சமயம், மதம் என்னும் கருத்துருவ அமைப்புகள் யாவும் மொழிவழியே சேகரிக்கப்பட்ட அறிவு நிதிக் குவியங்கள்தான். எழுத்து அல்லது மொழி என்பது பொருளாதார அர்த்தத்தில் 'சரக்கு' அல்லது 'பண்டம்' என்பதை முன்னமே அறிந்திருந்த குழுமங்கள், மனித வாழ்வை அதன் வழியே தீர்மானித்து முன்னறிவித்துக்கொண்டதோடு மட்டுமல்லாமல், அவை நடந்துகொள்ள வேண்டிய, பிரதிபலிக்க வேண்டிய படிநிலைகளை, நடைமுறைகளை யாரும் மீறாவண்ணம் புனிதத்தன்மையோடு கலந்து பிசைந்து கடவுளின் பெயரால் தங்களுக்கென தந்திரமாக அவற்றை அபகரித்துக் கொண்டவை.

இக்குவியங்களை மந்தைகளின் மேல் பிரயோகப்படுத்தி, அத்துடன் நதிகளை நிலைத்த காலகாலமான குறியீடாகவும், மனிதனை நிலையாமைக்கும் ஒப்புமை செய்து, காலத்தில் கதித்து ஓடும் அவ்வகை ஆற்றுநீரால் தீட்டுகள் நீக்கியும், பாவங்களைப் போக்கியும் தங்களது மந்திரமும், நீரும் ஒன்றுதான் என மக்களை வசக்கியும் மீண்டும், மீண்டும் திரும்பிச் செல்லுதல் மூலம் தங்கள் விதிகளை அதன் அர்த்தங்களை மீறாவண்ணம் மேற்சொன்ன புரோகிதப் பின்னணிகள் தங்களின் சூழ்ச்சி வழியே மக்களை அடக்கி ஆண்டு வந்திருக்கின்றன.

பிறகு அவையே வீரம்செறிந்த ஆயுதங்களைக் கொண்டிருக்கும் அரசுருவாக்கச் சக்திகளுக்கு மக்களை அவர்களின் அடிமைத்தனத்தோடு மடைமாற்றிக் கொடுத்துவிட்டு அதன்கீழ் நீதிநெறி பேசும் தத்துவக் குழுக்களாக தங்களின் சுகபோக வாழ்வை கடைசிவரை அனுபவிக்கவும் வழிவகுத்துக்கொண்டன. இந்த மூளைவழி உழைப்பின் அதிகாரங்கள் தாங்கள் எழுதிய அத்தனை சொற்களையும் திட்டமிட்ட வடிவத்தில் மத நிறுவனமாக மாற்றியபின் மொழியற்ற உடல்களாக மக்களை கீழறுப்பு செய்ததோடு அவற்றிற்கான தண்டனைகளையும் தீர்மானித்தன. கர்ம பலன்களின்கீழ் ஆசிர்வதிக்கப்பட்டவர்கள் பாவிகள் என்பதுதான்

இவற்றின் இருமைவிதி.

ஒருமுறை மக்களை அரசுருவாக்கத்தின் கீழ் கொண்டுவந்து விட்டால் எந்த ஓர் இனத்தலைமையும் தனிமனிதனும் மொழிவழியான அதன் அதிகார பீடத்தின் மேல் ஏறி நின்று தன் சாம்ராஜ்ஜியக் கனவுகளை விரித்துக்கொள்ள முடியும். இப்படி மொழி மூலம் கட்டமைக்கப்பட்ட ஒரு போலி நிறுவனத்தை உருவாக்கி அதன்கீழ் மொழி அறிந்த பூசாரிகளும் வீர உணர்வுமிக்க சத்திரியர்களும் உலகை வாள்வழியே ஆண்ட வரலாறு இப்படித்தான் நமக்குக் கிடைக்கிறது. இன்றைய நவீன யுகம்வரை தொடரும் இக் கூட்டின்மேல் விமர்சனங்களை வைக்கும் விடுதலை குறித்த சிந்தனையாளர்கள் மற்றும் மொழியியல் அறிஞர்கள், இன்று மொழியின் இத்தகைய சூழ்ச்சியான தகவமைப்பை ஆய்விற்கு எடுத்து அதை கேள்விக்குள்ளாக்கி, தகர்த்து அர்த்தத்திற்கும், சொல்லுக்கும் இடையே ஸ்தூலமான உறவு இல்லையென்றும் கற்பிதமான உறவுகளில் அதன் பண்புகளின் மேல் ஓர் இடுகுறித் தன்மையைத்தான் நாம் ஒருவருக்கொருவர் பொருண்மையாகப் புழங்கிக்கொள்கிறோம் என்பதோடல்லாமல், சொற்கள் யாவும் அதிகார அமைப்பிற்குள் அரசுருவாக்க சூழ்ச்சியாக கட்டப்பட்டு நம்மை சிறைப்படுத்தியிருக்கின்றன என்பதையும் விளக்கிவிட்டிருக்கிறார்கள். யோசித்துப் பார்க்கும்போது, இந்த இடைவெளிக்குள்தான் எளிய மக்கள்மீது எத்தனை அதிகார மாற்றங்கள் பல நூற்றாண்டுகளாய் அழுத்தி நசுக்கி நகர்ந்து போய்விட்டன.

இன்று உலகை ஆளும் அதிகார வர்க்கங்கள் பலவகையான சமூக அறிக்கைகளை தொடர்ந்து வெளியிடுகின்றன. மூன்றாம் உலகத்தின் புதிய பொருளாதார வளர்ச்சி விகிதங்கள் (மக்கள்) இன்று அதிகமாக உணவைத் துரிதமாகத் தின்று தீர்ப்பதால்தான் உலகில் உணவுப் பற்றாக்குறை அதிகரிக்கிறது என்றெல்லாம் முட்டாள்தனமான அறிக்கைகளை நாம் எதிர்கொள்ள வேண்டியதிருக்கிறது. ஆனால் மக்கள் பலரும் அரசாங்கத்தின்மேல் இன்று நம்பிக்கை இழந்து விடுகிறார்கள். இன்று ஒரு தலைவரின் கூற்றுக்குப் பின்னே ஒளிந்திருக்கும் மோசடிகளை, நோக்கங்களை பலவகையாக அவர்கள் விமர்சிக்கத் தொடங்கியிருக்கும் சூழலில் யாவற்றையும் இயக்கும் மூலதனம் (பணம், சரக்கு) இவ்வகைத் தந்திரமான அதிகார வர்க்கங்களிடம் இருந்தும், அவர்களின் மொழி ஏமாற்று வேலைகளுக்கும் தப்பி சுயேட்சை அடைந்திருக்கிறது. இன்று மூலதனம் மொழியை நம்பி இல்லை. மாறாக அது மொழியை முகவராக்கி வித்தைகள் போட வைக்கிறது. ஏனெனில் இன்று ஓர் அரசாங்கத்தையும்விட, பல வணிக நிறுவனங்களே மூலதனத்திற்கு அதிகம் விசுவாசமாக இருக்கின்றன. மக்களின் பெயரால் விரயச் செலவு செய்து தங்கள் சுயநலன்களை அரசதிகாரம் மூலம் பெற்றுவந்த அரசு வர்க்கத்தைவிட, வர்த்தகர்கள்தான் உற்பத்திமற்றும், விற்பனை,

யூகபேரதந்திரங்கள், பங்குப் பத்திரங்கள் ஆகியவற்றின் வழியே மக்களிடம் மூலதனப் பரிவர்த்தனையை நேரடியாய் நிகழ்த்துகிறார்கள் என்பதால் மூலதனம் இவ்வர்த்தகர்களுக்குப் பாதுகாப்பாக இருக்கச் சொல்லி அரசதிகாரத்தை மிரட்டுகிறது.

இப்படியான மூலதனத்தை தங்களின் தேசியநலன்களின் கீழ் கட்டுப்படுத்த வக்கற்றுப்போன தேசிய அரசதிகாரங்கள் உண்மையில் தங்களை பெரும் பணக்காரக் குடும்பங்களாக மட்டுமே ஒதுக்கிக்கொண்டு விட்டன. இவ்வரசதிகாரக் குடும்பக் கோமாளிகள் வர்த்தகர்களோடு இணைந்து, வார்த்தை வித்தைகள் காட்டி, தெருவில் மக்களை ஏமாற்றிப் பிழைப்பவர்களாக ஆகிவிட்டார்கள் என்பதுதான் பரிதாபம். உலகெங்கும் பாராளுமன்ற அரசு நிர்வாக அதிகாரத்தின் இருப்பு இன்று இப்படித்தான் இருக்கிறது. மதம் x மக்கள், அரசங்கம் x மக்கள், என்று தொடரும் வரலாற்றில் முதலாளித்துவம் x தொழிலாளிகள், நிலப்பிரத்துவம் x பாட்டாளிவர்க்கம் என்றெல்லாம் முற்போக்கு அடைந்து திறமையுள்ளவர்கள் x திறமையற்றவர்கள் மொழியறிந்தவர்கள் x மொழியறிவற்றவர்கள், வாய்ப்புள்ளவர்கள் x வாய்ப்பற்றவர்கள், தகவல் உள்ளவர்கள் x தகவல் அற்றவர்கள் எனத் தொடர்ந்து மக்களை வாங்கும் திறன் உள்ளவர்கள் x வாங்க வழியற்றவர்கள் என இறுதியாகப் பிரித்து இன்றைய பின் காலனித்துவச் சூழல் வந்து நம்முன் கொடூரமாக நிற்கிறது.

அமெரிக்கா உள்ளிட்டு உலகின் பலநாட்டுத் தேசியத் தலைவர்கள் தங்களுக்குள் ஒருவரையொருவர் மூலதனத்திடம் காட்டிக் கொடுத்துக் கொண்டு அதற்கு விசுவாசிகளாகிவிட்ட பின்பு மக்கள் இவர்களை மாற்றுவது அல்லது சார்பாக தேர்ந்தெடுப்பது போன்ற ஜனநாயகத் தேர்தல் பழக்கங்களில் இருந்து மட்டும் இன்றும் மாறாமலிருக்கிறார்கள். எல்லாத் தேசியங்களிலும் தேர்தல் ஒரு கேளிக்கையாக இருக்கிறது. மக்கள் தாமே இன்றளவும் அதைத் தீர்மானிப்பதாக நம்பும் ஒரு போலி மகிழ்ச்சியைக் கொண்டாடு பவர்களாக இருக்கிறார்கள்.

உண்மையில் மக்களின் கூட்டு நனவிலி அரசுறுப்பு என்பதிலிருந்து கழற்றப்பட்டு சந்தைமயமாக்கப்பட்டிருக்கிறது. இயற்கை இழப்பு அல்லது தன்னிலை இழப்பு, கலாச்சாரக் காயடிப்பு எனப் பலவகையிலும் உடலையும் மனத்தையும் இழந்து போயிருப்பதை உணரும் இன்றைய பல தன்னிலைகள் தாங்கள் ஓர் அரசாங்கத்திற்குக் கீழ் வாழ்பவர் என்ற கற்பிதத்தை நம்ப மறுக்கின்றன. மனிதன் என்பவன் இடையில் வந்த இந்த அரசுருவாக்கத்தின் கீழ் இருப்பவன் அல்ல. மாறாக அவன் ஆதியிலிருந்தே பழங்குடிச் சமூகங்களின் உறுப்பாக தொன்மமாகி இருக்கிறான். அரசுருவாக்கம் என்ற இந்த ஒன்றை முழுமைத் தோற்றுவாய் பல வட்டார சமூக மனிதர்களை உள்ளடக்கியதாக இல்லை. மாறாக அது புறவயத்தில் மெய்மையுடன்

இருப்பதாக நடித்துக்கொள்கிறது. இப்போது அரசு என்பது மக்களின் ஏகபோகச் சொத்தல்ல, அது அரசுநலன் சார்ந்த குறுகிய குடும்பத்தின், வர்க்கத்தின் தனித்தொகுதியாக இருக்கிறது என்பதைத்தான் நாம் இப்படிச் சொல்கிறோம்.

இன்றைய அரசுகள் தங்கள் ஆளுகைக்குட்பட்ட நிலத்தின் அல்லது சொத்தின் மீது மக்கள் ஊடும்பாவுமாக அசைந்துகொண்டிருக்கிறார்கள் எனவும், அவர்களை அப்புறப்படுத்தவும் இடப்பதவும் தமக்கே உரிமை இருப்பதாக அல்லது அதிகாரமாக நம்புகின்றன. மக்கள் சமூகவயமாக அல்லது ஒரு தொகுதியாக ஒரு நிலத்தின் மீது நிலைத்த தன்மையாக தம்மை அறியவில்லை என்றும் அவ்வாறு அறியாமையில் வைக்கவே அதிகாரமானது நிலையாமை பற்றி பேசும் பழைய ஆகம விதிகளை அவர்களின் மேல் தொடர்ந்து சுமத்துமாறு கல்வி மற்றும் நீதிகள், இலக்கியங்கள் வழியே நவீன சமய ஆன்மீக புதிய தத்துவவாதிகளை தங்களின் மூலதனத்தின்கீழ் உற்பத்திசெய்து அனுப்புகிறது. வட்டார வித்தியாசங்களை, மற்றமைகளை ஒருமைவாதச் சிந்தனைக்குள் கட்டுப்படுத்துவது இவற்றின் அதிகாரச் சொல்லாடலாக இருக்கிறது.

தொடர்ச்சியான இவ்வகை மோசடிகளின் கீழ் ஒடுக்கப்படும் மந்தைகளின் வாழ்வில் இருந்து உண்ணவும் போகம் செய்யவும் மட்டுமே அறிந்திருக்கும் ஓர் எளிய முட்டாள் மனிதனின் கேள்விக்கு இவற்றிடம் இருந்து அலட்சியமும் வன்முறையும் தவிர பதில் ஏதும் இல்லை. நீதியின் பக்கங்களில் இருந்தே எதற்கும் மேற்கோள்கள் காட்டும் அரசுருவாக்கங்கள் மனிதப் பண்பற்றுப் போய்விட்ட இந்நாளில் மக்களின் அரசியல் நனவிலி எவ்வாறு புனருத்தாரணம் பெறுகிறது என்பதையும் இலக்கியம் எதில் இருந்து வெளியேறுகிறது என்பதையும் நாம் ஒரு விவரணைக்கு விடலாம்.

"மொழி பேசும் ஒரு சமூகம்தான் குறிகளை உருவாக்க முடியும். மொழி என்பது அடிமுதல் முடிவரை ஒரு சமூக வழக்காகும். குறிப்பான் மற்றும் குறிப்பீடின் பரஸ்பர உறவு வெளிப்படையாகத் தெரியாவிட்டாலும் சமூகத்தின் உள்ளே இந்த அர்த்தச் செயற்பாங்கு நிகழ்ந்துகொண்டிருக்கிறது. மொழியின் குறியீட்டு ஒருங்கமைவின்றி எந்த ஒரு சமூகமும் நிறுவப்பட முடியாது. அதனுடைய உற்பத்திச் செயல்பாடுகள், வாழ்க்கை முறைகள் மற்றும் நிறுவனங்கள் சார்ந்த எந்தச் செயற்பாங்கும் மொழியின் உதவியின்றிச் சாத்தியமில்லை. சமூகம் நிலைபெறும் அதே நேரத்தில் மொழியும் உருவாக்கம் பெறுகிறது" எனக் கூறும் சசூரின் வாக்கியங்களில் இருந்து சமூகம் ஒரு மொழிவழியான அமைப்பு என்பதை நாம் உணர்ந்துகொள்கிறோம். மாம்பழம் என்கிற பெயரும் அதன் விற்பனை விலையும் அது நம் நாவில் இனிக்கும் தன்மைக்கும் எந்தச் சம்பந்தமுமில்லாதது. மற்றபடி அதன் பயன்மதிப்பை புறவயமாக குறியீடுகளில் பரிவர்த்தனைக்கெனச்

சுமந்து வந்திருக்கிறோம். இதிலிருந்துதான் நமது கல்வி அல்லது அறிவு போலி நம்பகமாக நம்மைப் பின் தொடர்கிறது. ஒரு பழங்குடி வாழ்வில் அதாவது, பணம் என்கிற பரிவர்த்தனை இல்லாத நிலையில் ஒரு மாம்பழம் எம்மாதிரியான வர்த்தகக் குறியீட்டு எண்ணைச் சுமந்திருக்க முடியும் என நமக்குள் கேட்டுப் பார்த்துக்கொள்ளலாம்.

•

சிந்துச் சமவெளி நாகரிகம் முதல் யூப்ரடீஸ்-டைகிரிஸ் மற்றும் நைல் நதிக்கரை நாகரிகங்கள், வால்கா மற்றும் மிசிசிபி, தோன் நதி, கங்கை, காவிரி டெல்டா பகுதி இலக்கியங்கள் கொள்ளிடம், தாமிரபரணி, நொய்யல், காவிரியாறு என உலகின் பல பகுதிகளிலும் எழுதப்பட்டு வந்திருக்கும் நதிக்கரை இலக்கியங்களுக்கு நாம் ஒரு பட்டியலே தயாரிக்கலாம். இவற்றில் காணப்பட்ட மனிதக் கூருணர்வுகள், பழிவாங்கல்கள், குற்றங்கள், தண்டனைகள், ஆண்டான் x அடிமை விவகாரங்கள், வீரம், விவசாயம், மென்மையான காதல், சடங்குகள், வழிபாடுகள் அல்லது பெண்கள் பற்றி பின்னப்பட்ட பரத்தமை x குலப்பெண் பிம்பங்கள், சாதிய வழக்காறுகள் யாவும் ஒரு பெருமித அழகியலை அதன் தன்னிலைப் பண்புகளின் மெய்மையைத் தவறவிட்டே புனைவுகளாகவும் ஆசிரிய அதிகாரப் பிரதிகளாகவும் பெருக்கிக் கொண்டன. இளம் பிராயத்தில் இவற்றை வாசிக்கும் ஒருவர் தன் மன அமைப்பை இவ்வகையிலேயே உருவாக்கிக்கொள்கிறார். அவரது புலன்களின் தன்னிலையைக் காயடிக்கும் சொத்துடமை சார்ந்த இத்தகைய சாதிய எழுத்துகளில் இருந்தே தன்னை, தன்பக்கத்து வீட்டுப் பெண்களை, தெருவை, நிலத்தை, தாவரங்களை ஒருமையாக தனக்குள் ஆற்றுப்படுத்திக்கொள்கிறார். ஆற்றுப்படுத்திக்கொள்ளுதலே நதியின் மூலத்திலிருந்துதான் வருகிறது. ஏனெனில், இங்கு வேதங்கள், தத்துவங்கள், வர்ணங்கள், கோத்திரங்கள், குடும்பங்கள், வாழ்க்கைமுறை யாவும் நதிக்கரையில் இருந்தே தொடங்குகின்றன. அவை வறண்ட, பாலை நிலமக்களுக்கும்கூட தன் ஒருமைவாத நீதி நெறிமுறைகளைத்தான் நிர்பந்தப்படுத்துகின்றன. அதனாலேயே நதிக்கரையில் உருவான அத்தனை இலக்கியங்களிலும் காணப்படும் அழகியல், செவ்வியல் தன்மைகளைத் தாண்டிய நீதிநெறி அடிமைமுறைகளைப் புறந்தள்ளுவதோடு, அவற்றின் மேட்டிமைத் தன்மையான சொல்லாடல்களில் இருந்து நாம் அவசரமாக வெளியேற வேண்டியதிருக்கிறது. பெரும் நிலவுடமை சார்ந்த இனக்குழுக்களில் இருந்துதான் இத்தகைய எழுத்தாளர்களும் தோன்றினார்கள் என்பது தற்செயலானது அல்ல.

எல்லா நாடுகளிலும் உள்ள கல்விமுறைகளில் இவ்வகை இலக்கியங்களுக்கான அரசதிகாரம் மற்றும் அதன் வரலாறு தவிர்த்த, சமூகத் தன்னிலை ஆய்வுகள் ஏதும் இருப்பதில்லை. கல்வி நிலையங்கள் அழகியலையும் வாழ்வையும் பொருள் மதிப்பீட்டில் பிரித்துப் போட்டு விடுகின்றன அல்லது இவ்வகை இலக்கியங்களில் காணக் கிடைக்கும் தேசிய உருவாக்கத்திற்கான அடிமைப் பண்புகளை நல்லொழுக்க இறையாண்மையாக அவைகள் மேலலெழுப்பிக் காட்டுகின்றன. மேலும் அவற்றிற்கு விருதுகளும் வழங்கிக் கௌரவிக்கின்றன. அதிகம் கல்வி பயின்றவர்களைவிட, வாழ்வைப் பயணங்களின் வழியே ஊடுறுவிப் போனவர்கள்தான் அல்லது நாடோடித்தன்மை மிக்கவர்கள்தான் கலை இலக்கியத்தை அதன் இற்றுப்போன நிறுவனங்களுக்கு வெளியே இன்றும் தொடர்கிறார்கள்.

உரைநடை அல்லது புனைவெழுத்து போன்றவை சிந்தாந்தங்களின் மெய்மையின் மீதே தாம் உருவாகிக் கொள்வதாக பாவனை செய்கின்றன. ஆனால் அவற்றின் அரசியலோ நீதியின் பெயரால் வளமான நிலங்களையும் நீர் ஆதாரங்களையும் அல்லது அரசு நலன்களையும் குறிவைத்தே புனைவாகின்றன. ஆசிர்வாதிக்கப்பட்டவர்களையும் அல்லது சொத்துடமையாளர்களையும் x ஒடுக்கப்பட்டவர்களையும் நிலமற்றவர்களையும் நதிகள் தங்கள் அருகருகே வைத்து கணக்குத் தீர்த்துக்கொண்டு வந்திருக்கும் பல நூற்றாண்டுகால புனைவெழுத்துகளை அதன் அடிப்படையைத் தகர்க்காமல் எப்படி ஒரு தீவிர வாசகன் பின்தொடர முடியும். இன்று இந்தியாவில் எழுதப்படும் எல்லா வகைப் படைப்புகளும், அடித்தள மக்களுக்கு எதிராக அவற்றின் சொந்த சாதியப் பெருமிதங்களுக்கும் அதன் அரசியல் அடிப்படைகளுக்காகவே திட்டமிட்டு எழுதப்படுகின்றன.

ஏனெனில், இன்று இந்திய சாதியங்கள் பல்வகைப்பட்ட தேசிய இனக்குழுக்களாக மாற்றுருவாக்கம் பேசுகின்றன. சாதியைத் தகர்க்காமலே தேசிய இனமாக தங்களை வரையறுப்பதால் ஏற்படும் ஆபத்துகள் பயங்கரமானவை. முற்றிலும் தலித்தியத்திற்கும் பெண்களுக்கும் எதிரானவை என்பதை நாம் புரிந்துகொள்ள வேண்டும். பெருங்கதையாடல்களான மதவாதம், ஜனநாயகம், சோசலிஸம், மார்க்சியம் போன்றவை தகர்ந்திருக்கும் இந்நாளில், சிறுகதையாடல் களாக இந்தியச் சாதியம் ஒரு பின் நவீனத்துவ பாவனை செய்கிறது. எல்லாச் சாதியினருக்கும் அதிகாரத்தில் இட ஒதுக்கீடு செய்த ஒரு மாநிலக் கட்சி தேர்தலில் வெற்றி பெறுகிறது. இது இத்துத்துவா என்ற பெருங்கதையாடல் தன் நனவிலியில் மறைந்திருந்து அதிகாரத்தில் மீண்டும் தனது மாறா உறுப்புகளான மேல், இடைநிலைச் சாதிகளின் வழியே பெரும்பான்மை அதிகாரத்தை உறுதிசெய்து கொள்வதைத்தான் காட்டுகிறது. மீண்டும் மதவாதமும் நிலவுடமையும் நவீன வடிவம் பெறுவது தலித் மற்றும் பெண்களின் விடுதலையை எல்லா மட்டத்திலும்

கட்டுப்படுத்தவே செய்யும் என்றளவில், தலித்துகளும் பெண்களும் எழுதும் எழுத்து இன்று மிக முக்கியமானதும் அவசியமானதும் என்றுகூட நாம் தொடரலாம். இவ்விரண்டு வகைகளுக்குத்தான் எழுத்தும் இலக்கியமும் இன்னும் மொழிவழியே மிச்சமிருக்கிறது என்பதை நாம் உறுதியாக, புதியதாக, மகிழ்ச்சியாக, இனம் காண வேண்டும். கன்னட, மராட்டிய தலித் எழுத்துகள், நாவல்கள், படைப்புகள்தான் சூழலில் மாற்று கவனத்தைக் கொண்டுவந்தவை என்று இந்திய மேட்டிமை இலக்கியத்திற்கு வெளியே நாம் அவற்றை அடையாளப்படுத்தலாம். உச்சாலியா, குலாத்தி பழிக்கப்பட்டவன், என்ற அளவில் பழங்குடித் தன்மைகளும் சுதந்திரமும் வலியும் உழைப்பும் தண்டனையுமாக வாழ்ந்த இவர்களின் வாழ்வு, நதிக்கரை மட்டுமல்ல கிராம, நகர வீதிகளிலும் எப்படி மறைந்து நெளிந்து உருவானது என்பது காந்திய சத்திய சோதனைகளையும் விஞ்சக் கூடியது. ஆக, எந்த ஒரு தேசிய சமூகத்தின் கதாநாயகனும் அதிகாரத்தை இடம் மாற்றிக் கொடுக்கலாமே ஒழிய, ஒடுக்கப்பட்டோரின் அடிமைத்தனத்தை மீட்டெடுத்ததாக வரலாறு இல்லை.

இன்று உலகின் எல்லா நதிக்கரைகளிலும் தொழிற்சாலைகள் பெருகிவருகின்றன. எல்லா நதிகளும் தங்கள் செவ்வியல் கதைகளை இழந்து, இராசயனக் கழிவுகளையும் குப்பைகளையும் கொண்டு மாசுபட்டுப் போயிருக்கின்றன. இத்தகைய பின் காலனித்துவ தொழிற்புரட்சிக்கும் மின்னணு ஆற்றல் தொலை தொடர்புகளுக்கும் இடையே புனைவெழுத்து எதை நோக்கிப் போக முயல்கிறது என பார்க்க வேண்டியதாயிருக்கிறது.

‘ஒக்காங்கோ’ என்ற ஆப்பிரிக்க பழங்குடி மனிதனை வைத்து சிதைவுகள் என்ற நாவலை எழுதிய ‘சினுவா ஆச்பே’ இன்று ஒரு ‘PRE INTERNATIONAL WRITER’ ஆகக் கணிக்கப்படுகிறார். நவீன காலனியம் எவ்வாறு பழங்குடிகளைச் சிதைத்து அதன்மேல் அரசுருவாக்கத்தை இட்டு நிரப்பியது என்பது இதன் மூலச் செய்தி. இதுவன்றி கூட்ஸி, கூகிவா தியாங்கோ, வோல் சோயிங்கா, சீமமெண்டா அடிச்சி போன்றவர்களின் கறுப்பின எழுத்துகள் மற்றும் அமெரிக்காவில் தற்போது Roots என்ற பெயரில் வந்துள்ள செவ்விந்திய எழுத்துகள் ஆஸ்திரேலிய பழங்குடிக் கதைகள் யாவும் எதைப்பற்றி பேசுகின்றன. இவை சூழலில் ஏன் புதிய வகையாக இன்று கவனிப்பைப் பெறுகின்றன என நாம் பின்தொடர வேண்டியது அவசியமானது.

மேற்சொன்னவர்களின் எழுத்தில் இன்றைய நவீன மாற்றங்கள், தொழிற்புரட்சிகள், வளர்ச்சிகள், சாதனைகள், எதுவுமே பதிவாவ தில்லை. ‘ஒரு காலத்தில் இஸ்ரவேலில் மன்னர்கள் என்று யாரும் இல்லை. மக்கள் தங்களுக்குத் தோன்றியதைச் செய்தார்கள்’ என்பது மாதிரி, கட்டமைக்கப்பட்ட நவீன அரசுருவாக்க விதிகளில் இருந்து

எதையும் எடுத்துக்கொள்ளாமல் பழங்குடி நம்பிக்கைகளில் இருந்து நிலத்தையும் இன்று பகுத்தறிவிற்கும் அதன் நவீன சுமைகளுக்கும் கடன்பட்டுப் போன மனிதத் தன்னிலையை மீட்டெடுக்கும் ஆதியுகத்தின் விழுமியங்களுக்கு, தானியங்களுக்கு, கலாச்சாரங்களுக்கு மேற் சொன்னவர்கள் புதிய முகம் கொடுக்கிறார்கள். இன்றைய ஒற்றை நகல் உலகத்திற்கு மாறாக, அதன் மக்களை ஏமாற்றும் வர்த்தக போலித் தகவல்கள், ஏமாற்றுகள், கொள்ளையடிப்புகள் போன்றவற்றில் அமுழ்ந்திக்கிடக்கும் மானுட மன அழுத்தங்களுக்கு எதிராக, இவர்களது எழுத்தில் பழைய வாழ்முறைகளின் மெய்மையான தோற்றுவாய்கள், நம்பிக்கைகள், பூமியின் மீதான இறைமைகளாகத் துலக்கம் பெறும்போது, எங்கோ வழிதவறி வந்துவிட்ட நமது மோசடியான நூற்றாண்டுகளைச் சபிக்கத் துவங்குகிறோம். வாழ்வு, குற்றம், மரணம் என்ற நெருக்கடியில்லாமல் வெள்ளந்தியாக எதையும் கடக்கும் வெகுளித்தனங்கள் அவர்கள் வாழ்வின் தன்னிச்சையாக, விருப்ப வேட்கையாக குற்றமற்று இருப்பதை நாம் அறிய முடிகிறது. அத்துடன் இன்றைய வளர்ச்சியின் மீது பழங்குடி மாயங்களில் இருந்து சாபங்களை அள்ளி வீசவும் எச்சிலை உமிழ்ந்து நிராகரிக்கவும் ஆன தொன்ம இறைமைகளை அவர்கள் மீட்டெடுக்கிறார்கள்.

ஆப்பிரிக்க நிலங்களில் இருந்து உலகின் பல்வேறு பகுதிகளுக்கு பரவிச் சென்ற மனிதத் தகவமைப்பு எவ்வாறு நவீனத்துவ வளர்ச்சியின் பிடியில் சிக்கி தங்களின் மனிதத் தன்னிலையைத் தொலைத்துக் கொண்டுவிட்டது என்பதுதான் இவற்றின் மீநிலைச் செய்தி. நவீன காலனியங்களுக்கு எதிரான இவ்வகைப் பழங்குடி எழுத்துகளை இன்றைய சார்புகளில் இருந்து மீட்டெடுத்து மாற்று அழகியல்களாக இவர்கள் விரிக்கும்போது நம்மை ஏக்கம் பிடித்தாட்டுகிறது.

18, 19, 20ஆம் நூற்றாண்டுகள் பூமியை எவ்வாறு வடிவமைத்தன எனப் பார்த்தோமானால் யுத்தமும் மனிதப் பேரழிவும் நாட்டு எல்லைகளை வகுக்கவும் ஆதிக்க வரலாற்றை நிலைநாட்டவும் லட்சியங்கள், சாகசங்கள், அறிவியல்கள், சாதனைகள் என்ற பெயரில் இன்று பூமியை ஐநூறு முறை அழிப்பதற்கான சாதனங்களைக் கண்டுபிடிப்பதிலுமாக வந்து முடிவடைந்திருக்கின்றன. மேலை ஐரோப்பிய தத்துவார்த்த கலை இலக்கியத்தை வளர்த்தெடுத்த ஜெர்மனி, மனித இறையியல் விடுதலையை பேசிய பிரெஞ்ச் இலக்கியங்கள், மதத்தையும் ஏகாதிபத்தியத்தையும் மறுத்து மாய யதார்த்தத்தை நிறுவிய லத்தீன் அமெரிக்க அரசியல் எழுத்துகள், ரஷ்ய சோஸலிச உளவியல் மற்றும் பாட்டாளி வர்க்க அழகியல் எழுத்துகள், பிரிட்டன் இடதுசாரி எழுத்துகள் என பெரும் படைப்பாளிகளால் எழுதப்பட்டு வந்தும் அவைகள் சமூக உருவாக்கம் பற்றிய தாக்கங்களில் எத்தனை தரிசனங்களைக் கண்டுபிடித்திருந்தாலும் அவற்றால் மனிதத் தன்மையை அரசியல்படுத்த முடிந்ததே தவிர, அரசதிகாரத்திலிருந்து மனிதத்

தன்னிலையை வெளியே மீட்டு, படைப்புகளை உருவாக்க முடியவில்லை.

ஆனால், பலகாலம் இருண்ட கண்டமாக தன்னில் இருந்து வெளியேறிவிட்ட மனிதக் கூட்டங்கள் போக பழங்குடித் தன்மையை நம்பி தன்நிலத்திலேயே வாழ்ந்த ஆப்பிரிக்க இனங்களுக்குப் போனவர்கள் வேறுவேறான தோற்றுவாய்களுக்காக மீண்டும் தம்மைத் தேடி வருவார்கள் என்று இன்று தெரிந்திருக்கிறது. அப்படி இல்லாமலா ஆப்பிரிக்க பழங்குடி இசையை அமெரிக்க, ஐரோப்பியர்கள் அபகரித்து அனுபவித்து மகிழ்ந்தார்கள்? என்ன வளர்ச்சியடைந்தாலும் பொருட்களுக்கு வெளியே ஆப்பிரிக்க அடியுறை ஜீன்கள்தானே எல்லோர் உடலிலும் இருக்க முடியும். அந்த உடலின் கலையை, இன்று நாம் மேற்சொன்ன எழுத்தாளர்கள்தான் அனைத்திலும் விலகிவந்து, மனிதத் தன்னிலைமெய்மையாக எடுத்துக் காட்டுகிறார்கள் என்றளவில், வருங்காலத்தில் மனித இனத்தை புதியதாக வடிவமைக்கும் தோற்றுவாய்கள் கறுப்பிலக்கியத்தில் துலக்கம் பெறுமென நாம் மகிழ்ச்சியாக ஒப்புக்கொள்ளலாம். மேலும் ஆப்பிரிக்காவே, புதிய இலக்கியத்தின் நிலமாக இன்று இருக்கிறது என்பதும் உண்மை. மற்றபடி இன்றைய நாகரிகம் என்பது மனிதத் தன்மையற்ற போலி வரலாற்று அரசதிகாரவாதமாக மாறிவிட்ட நிலையில், பழங்குடித் தீனியைத் தின்றுவிட்டுத்தான் இன்று அவைகள் நவீன ஆட்டம் போடுகின்றன. விளம்பரப் படங்கள் முதல் வியாபாரத் தளங்கள் மற்றும் மிக வளர்ச்சியடைந்த ஹைடெக் குழுமங்களின் கட்டடங்கள் யாவற்றிலும் ஒரு பழங்குடி அடையாளம் தொடர்ந்து வருவதை நாம் உற்றுக் கவனிக்க வேண்டும். எல்லாக் கலைவடிவத்தின் மூல ஊற்றாக இருக்கும் பழங்குடித்தன்மையை முற்றிலும் அழித்துவிடத்தான் இன்றைய நவீன அரசுகள் அவற்றின் நிலங்களைப் பறித்து அவர்களை விரட்டுகின்றன அல்லது அவர்களை நாகரிகப்படுத்துகின்றன. பழங்குடிகளை வணிகச் சந்தையில் வாங்குபவர்களாக கரைத்துவிட அவர்கள் மீது நடக்கும் அரசு மற்றும் தனியார் வன்முறைகள் கணக்கிலடங்காதவை. இன்றுவரை பழங்குடிகளுக்கும் பெண்களுக்கும் தலித்துகளுக்கும் எதிரான குற்றங்களுக்குக் காரணம் வணிகச் சந்தைகளும் நதிக்கரையோரத்து ஆதிக்க இனக் குலப்பெருமைகளும்தான்.

இன்று நதிமீதான வாழ்வு அதன் நிலங்களோடு விலைபடும் இடத்தில் என்ன வகை புதிய அழகியல்களை, நம்பிக்கைகளை உருவாக்க முடியும் என்பதை பின் காலனிய இலக்கியங்களுக்குள் தேட வேண்டியிருக்கிறது. ஜுலியா கொர்த்தஸர், ஜுலியா கிறிஸ்தவா, ஜுடித்பட்லர், இடாலோ கால்வினோ, போர்ஹே, மார்க்வெஸ், இவான் ருல்பொ, குந்தர் கிராஸ் போன்றவர்களின் எழுத்துகள் தாராளமாக அறிமுகம் ஆகும் இன்றைய வாசிப்புக் காலங்களில் அவற்றின் அரசியல் தன்மைகளையும் புதிய தாராளவாத மனித மாற்றங்களையும், ஆண் x பெண் சிக்கல்களையும் நம்மால் எளிதில் உணர முடிகிறது. எதையும் சுமைகளற்று

எளிமையாக்கிக் கடந்துவிடவும் நம்மைத் தயார் செய்கிறது என்பது ஒரு பக்கம். மேலும் அவை வலைத்தளங்களால் சூழப்பட்டு மையமற்றுப் போய்விட்ட மனிதனையும் கையாலாகாத வன்மங்களையும் நவீனயுகத்தின் ஆண்மை x பெண்மை நீக்கங்களையும் பதிவு செய்கின்றன. குறிப்பாக, இன்றைய பெண் எழுத்துகளில் கணவன், தந்தை போன்ற ஆண் ஆதிக்கக் குறியீடுகள் தகர்த்து எறியப்படுகிறது.

எளிய மக்களின் இருப்பின் மீது வளர்ச்சி என்கிற வன்முறையை வலியைப் போல ஏவிவிடும் விஞ்ஞான பகுத்தறிவுவாதிகள் மற்றும் அவர்களுக்குத் துணைபோகும் அரசு நிர்வாக எந்திர மனிதர்கள் எந்த மெய்மையையும் தங்கள் நலன்களுக்கு மேல் பரிசீலிக்கமாட்டார்கள் என்பதற்கு கடந்த பல நூற்றாண்டுகள் சாட்சியமாக இருக்கின்றன. இவர்கள் அனைவரும் நதிக்கரையோர நாகரிகத்தின் முந்தைய கால தொடர்ச்சியிலிருந்து இன்றுவரை மாறாத ஒரு சமூக ஒழுங்கை பொதுப்புத்தியில் நிர்வகித்து வருபவர்கள் என்பதை நாம் மறந்துவிடக்கூடாது. இவர்களின் நல்லிணக்க சமய நம்பிக்கைகள் யோகா மற்றும் ஆன்மநேய கேலிக்கூத்தான மனிதாபிமான கண்ணோட்டத்தின் கீழ் இன்றைய இந்தியாவில் 80% சதவீதம் பேர் குறைந்த வருமானத்தில் வாடுகிறார்கள் என்பதுதான் ஒளிரும் தரிசனம் கண்ட மெய்யியலாக இருக்கிறது.

மேற்சொன்ன சிந்தாந்தங்களுக்கு வெளியே எல்லா இயற்கைத் தன்னிலைகளையும், அவற்றின் வெளிறிப் போன நோய்மைத் தன்மையிலிருந்து (மனிதன் உட்பட) அனைத்தையும் மீள் உருவாக்கம் செய்ய கலை இலக்கியங்களைத்தான் நாம் நம்பவேண்டியதிருக்கிறது. இலக்கியம் மட்டுமே தன்னிலைகளின் நனவிலிகளை நவீனத்தில் மறைத்துக்காட்டும் மொழியின் பல்திறப்பட்ட தோற்றுவாய்களை விளையாட்டாய்க் (Fantasy) கொண்டிருக்கிறது.

அதென்ன தனிச்சிறப்பான தன்னிலை? என்று நாம் ஒரு கேள்வியை எழுப்பினால் இதற்கு முன்பு "மனிதன் என்று கருதுகோளைக் குறிப்பதற்கு பயன்படுத்திவந்த மனிதம், போதம், சுயபோதம், ஆன்மத்தத்துவம், சுயம், தனித்தன்மை, இருப்பு, தான், புத்தி, ஆன்மா சித்து, சார்பற்ற தத்துவம் அல்லது இவற்றை ஒத்த அனைத்துச் சொற்களிலும் மெய்யியல் தன்மையின் சாயல் நிச்சயமாகக் காணப்படுகிறது என்று புதிய தத்துவ அறிஞர்கள் வரையறுக்கிறார்கள். இத்தகையச் சொற்களில் (கவனிக்க; சொற்களில்) முற்சார்பான அதாவது, முன்பே கற்பிதம் செய்யப்பட்ட ஏதோ சில அர்த்தங்கள் மறைந்துள்ளன என்பது இதன் சாரம் புதிய தரிசனங்கள் மனிதன் என்ற கருதுகோளை 'தன்னிலை' என்ற சொல்லால் (மறுபடியும் வேறு சொல்) குறிக்க விரும்புகின்றன. காரணம் முன்னர் கூறிய மற்ற சொற்களில் முதலிலேயே கற்பிதம் செய்யப்பட்ட அர்த்தங்கள் கலந்துள்ளன. ஆனால் தன்னிலை

கலப்பற்றதும் சார்பற்றதுமான ஒரு சொல், முன்பிருந்தே வழங்கிவரும் எந்த ஓர் ஆன்மீக, சமூக, இனவழி, பால், அறிவு, அல்லது உணர்ச்சிசார்ந்த அர்த்தத்திற்கும் இதில் இடமில்லை. மனிதன் மற்றும் வாழ்க்கை பற்றி விசாரணை செய்யும்போது, நாம் சிந்தாந்தபூர்வமாக ஏற்றுக்கொண்டு வந்துள்ள முன்பு கற்பிதமான எல்லாக் கருதுகோள் களிலிருந்தும் விலகிய சொல்தான் இந்தத் 'தன்னிலை' என இதற்கு ஓர் ஆய்வு நிலையையும் புதிய தரிசனவாதிகள் இடப்படுத்துகிறார்கள்.

இதிலிருந்து என்ன தெளிவாகிறது என்றால் 'மனிதன் பற்றிய பிரச்சினை குறித்து சிந்தனை செய்வதற்கு முன்பு நம் சித்தத்தில் குறிப்பிட்ட வர்ணங்கள் பதிவு செய்துவந்த கருதுகோள்களைப் புறக்கணிப்பது அவசியமாகிறது. இதன் பிறகுதான் நாம் தன்னிலை என்று குறிப்பிடப்படுவது யாது, மானுட போதத்திற்கும் யதார்த்தத்திற்கும் அதேபோல் மானுடப் பிரக்ஞைக்கும் இலக்கியத்திற்கும் உள்ள உறவு எத்தகையது என்ற விசயங்கள் குறித்து சிந்தனை செய்ய முடியும்'. மீண்டும் நாம் ஞாபகப்படுத்திக்கொள்வோம்: மேற்சொன்ன மனிதக் கருதுகோள்களை போதமாக்கி மனிதத் தன்னிலையைக் காண ஒட்டாமல் அதன்மேல் கருத்துக் குவியங்களைச் சுமையாக ஏற்றியவர்கள் இந்த நதிக்கரையோரத்து ஃப்யூடல் சிந்தனையாளர்கள் என்பதை நாம் மறந்துவிடக்கூடாது.

தன்னிலையை மீட்டெடுக்காமல் இருப்பது என்பது தேர்வு செய்யாமல் இருக்கும் நிலையையும் விருப்பத் தேர்வின் மீதான அச்சத்தையும் எப்போதும் பிறரின் யோசனைகளுக்குக் கீழ் நாம் அடிமைத்தனமாக வாழ்வதையும் உறுதிப்படுத்துகிறது. அதாவது 'மொழியின் உதவியுடன் எந்த அளவிற்கு நாம் இருப்பை உணர்கிறோமோ அந்த அளவிற்குத்தான் நம் இருப்பு பிரசன்னமாய் இருக்கும்' என ஹைடெக்கர் கூறுகிறார். அதனடிப்படையில் 'எப்போதும் மொழி பேசுகிறது; மனிதன் அல்ல, சிந்தனை சிந்திக்கிறது; சிந்தனையாளர் அல்ல அல்லது இலக்கியம் எழுதுகிறது; இலக்கியகர்த்தா அல்ல' என்று படைப்பாளியின் மரணம் பற்றிப் பேசிய ரோலன் பார்த் மூலம் மொழியின் கற்பிதமான அமைப்பினைத் தாண்டி அல்லது அதன் அர்த்தத்தின் முன்கூட்டிய கற்பிதங்களுக்கு வெளியே அதைப் பின்பற்ற வேண்டிய அவசியம் ஏதுமற்று அனைத்தையும் தன்னிலையாக மீட்டெடுக்கும் இடத்திற்கு தாராளமாக பெருமூச்சுவிட்டு வந்து சேர்கிறோம். மொழியின் ஆட்ட விதிகளுக்கு வெளியே 'தன்னிலையை' அறுத்துக்கொள்ளாவிட்டால் சொற்களின் முன்பு அல்லது அதன் மோசமான அதிகார அர்த்தத்தில் சிக்கிவிடுவோம் எனவும் இதை விரிக்கலாம்.

இப்படித்தான் நாம் பேசும் எல்லா மனிதத் தன்னிலைகளையும் அரசியல் நனவிலிகளாக மொழிக்குள் அடையாளம் காட்டுவதில்

அல்லது எளிய மக்களை அரசியல் தன்னிலைகளாக, மொழியின் அதிகாரப் பிடியிலிருந்து வெளியேற்றி (பெண்கள், சிறுபான்மையினர், தலித்துகள்) அவர்களை மொத்தத்துவத்தில் இருந்து வித்தியாசமாக, மாற்றாக இனங்காணுவதில் அரசியல் மயமாகிறோம். இம்மாதிரி நிலைகளுக்கான புதிய தத்துவ ஆதாரங்களை "நாவல் இலக்கியத்தில் ஜாய்ஸ் மற்றும் காஃப்காவிடம் நாம் அடையாளம் காணுகிறோம். இக்கதைகளின் மிகப்பெரிய நெருக்கடியே அடையாளம் தேடும் நெருக்கடிதான். கதை மாந்தர்களை மிக அதிகமாகத் துளைத்தெடுக்கும் பிரச்சினை 'நான் யார்' என்ற கேள்விதான்".

இப்போது 'தாராள மனப்பான்மை கொண்ட மானுடவாதத்தின் மகிழ்ச்சியான கணங்களைச் சந்தேகக் கண்கொண்டு (வஞ்சனை) பார்க்காமல் எவரும் இருக்க முடியாது' என்று டெரி ஈகிள்டன் கூறுகிறார். இந்திய இடதுசாரி செயல்பாடுகள் அரசு மற்றும் தனியார்த் துறைகளில் பேரளவு சம்பளம் பெறும் தொழிலாளர் வர்க்கத்தை பாட்டாளி வர்க்கச் சமூகமென வரையறுத்தபோது, அந்த வெள்ளைக் காலர்களின் வாங்கு திறனைக் கண்டு சந்தையில் வியந்துபோன, உதிரிகள் மற்றும் அடித்தள மக்கள் அவர்கள் உண்மையில் யாருக்காகப் போராடுகிறார்கள் என சந்தேகமும் அவநம்பிக்கையையும் அடைந்ததை இவ்விடத்தில் குறிப்பிடத்தான் வேண்டும். ஏன் எனில் இவர்களும்கூட நதிக்கரையோரத்து நீதிகளை தங்கள் சாதியத்தால் நனவிலிக்குள் அதிகமாகக்கொண்டிருந்தார்கள் எனக் குற்றம் சாட்டுவது ஒன்றும் அறம் மீறிய கலகமாக இருக்கமுடியாது, இப்படி 'மனித இயலும் அதன் நெருக்கடியும் உலகெங்கிலும் பிரிக்கமுடியாதவை எனும்போது இலக்கியத்திற்கான அர்த்தச் செயற்பாங்கு வாசகனுள் நிகழும் தர்க்கத்துடன் இணைந்தது. ஆகவே, இலக்கியத்தின் அரசியற் பரிமாணத்தை மறுப்பது இனிச் சாத்தியமில்லை' என்றளவில் 1985க்கும் முன்பான தமிழ் முற்போக்கு இந்திய இலக்கிய சவடால் நாவல்கள், அதன் விருதுகள், அனைத்தையும் போதம், சித்தாந்த சுயபோதம் வகைப்பட்ட வன்முறைசார்ந்த நவீனத்துவ சாதியப் படைப்பு வெளியாக வரையறுத்துவிட்டு அவற்றை இந்திய நதிக்கரையோர நீதி நெறி முறைகள் அடங்கிய தண்டனைப் பிரதிகள் என்று சொல்லி வெளியேறியும் விடலாம். சுருக்கமாக நாம் நம்பிவந்த இந்திய இடதுசாரிகள்கூட, மெய்யியல் ரீதியாக நிலவுடைமை அழகியலின் பிடிவாதமான ஆண்மையவாதிகள்தான் என்பதில் நமக்கு ஏதும் சந்தேகம் வேண்டியதில்லை.

பிறகு 'முழுமையான சத்தியம், மனித சுதந்திரம், இனப் பிரிவுகளற்ற சமூகம், முன்னேற்றம், மகிழ்ச்சி, அமைதி, ஆனந்தம் பற்றிய அழகிய கனவு போன்ற நவீனத்துவத்தின் பெருங்கதைகள் எல்லாமே இன்று கேள்விக்குரியதாகிவிட்டன. இன்றைய சமூகம் ஒரே தன்மை கொண்டதாக இருக்க முடியாது என்ற அளவில் இப்போது

நிறுவனங்களின் கடவுள் 49

பல்திறப்பட்டதும் பன்முகமானதும் பல்வேறு கூறுகளுக்கு இடமளிப்பதாகவும் உள்ள சமூகம் இருப்பிற்கு வந்துவிட்டது' என்பதை நாம் கவனிக்க வேண்டும்.

இத்தகைய தன்மைகளுக்கு ஒரே லட்சியம், தேசிய இறையாண்மை, நல்லிணக்கம், எனத் தொடர்ந்து பேசிவரும் இன்றைய அரசுகள் லாயக்கற்றவை என்றும் அவை முற்றிலும் அகற்றப்பட வேண்டியவை என்றும் சமஸ்டி முறையிலான அதிகாரப் பரவலாக்கம் அதன் அனைத்து வகை வட்டாரத் தன்னிலைக்கும் இடமளிக்கக் கூடியதாக இருக்கும் பட்சத்தில், அத்தகைய அரசதிகாரமற்ற விடுதலைக்கு சிந்திக்கும் அறிவுஜீவிகளுக்கான இடத்தைத்தான் நாம் மாற்று வடிவங்களாக அல்லது புதிய ஜனநாயகமாக (எவ்வளவு கேலிக்கூத்தான சொல் எனினும்) மாற்று இருப்பாக கோரிநிற்கிறோம் என்பது இதன் இடையூடு.

அந்த அளவில் முற்போக்கு இலக்கியமானாலும் சரி, (அவான் கார்டே என்கிற குறியீடு இன்று F.TV போன்ற வர்த்தகப் பாலியல் சேனல்களில் பயன்படுத்தப்படுகிறது) ஆன்ம போத மெய்யியலை நிலைநாட்டிய புனைவு எழுத்துகளாயினும் சரி, (ஹெர்மன் ஹெஸே எழுதிய சித்தார்த்தா போன்ற நாவல்கள்) லட்சியவாதத்தின் அல்லது பிறப்பு x இறப்பு என்ற சித்தாந்தத்தின் அடிப்படையில் அமைந்த இவற்றை மேலும் வரலாற்றுப் பயணம் முன்னேற்றப் பாதையில்தான் செல்கிறது என்பதை இன்றுவரை நிரூபிக்கத் துப்பில்லாத போலிப் பிரதிகளாக அடையாளம் காட்டி நாம் கடந்துவிடலாம்.

ஒரு காலத்தில் நவீனத்துவப் பிரதிகளில் உலகைக் கவர்ந்த டால்ஸ்டாயையும் தஸ்தாயேவ்ஸ்கியையும் பற்றிய தனது அபிப்பிராயத்தில் 'இந்த இரண்டு கிழவர்களின் நூல் எதையும் எனது நூலகத்தில் வைப்பதில்லை' என்று கூறிய நபக்கோ, புதிய சிந்தனையில் துணிவும் தாராளமும் குற்றத்தன்மையுமற்ற தனது மன மாறுதலை 1960களிலேயே தெரிவிக்கிறார்.

இன்றைய 'இலக்கியம் ஃபாஷன் மோகம்கொண்ட நவீனத்துடன் ஒட்டாமலும் ஃபார்முலாத்தனமான முற்போக்கு வாதத்துடன் ஒட்டாமலும் புதிய வெளிகளை வட்டார பழங்குடி மற்றும் மையம் இழந்தவர்கள், நாடோடிகள், பெண்கள் மற்றும் உலக அளவில் கறுப்பர்கள் இந்திய அளவில் தலித்துகள் போன்றவரிடையே துவங்க முயல்கிறது. ஏன் எனில் புதிய படைப்பு வெளி என்பது வாசகனை படைப்பாளியிடம் இருந்து விடுவித்து மொழியுடன் நேரடியாக உறவுகொள்ள வைக்கிறது அல்லது வாசகனும் மொழியும் அதிகாரத்திற்கு வெளியே முதன்முதலாக உறவுகொள்கிறார்கள் என்பதுதான் பன்முகத்தன்மைகொண்ட பார்வையாகிறது. நதிக்கரையில் வாழ்ந்த மாறாநிலைத் தன்மையை மனமயக்கங்களாககொண்ட மேட்டுக்குடி எழுத்துகளுக்கு எதிர்முகமாக, நசுக்கப்பட்ட துன்புறுத்தப்பட்ட

மக்களுக்கான இலக்கியம் என்பதுதான் பின் காலனித்துவ இலக்கியமாக புரிதலுடன் நமக்கு மெய்யாகவே அறிமுகமாக முடியும்.

குறிப்பு 1. இந்திய மக்களின் மன அமைப்பில் நதிகள் பற்றிய புனிதத்தன்மையை அகற்றுவது என்பது எளிதான விஷயமல்ல. மகாமகத்திலிருந்து, காசி யாத்திரைக்கான கங்கை வரையில் நதிகளை வணங்குவதும் முன்னோருக்கு திதி கொடுப்பதும் அதன்மூலம் நதிநீரை மாசுபடுத்துவதும் இந்தியச் சமூகத்தின் சடங்கியல் திட்டமாக இருக்கிறது என்றாலும் உலகில் எல்லாமதத்தினரும், அறிவொளி மக்களும்கூட நதிக்கரைகளை அவரவர் வழியில் அசுத்தப்ப்டுத்துவதில் சளைத்தவர்கள் அல்ல.

குறிப்பு 2. நதிக்கரையில் கட்டப்பட்ட கோவில்களும் சத்திரங்களும் வேதபாடசாலைகளும் சமய வீடுகளும் சாஸ்திர ஜோதிட நிலையங்களும் இன்றும் இந்தியாவிற்கு நிலவுடமைத்தன்மையையும் அதன் வழியே அரசதிகாரத் தொடர்பையும் இந்துத்துவமாக காட்டி நிற்பதை உறுதி செய்கின்றன.

குறிப்பு 3. இந்திய இசை, நடனம், பாடல்கள், திரைப்படங்கள், இலக்கியம், கலாச்சார உடைகள் என உலகளவில் அறிமுகமாகி இருக்கும் இந்திய அடையாளங்கள், நவீன டெக்னோ கலாச்சாரத்தில் தங்கள் பழமைவாதப் பெருமிதங்களை கிளாசிக்குகளாகப் பேசியே அல்லது அவற்றை மேலைச் சமூகத்தில் விற்றுக்கொண்டே தங்களின் அதிநவீன வாழ்க்கையை கட்டமைத்துக்கொள்கின்றன. இவற்றின் சந்தை மதிப்பு வெளிநாடுகளில் புலம்பெயர்ந்த இந்தியர்களால் நிர்வகிக்கப்படுகிறது.

குறிப்பு 4. இந்தியாவிலிருந்து ஆங்கிலத்தில் நேரடியாக எழுதப்படும் நாவல்களில் மேற்கூறிய செவ்வியல் தன்மைகளோடு கூட்டுக்குடும்பக் கொண்டாட்டங்களும் கலையும் இசையுமாக வாழ்ந்த நதிக்கரை யோரத்து அழகியல்கள் பதியப்பட்டு அதனடியில் இந்திய அடிநிலை மக்களைப் பற்றிய அல்லது அவர்களது இருப்பை மறைத்துக்கொள்ளும் தந்திரங்களாய் மேலும் அவைகள் தொழிற்பட்டுவருகின்றன. கவிதை எனக்குத் தொழில் என்று சொன்ன பாரதியைக் கைவிட்ட நயவஞ்சகத் தலைமுறைகள்தான் இவர்களின் அடையாளம். இந்தியக் கிளாசிக்குகளில் மால்குடி டேஸ் எழுதிய ஆர்.கே. நாராயணனில் இருந்து இந்திய மத்தியதர வர்க்கத்திற்கும் அடித்தட்டு மக்களுக்கும் சிந்தாந்தங்கள் எழுதிய ஜெயகாந்தன்வரை எல்லாப் புரட்சிகர முற்போக்கு கிளாசிக் எழுத்தாளர்களும் இன்றைய வர்த்தகப் பின்னணியில் கேலிச் சித்திரமாகப் போனதுதான் உண்மை.

குறிப்பு 5. இந்திய காவிய, புராண, இதிகாச எழுத்துகளின் மோசடியான பிம்பநாயக உருவாக்கம் சார்ந்த மாய எதார்த்த எழுத்து வகைக்குப் பிறகு புரட்சிகரமான அரசியல் மேஜிக் ரியாலிச எழுத்து

இந்தியாவில் எம்மொழியிலும் உருவாகவில்லை என்பது, மேற்கூறிய புராண அதிகாரங்களை தகர்க்கமுடியாத உயர் சாதிய, மதப் புளகாங்கிதத்தை அடையாளம் காட்டுகிறது.

குறிப்பு 6. கல்கி, சாண்டில்யன் போன்ற போலி வரலாற்று நாவலாசிரியர்கள், தமிழன் எப்போதும் அவனது வீரத்தையும் காதலையும் புகழ்ந்தால் பணம் தருவான் என்கிற கலை இலக்கிய உளவியலைக்கொண்டவர்கள். சத்திரியர்களைப் புகழ்ந்து புரோகிதர்கள் 'உஞ்சவிருத்தியை' முடித்துக்கொள்ளும் சாகஸத்திற்காக, சோழப் பேரரசின் அதிகார வன்முறையை 'திருச்சாழல்' பாடி வணிக எழுத்துகளில் பணத்தை வெற்றிகரமாக சம்பாதித்தவர்கள் மேற்சொன்ன இந்த இருவர்தான். அவர்களுக்கு எவன் ஆண்டால் என்ன மகிமைப் பணம் வந்து சேர்ந்தால் சரி. இன்றுவரைக்கும் தன்னை வந்தியத் தேவனாய் புனைந்துகொண்டு காதலியின் முலைகள் மார்பில் அழுந்த கட்டியணைத்து இன்புறும் காளையாக குதிரையில் உணர்வுரீதியில் பவனி வருபவர்கள் மறத் தமிழனாய் இன்னும் இருக்கத்தான் செய்கிறார்கள். இவர்களை விட்டுவிட்டு இன்று புத்திசாலி பார்ப்பன இலக்கியம் புலம்பெயர்ந்துவிட்டது என்பது எவ்வளவு நகைமுரண்.

குறிப்பு 7. உண்மையில் இந்தியாவில் சாதி அற்றவர்கள் யார் எனில் அல்லது அதை மறைத்துக்கொள்ளும் புத்திசாலிகள் யாரெனப் பார்த்தால், தேர்தல் மூலம் அரசியல் அதிகாரத்தில் இடம் பெறுபவர்கள்தான். அவர்கள் தங்களின் சொந்தச் சாதி மனிதர்களைக்கூட பழங்குடிகளாகத்தான் பார்க்கிறார்கள். அவர்களின் விசுவாசத்தின் பொருட்டே அடிமைத்தனத்தோடு அவர்களின் நலன்களுக்கு உதவி செய்கிறார்கள் அல்லது ஓட்டு வங்கியாக தக்கவைக்க முயல்கிறார்கள். அதிகாரவர்க்கம் பாராளுமன்ற கூட்டுக் குடும்ப லட்சியத்தில் தன் சாதி மறைத்தே மூலத்தனத்திற்கு விசுவாசமாக இருக்கிறது. அதாவது உள்தேசியக் கூட்டில் சாதிய வடிவம், பன்னாட்டு அதிகாரக் கூட்டில் ஏகபோக வடிவம்.

குறிப்பு 8. இன்றுவரை எத்தனையோ மாற்றங்களுக்குப் பின்னும் பழங்குடிகள் தங்களுக்குள் இழந்துபோகாத விழுமியங்களாக மிச்சம் வைத்திருப்பவை இரண்டு. ஒன்று: விலங்குத்தன்மை. மற்றொன்று உயிர் வாழ்வதற்கு என தேவைக்குமேல் விரும்பாத வெள்ளந்தியான குணம். ஆதியில்கொண்டிருந்த இயற்கையினூடான அவர்களது உறவு, அதிகபட்சமாக விலங்குகளிடமிருந்தும் தாவரத் தொகுதிகளிடமிருந்தும் அந்நியப்பட்டிருக்கவில்லை அல்லது அவையாகவே இருந்தன. அத்தகைய விலங்குத் தன்மைமீது மதம் என்ற நிறுவனம் நிலவுடமை வழியே பெரும் வன்முறை செலுத்தி தன்னை வல்லாதிக்கமாக மாற்றிக்கொண்டது எனில், அவர்களின் தேவைமீது பொருளியல் கட்டுமானங்களை விஞ்ஞானப்பூர்வமாக நிறுவி தொழிற்புரட்சிவரை

கொண்டுவந்த பெருமை முதலாளித்துவத்தையும் மார்க்சியத்தையுமே சாரும். இவ்விரண்டும் அவனை முழுமனிதனாக்கும் முயற்சியில் பல சிந்தாந்தங்களை அவன்மேல் சுமத்தியவை. போக, அன்றைய பழங்குடிகளின் வாழ்விலிருந்து மாற்று தோற்றுவாய்களை சிந்திக்காமல் நவீன அரசு உருவாக்கத்திற்கென மிக அவசரமாய் செயல்பட்டவை. இன்றைய ஏகாதிபத்தியத்தின் அத்தனை மனித நெருக்கடிகளுக்கும் முன்நிபந்தனை விதித்த வகையில் ஒருபுறம் இவற்றுக்கு நியாயம் இருந்தாலும் தங்களை அறியாமலேயே அவற்றுக்கான அடித் தளமாகவும் இவைகளே இருந்தன. தேவைதான் மனித உடலை பரிணாமத்தில் வடிவமைத்தது என்றாலும் மிகப்பெரிய பொருளியல் பரிமாணங்களை உருவாக்கித் தருவது என்பது ஒருபோதும் மனிதத் தலைவிதியாகாது. அவன் உடல்மீது உழைப்பையும் நுகர்வையும் நிர்பந்தப்படுத்தியதுதான் அனைத்துக்கும் காரணம். இதற்கான பண்பாட்டு வடிவங்கள், பாலியல் ஏற்பாடுகள், மறுஉற்பத்திகளின் நம்பகங்கள் யாவும் கேலிக்குரியவை. மீண்டும் நாம் பழங்காலத்திற்கு திரும்ப முடியாதுதான். வரலாறு முன்நோக்கித்தான் செல்லும். ஆனால் அதன் அத்தனை சுமைகளையும் சுமந்துகொண்டு முற்றிலுமாக நமது நடத்தைவிதிகள் தீர்மானிக்கப்பட்டுவிட்ட உலகில் வாங்குவதற்காக உயிரோடு வைக்கப்பட்டிருக்கும் இன்றைய நிலைக்கு நாம் பெருமைப்பட்டுக்கொள்ளவா முடியும்.

இன்னும் நம்மிடையே பழங்குடிகள் வாழ்ந்து கொண்டுதான் இருக்கிறார்கள். இதிலிருந்தும் பல்வேறு விளிம்புநிலை வாழ்விலிருந்தும் நாம் முன்பே கண்ட வர்ணங்களை இழந்த தன்னிலைகளை அடையாளம் காணமுடியும். அந்தப்படியில் மரங்களையும் விலங்குகளையும்கூட இன்று புதிதாய்ப் பார்ப்பதுபோல நாம் அதிசயிக்கத்தக்கவகையில் கூட நடந்துகொள்ளலாம்.

இத்தகைய புலப்பாட்டுவழி என்பது காலகாலமாக பலகீன மானவர்கள் என்று அடக்கிவைக்கப்பட்ட பெண்களையும் தலித்துகளையும் பழங்குடிகளையும் மற்றமையாக புதிய தன்னிலைகளாக அடையாளம் கண்டு அவர்களூடான நமது அற இருப்பை தகவமைத்துக்கொள்ள மாற்றங்களைக் கொடுக்கும். மேலும் பெருகி நிறைந்து நம்மீது வன்முறை செய்யும் பொருள்களுக்கான பிரக்ஞையற்ற வேட்டையில் தொலைந்து கொண்டிருக்கும் நமது 'பிணத்தன்மைக்கு' ஒருவேளை அதுவே மீண்டும் உயிரூட்டவும்கூட நேரலாம்.

•

மத்தியதர வர்க்கத்துக் காதலும் மூலதனத்தின் கீழ் சோரம்போகும் இலக்கிய உற்பத்திகளும்

பரத்தமை இல்லையென்றால் சங்க இலக்கியத்தில் செவ்வியல் கிடையாது

வேசிகள் இல்லையென்றால் அதிகாரவர்க்கத்திற்கு அழகியலே கிடையாது

ஆண்மைக்குறைவில்லையென்றால் ஏகாதிபத்தியத்திற்கு அறங்கள் இல்லை

கடந்துபோன பிரிட்டிஷ் ஆட்சியின் கீழ் இந்தியாவில் உத்திரவாதமான சமூக மன அமைப்புகள் மற்றும் நிலைத்த வாழ்வின் பரிமாணங்கள் சிலவும் இன்றளவும் நீடித்து வருகின்றன அதில் மிக

முக்கியமானதாக ஒன்றைச் சொல்ல வேண்டுமெனில் அரசு அலுவலக, தனியார் கணக்கெழுதும் குமாஸ்தாக்களில் தொடங்கி அரசுத்துறை நிர்வாகம் சார்ந்த அதிகாரவர்க்கத்தையும் அதன் குறிப்பான சம்பளத்தின்கீழ் தங்கள் குடும்பங்களை பண்புத் தொகுதிகளாக கட்டமைத்துக்கொண்ட அதுவே விற்பனைச் சந்தைக்கு அதன் விலைகளுக்கு ஒத்திசைவான அமைப்பு என்று வர்ணிக்கப்பட்ட மத்தியதர வர்க்கத்தைத்தான் சொல்ல வேண்டும்.

அதில் வழக்கம்போல எல்லா ஆட்சி மாற்றங்களிலும் கல்வி அறிவு பெற்றிருந்த முதல் தலைமுறை பார்ப்பனர்களுக்கு அடுத்து மெக்காலே கல்வித் திட்டத்தின் மூலமும் அரசுப் பணித் தேர்வாணையங்களின் வழியாகவும், பல்வேறு இடைநிலைச் சாதிய அமைப்புகளும் பங்குபெற்று ஏறக்குறைய நாட்டின் அரசியல் அமைப்பின் ஓட்டு வங்கியாகவும் ஒரு தேசியப்பற்று மிக்க தொகுதியாகவும் ஒழுங்கு, நியாயம், சட்டம், மனசாட்சி போன்றவற்றில் அசைக்கமுடியாத நம்பிக்கைகொண்ட மையத் தொகுதியாகவும் ஒரு நூற்றாண்டுவ்ரை இந்தியச் சமூக அமைப்பின் இறைமை அடையாளங்களாகவும் நிலைபெற்றிருந்த மத்தியத்தர வர்க்கத்தை ஒட்டியே அரசியல்வாதிகள் முதல் மதக்குருமார்கள், நிறுவன வணிக மையங்கள், வங்கிகள், விவசாயம்சார்ந்த உற்பத்தி உறவுகள் யாவும் இயங்கி வந்திருப்பதையும் இதன் மதிப்பீடே இந்தியப் பொதுப்புத்தியாகவும் இருந்து வந்துள்ளது என்பதை நாம் ஒப்புக்கொண்டிருக்கிறோம். இவர்கள்தான் தங்களுக்கு மேல் மட்டத்தில் உள்ள பதவி, அதிகார, பணபலம் படைத்தவர்கள் சோரம் போகிறபோது அல்லது இரகசியமாகப் பொது ஒழுங்குகளுக்கு அடியில் தவறிழைக்கும்போது ‘குடிமி உள்ளவன் அள்ளி முடிகிறான். நாம் என்ன செய்வது? என்று கிசுகிசுப்பவர்களாகவும் தங்கள் கீழ்மட்டத்திலுள்ள கூலித்தொழிலாளர்களை பண்பற்ற, ஒழுக்கமற்ற, மோசடிக்காரரர்களாகவும் தூய்மையற்றவர்களாகவும் கற்பற்றவர் களாகவும் ஒதுக்கி மறைமுக அதிகாரத்திற்கு துணைபோகிற விசுவாசத்தையே நீண்டகால நடைமுறையாக்கி பொது நியாயத்தின் காவலர்களாக, கண்காணிப்பாளர்களாக இருந்து வந்திருக்கிறார்கள். இவர்களின் மாற்றமற்ற இறுகிப்போன நம்பிக்கைகள் அல்லது பழக்க வழக்கமாகிவிட்ட நினைவு மறதிகள், சகிப்புத் தன்மைகள், கையாலாகாத, முனைப்பற்ற ‘எதுவும் நம் கையில் இல்லை’ என்கிற வேதாந்தமும் இன்றைய இந்தியாவை ஏகாதிபத்தியத்திற்குக்கீழ் மிகச் சுலபமாக அடிமையாக்கி விட்டதற்கு துணைபோயுள்ளன. இத்தகைய பொறுப்பற்ற, அறிந்தேற்காத மொண்ணைச் சமூகத்திற்குள்தான் ஏகாதிபத்திய அதிகாரம் மற்றும் அதன் சந்தைகள், ஆக்கிரமிப்புகள் யாவும் எவ்விதத் தடையுமின்றி ஊடுருவி, பல்கிப்பெருகி மூலதன முதலைகளாக உலவுகின்றன என்பதோடு இந்திய நிலங்கள் இன்று பல்வேறு பன்னாட்டு நிறுவனங்களுக்கு தன்னுரிமையாகிப்

போய்விட்டதையும் நாம் சேர்த்துவைத்து அந்நியமாகப் பார்க்க வேண்டியிருக்கிறது.

1990களில் அறிமுகப்படுத்தப்பட்ட புதிய பொருளாதாரக் கொள்கையில் எதிர்பாராத வகையில் மிக மோசமாக சீரழிந்தது என்னவோ இதே மத்தியதர வர்க்கம்தான். கல்வி, தொழில், வணிகம், குடும்பம், வருமானம் வாங்குதிறன் எல்லாவற்றிலுமிருந்த இதன் திண்ணைத்தனமான சாவகாசமான போக்கு அல்லது விட்டேற்றியான மதிப்பீடு இன்று மிக மோசமாக பொய்த்துப் போய்விட்டதை ஒருவகையில் இந்தியாவில் நடந்த கருத்தியல் மாற்றங்களுக்கான புரட்சி என்றே வர்ணிக்கலாம். புதிய ஏகாதிபத்திய மூலதன உற்பத்தி உறவுகளின் மாற்றமே இவற்றின் மேல் மிகப்பெரிய தாக்குதலை நிகழ்த்தியது. இதன் விளைவாக மத்திய தர வர்க்கம் பலநூறு கூறுகளாக பிளவுற்று, சிதைவடைந்து ஆதாரங்களையும் மதிப்பீடுகளையும் இழந்து, கூலிகளாகவும் வீடற்றவர்களாகவும் மையப் பொருளாதாரத்திலிருந்து கைவிடப்பட்டவர்களாகவும் தொழிலற்றவர்களாகவும் அவல நிலைக்கு ஆளாகியிருப்பதையே ஒரு குறிப்பிட்ட வகையில் தேசிய, அரசியல் அர்த்ததின் சிதைவுகளாகவும் வடிவெடுத்திருப்பதை புரிந்துகொள்ள வேண்டும். இம்மாதிரி நெருக்கடிகளை முன்னுணர்ந்து ஏகாதிபத்திய நிறுவனங்களை அல்லது தகவல் தொழில்நுட்பத்தை அல்லது பங்கு வர்த்தக மூலதனத்தை அதன் யூகபேர தந்திரங்களைப் பின்பற்றிய இதே மத்தியதர வர்க்கத்தைச் சேர்ந்த குறைந்தபட்ச சதவீதத்தினர், தங்களின் பூர்விக மதிப்பீடுகளை காலிசெய்துவிட்டு மிகப்பெரும் பணக்காரர்களாக கடந்த 18 ஆண்டுகளில் வளர்ந்திருப்பதை இந்தியச் சமூகத்தின் மத்தியதர வர்க்கத்தில் நிகழ்ந்த பாய்ச்சலாகவும், இருபெரும் பிளவுகளாக நாம் முன்வைக்கலாம்.

இப்படியாக நிலை மாற்றங்களில் வீழ்ந்துவரும் மத்தியதர வர்க்கத்தின் இருப்பு ஆட்டம்கண்டு அதன் செல்லக் குழந்தையாக கக்கத்தில் இடுக்கியிருந்த நிலவுடமைக்காலத்து எச்சங்களும் அதன் பெருமிதங்களும் சற்றேறக்குறைய காலாவதியாகிவிட்டது என்பதுதான் நிக்ழ்காலச் சோகம். ஆண், பெண் காதலின் அழகியலை நெடுநாளாக இலக்கியங்களிலும் காட்சி ஊடகங்களிலும் நடைமுறையிலும் மேற்கொண்டுவந்த இந்த மத்தியதர வர்க்கம், சாதியப் பிற்போக்குத் தனங்களை கைவிடுவதாகக் கூறிக்கொண்டு காதல் திருமணங்களை மதம், சாதி மீறி தனக்குள் புழங்க இடம் கொடுத்தபோது, ஏதோ பெரும் கலாச்சாரப் புரட்சியே ஏற்பட்டுவிட்டதாக பகுத்தறிவு இயக்கங்கள் மற்றும் நிலவுடமை மீட்சிவாத சோசலிச அமைப்புகள் கொண்டாடியபோது, அதன் விளைவுகள் பொருளாதாரத் தளத்தில் நிலவுடமைக்கும் முதலாளித்துவத்துக்கும் இடையே இன்று சீரழிந்து கிடப்பதைத்தான் காதலின் தோல்வியாக நாம் கண்டுகொள்கிறோம். அநேக மத்தியதரக் குடும்பங்கள் காதல் வாழ்வை இழந்து அகமண

வாழ்வையும் சிதைத்துக்கொண்டு நீதிமன்றங்களில் படியேறிக் கொண்டிருக்கிறது. புதிய தொழில்நுட்பத்தின் மூலம் அநேக வேலை வாய்ப்புகள் உருவானபோது, அவற்றில் தங்களது பணியிடத்தைப் பிடித்த தொகையினர் நிரந்தர வருமானத்திற்குப் பிறகு செய்துகொண்ட திருமணங்கள் ஸ்திரமற்ற, பணிநீக்கங்களால் குடும்பச் சிதைவைச் சந்தித்து பெரும் குழப்பத்திற்குள்ளாகின. இவர்களின் காதல், நகரங்களில் அடுக்குமாடி குடியிருப்பு ஒன்றினையும் அதன் உள் வசதிகளையும் லட்சியமாகக் கொண்டது. ஆனால் இன்று அவை அரசாங்கப் பணியில் இருப்போர் தவிர பெரும் பன்னாட்டு நிறுவனங்களில் வேலை செய்வோருக்குத்தான் வாய்க்கிறது. இது ஒரு ஹைடெக் பிரச்சினை என்றால் அடித்தட்டு மக்களிலிருந்து அனைத்து வாழ்நிலை உள்ளவர்களுக்கும் இடையே உடல்சார் காமங்கள் புதிய விளைவுகளை உருவாக்கி உள்ளன. பாலியல்தன்மை அதிகரித்துவிட்ட இந்நாட்களில் காதல் என்பதும் திருமணம் என்பதும் தங்களது யதார்த்தத்தை இழந்துவிடுகின்றன. இன்றைய தொடர்புகள் சம்பிரதாய அர்த்தத்தை மீறி உடல்களை வெவ்வேறு வெளிகளில் சந்திக்க வைக்கிறது. அதற்கான மாற்று இருப்புகளை கோரி நிற்கிறது. இதனிடையே, விஸ்வரூபம் கொண்டுள்ள தொழிற்புரட்சியும் உற்பத்தி உறவுக்குள் அடங்காத மூலதனப் பெருக்கமும் இந்தியர்களில் ஏறத்தாழ 80 கோடிப்பேர்களை அன்றாட 20 ரூபாய் கூலிபெறும் பெரும் தொகுதியாக மாற்றிவிட்ட பிறகு மத்தியதர வர்க்கம் என்பது, ஏற்கனவே நிலவி வந்த அர்த்தத்திலிருந்து இறந்துவிட்டது என்றுதான் சொல்லமுடியும். ஏறக்குறைய இந்திய மத்தியதர வர்க்கத்தின் சமூக அரசியல் வரலாற்றுப் பாத்திரம் இப்படியாகத்தான் முடிந்தும் போய்விட்டது. இன்று எல்லாவிதமான விலைவாசிகளுக்கும் பண்டங்களுக்கும் அதன் தன்னிச்சையான போக்குகளையும் கட்டுப்படுத்துவதற்கான திராணியை அது இழந்துவிட்டது என்பதைதான் சந்தைக்கு வெளியே அதன் கையாலாகாதத்தனம் என்றும் வர்ணிக்கிறோம். மேற்சொன்னவை யாவும் இந்திய அறிவுஜீவி வர்க்கம் அறிந்தவைதான் என்றாலும் நெடுங்காலமாக இந்திய இலக்கியங்கள் யாவற்றையும் தங்களுக்குள் வசீகரித்து வைத்திருந்த இதே மத்தியதர வர்க்கத்து எழுத்தாளர்களையும் அதன் வாசகர்களைப் பற்றிய ஒரு பார்வைக்காகத்தான் இப்படிப்பட்ட ஒரு பீடிகையை முன்வைத்துப் பார்க்கிறோம்.

மேலேசொன்ன மத்தியதர வாழ்வின் பண்பாட்டுச் சிதைவுக்கான நெருக்கடிகளில் தோன்றிய எழுத்தாளர்கள் இந்திய மொழி அனைத்திலுமே அதன் சமகாலத்தில் தோன்றினார்கள். இதன் மற்றுமொரு பார்வையில் இலக்கியத்திற்கு வெளியே நமது தேசத்தந்தை மகாத்மா காந்தியின் மகன் ஹரிலாலின் குடும்ப வெளியேற்றமும் அவரின் மனச்சிதைவும் போதைப்பழக்கத்தையும் நாம் ஒரு பிரபலமான மாதிரியாக முன்வைக்கலாம். காந்தி ஒரு வணிகக் குடும்பத்தின் கலாச்சார

மாதிரிக்குள்தான் தனது தேசபக்தியை புறவயப்படுத்தினார் என்றாலும் ஒரு மத்தியதர வர்க்கத்தின் அதிகாரமிக்க தந்தையாய் தன் குடும்பத்தை தன்னைச் சுற்றியிருந்த பணியா குடும்பங்களுக்குள்தான் கைவிட்டிருந்தார். காந்தியை ஒரு மத்தியதர வர்க்கத்து பிடிவாதமான தந்தையாகவும் ஒரு தேசிய மனசாட்சியின் ஆணாதிக்க உருவமாகத்தான் நாம் அடையாளம் காட்டுகிறோம். சுதந்திரத்திற்குப்பிறகு இந்திய அரசியலைத் தீர்மானிக்கும் சக்தியை (அதன் வெளிக்காரணங்கள் எதுவாக இருந்தாலும்) இழந்ததற்கு காந்தி ஒரு மத்தியதர மனிதனாக இருந்ததுதான் காரணம். தனது தேசத்தையும் அதன் இறையாண்மையையும் மத்தியதர வர்க்கம் சார்ந்தே புரிந்துகொண்டிருந்தார். அவர்கள் புரட்சிகரமானவர்கள் என்று நம்பினார். ஏனெனில் காந்தியின் செயல்பாடுகளை ஆதரித்து முதலில் பின்தொடர்ந்தவர்கள் இந்த மத்தியதர வர்க்கத்தினர்தான். குறிப்பாக பிராமணரல்லாதோர்.

நாம் மீண்டும் இலக்கியத்திற்கு வருவோம். இந்தியாவை அதன் அரசியல் குழப்பத்திலிருந்து அல்லது அதன் அடிநிழல்களிலிருந்து முதன்முதலில் புரிந்துகொண்ட எழுத்தாளராக சதக் ஹசன் மாண்ட்டோவைத்தான் சொல்லவேண்டும். மனித நடத்தைகளை, அதன் கற்பிதமான தேசியப்பற்றுகளுக்கு வெளியே அதற்கு விசுவாசமற்ற முரண்பாடுகளாகவும் ஒழுக்கச் சிதைவுகளாகவும் தனிமனித வக்கிரங்களாகவும் விலங்குணர்ச்சிகளாகவும் குரூரமாகவும் கண்டுணர்ந்தவராக அவர் இருந்தார். உன்னதங்கள், லட்சியங்கள், ஒழுக்கங்கள் இவற்றின் மீது கட்டப்பட்ட எல்லா நிறுவனங்களையும் அதன் இயல்புக்கு மாறாக நடந்த குற்றங்களின் கீழுலகையும் அதிர்ச்சிகரமாக பதிவுசெய்த மண்ட்டோ, சூதாட்ட விடுதிகளிலும் மதுச்சாலைகளிலும் விபச்சார மையங்களிலும் சினிமா மற்றும் இசைநடனக் கேந்திரங்களிலும் சுற்றித்திரிந்தவர் என்பது இந்தியாவில் பொது இலக்கியத்திற்கு வெளியே நிகழ்ந்த முக்கிய நிகழ்வு எனலாம்.

அவரை ஒட்டிய எல்லா இந்திய மொழிகளிலும் தோன்றிய மீறல் எழுத்துகளுக்குச் சொந்தக்காரர்கள் பலரையும் நாம் இன்னும் அடையாளங்கண்டுகொள்ள முயலவில்லை என்பதோடு தமிழில் இத்தகையப்போக்கு ஜி.நாகராஜன், 'இடைவெளி' சம்பத், ப.சிங்காரம் போன்றவர்களின் வழியே துலக்கம் பெற்றதை நாம் பரிசீலிக்கலாம்.

இந்திய இலக்கியம் என்பதே ஒருவகையில் மத்தியதர வர்க்கத்தின் பிரதிநிதித்துவம்தான் என்றாலும் தங்களுடைய சிதைவு, அதிகாரங்களுக்கு எதிரான முணுமுணுப்பு அல்லது சப்தம், இயக்கம் மற்றும் நிறுவனங்களின் மேல் நம்பிக்கையின்மை அல்லது அதன் இலட்சியங்களுக்குக் கீழ் வாழ்நாள் முழுவதையும் செலவழிக்க வேண்டிய அவஸ்தையிலிருந்து முரண்படுதல், பொதுத் தீர்மானங்களிலிருந்து வெளியேறுதல் போன்றவற்றை இடைவெளிகளுக்குள் நிகழ்த்தும்

இவர்கள் அதற்குத் துணையாக போதையை கைக்கொள்ளுதல், பொதுவிடங்களில் சப்தமிடுதல், எழுத்தை சுயநலனுக்காகப் பயன்படுத்தும்போது அல்லது ஒரு கோட்பாட்டை மையப் படுத்தும்போது அதனைச் சமன் குலைத்தல் அல்லது பகடி செய்தல் மையங்களுக்குக் கட்டுப்படாமல் அலைதல், மதுவிடுதிகளில் நேரங்களைச் செலவிடுதல், உழைப்பை மறுத்தல், சாபமிடுதல், முட்டாள்தனங்களை வெளிக்காட்டுதல், அறிவை மறுத்தல், சமயத்தில் பகுத்தறிவைக்கூட நிராகரித்தல், வதந்தியைப் பரப்புதல், கூட்டத்தில் கல்லெறிதல், என நிஜத்திலும், சமூகத்திலும் இவர்கள் ஊடுருவி நிற்கிறார்கள். இவர்களுக்கான அடையாளம் 1990களில் ஒருவகை பேசுபொருளாக அல்லது உரையாடலாக மாற்றப்பட்டபோது, இவர்கள் எல்லா இலக்கியக் கூட்டங்களிலும் தவறாமல் கலகம் செய்தார்கள் என்று நாம் இன்றுவரை வரையறுக்கலாம்.

மைய அரசியலை, அதிகாரத்தை விளிம்பிலிருக்கும் வாய்ப்பற்றவைகள் சிதைப்பதற்காக சலனமுறும்போது, குற்றங்கள் பெருகுவதாக வர்ணிக்கும் பொதுச் சமூகம் இவர்களை, உதிரிகளென்றும் லும்பன்களென்றும் சோம்பேறிகளென்றும் வேலைக்கு ஆக மாட்டார்கள் என்றும் வகைப்படுத்துகிறது. ஆனால் தமிழிலக்கியத்தின் புதியபோக்குகள் உண்மையில் இவர்களிடமிருந்துதான் துவங்கியது என உறுதியாகச் சொல்லலாம். இலக்கியமென்பது மேன்மக்கள் கலை அல்லது அரசு அதிகாரத்தின் வைப்பாட்டி என்ற நிலையை எடுத்த ஒரு குறிப்பான இலக்கியத்தின் கேளிக்கைச் சட்டகத்திற்கு வெளியே அதை இறுக்கி, நீதிக்கு வெளியே திரிபவர்களையும் விசுவாசமற்றவர்களையும் வணிகச் சந்தையில் கைவிடப் பட்டவர்களையும் மனிதர்களாகவே அங்கிகரிக்கப்படாத பாலிலிகள், விபச்சாரிகள், பிச்சைக்காரர்கள், குற்றவாளிகள், போதையாளர்கள், வீடற்றவர்கள், குடும்பத்திற்கு வெளியே தங்கள் தேர்வுகளை நிகழ்த்தும் பெண்கள், தன்பால் புணர்ச்சியாளர்கள் எனப் பலரையும் அதோடு சேர்த்து மொழியையும் மாற்று வடிவங்களாய் அறிமுகப்படுத்தி மேற்சொன்ன அனைத்து இருப்புகளையும் கற்பிதமான அதிகாரங்களுக்கு எதிராக முரண் படுத்தியவர்கள் எனவும் நாம் இவர்களை மேலும் கூறமுடியும். அதாவது மத்தியதர வர்க்கத்தின் ஆன்மாவிலிருந்து துண்டிக்கப்பட்டவர்கள் என்றும் பொறுக்கிகளாகவும் அறம் சார்ந்த லும்பன்களாகவும் ஆனார்கள் என்பதும் பொருத்தம்.

நாம் ஏற்கனவே குறிப்பிட்டது மாதிரி, மத்தியதர வர்க்கத்தின் இருவேறு பிளவுகளின் பிரதிநிதிகளாய் தமிழிலக்கியத்திலும் படைப்பாளிகள் பிளவுற்று காட்சியளிப்பது சமகாலத்தில் பேசப்படவேண்டிய ஒரு மன அமைப்பாகும். உண்மையில், இலக்கியம் இனிமேல் ஒரு தீவிரமான சுமைகளோடும் வறுமையின் காலாதீதமான நியாயங்களோடும் அல்லது உற்பத்தி உறவின் வழியே அரசுப்

பரிவர்த்தனையின் கீழ் பலன்பெறாத உதிரிகளுக்கான ஆற்றாமையோடும் நீடிக்க முடியுமா? அல்லது மகிழ்ச்சியூட்டப்படும் பிரதி இன்பங்களைச் சுமந்து ஒரு வகையான கேளிக்கைத்தன்மையை நோக்கிச் செல்லுமா? இதற்குள் கைவிடப்படுபவர்கள் யார்? கை தூக்கிவிடப்படுபவர் யார்? இதற்கான புறவயமான சக்திகள் எவை? இவற்றைத் தீர்மானித்து நிற்கும் கண்ணுக்குப் புலப்படாத அழுத்தம் எங்கிருந்து வருகிறது? இவற்றை இலக்கியத்தின் உற்பத்தி உறவுகளில் ஏற்படும் மாற்றங்களாய் ஆய்வு செய்ய முடியுமா? அல்லது 'வலிமை உள்ளதே எஞ்சிநிற்கும்' என்கிற தத்துவத்தின் உச்சபட்சமான காலமா? என்றெல்லாம் கேள்விகள் எழுகின்றன.

மூலதனத்தின் கீழ் படைப்பாளிகளின் ஆள்மாறாட்டங்கள் தொடங்கிவிட்டன. தீவிர இலக்கியப்பிரதிகள் வணிக ஊடகங்களின் புறவய ஆட்டத்திற்கு அடியில் ஓர் இரகசிய ஊட்டுதல்களை மேற்கொண்டிருக்கின்றன. மாஃபியா பேரங்களின் புதிர் வழிகள் திறக்கப்படுகின்றன. இத்தகைய சூழ்நிலையில், இலக்கிய லும்பன்களின் அல்லது உதிரிகளின் காலம் அனாதரவாக்கப்பட்டு ஏறக்குறைய ஒரு முடிவை நோக்கி நெருங்கிவிட்டதை கணக்கிலெடுக்க வேண்டி யிருக்கிறது(நன்றி செல்மா).

ஒரு காலமிருந்தது. அது ஒரு கலாச்சாரமாகவிருந்தது. தமிழில் போதை இலக்கியத்தின் கதாநாயகனும் எவ்வித இலக்கிய மோஸ்தர்களுக்கு அதிகாரத்துவ தலைமை தாங்கிய பலருடனும் வழக்கம்போலவே வேட்டியை அவிழ்த்துக்காட்டி சண்டைபோட்ட சமரசமற்ற கலகக்காரனாய் மீந்திருக்கும் விக்ரமாதித்யனின் வாழ்வை சென்டிமென்டலுக்கு ஒருவன் உட்படுத்துவது மாபெரும் அயோக்கியத் தனம் என்றே இந்தக் கட்டுரை முன்மொழிகிறது. மனச்சிதைவின் காலத்தில் அதன் பிரதிநிதியாய் அதிகாரங்களுக்கு வெளியே கலைஞனின் கொண்டாட்டத்தை மதுவிடுதியில் துவக்கிவைத்த விக்ரமாதித்யன் 'நம் காலத்து நாயகன்' என்றால் மிகையில்லை. ஒருபோதும் மத்தியதர வர்க்கத்துச் சிதைவின் பிரதிநிதியாய் விக்கிரமாதித்யனைச் சொல்லக்கூடாது. அவ்வகையிலேயே அவரின் சமகாலத்தில் சிமோகன், லஷ்மி மணிவண்ணன், சங்கர்ராமசுப்ரமணியன், பாலைநிலவன் போன்றோர்களின் மது விடுதிச் சந்திப்புக்கள் மிக முக்கியமான சந்திப்புக் களமாக அல்லது பொது இலக்கியக் கூட்டங்களின் மோஸ்தர்களுக்கு வெளியே உருவான ஒரு மாற்று இலக்கியக் கலாச்சாரமாகவும் இந்தக் கட்டுரையின் மூலம் புதிய வகைமை ஒன்றைக் குறிப்பிடுகிறது.

ரமேஷ் - பிரேம், கலாப்ரியா, ந.முருகேசபாண்டியன், கைலாஷ்சிவன், ராஜமார்த்தாண்டன், பிரான்சிஸ் கிருபா, ஹவி, யூமா.வாசுகி, க.சீ.சிவக்குமார், கோணங்கி, குமார் அம்பாயிரம், ஸ்ரீநேசன், கண்டராதித்தன் என விளிம்பிற்கும் மத்திய தர வர்க்கத்திற்கும் இடையே

அலைபடும் முக்கியமான படைப்பாளிகள் பலரும் மது விடுதிகளில் தமிழ் இலக்கிய போதைகளையும் பாதைகளையும் தீர்மானித்துக் கொண்டார்கள். எனில் இவர்களின் இலக்கியப் பங்களிப்பு பற்றி வெளியே எந்த ஒழுக்கவியல்வாதிகளின் பிரதிகளும் சமகாலத்திற்கு அல்லது ஏகாதிபத்தியத்திற்குக் கீழ் அதன் வன்முறைக்குக் கீழ் பொருந்திப் போகவில்லை என்பதோடு மனச்சிதைவின் காலத்தையும் ஒடுக்கப் பட்டவர்களின் அடையாளத்தையும் குறைந்த பட்சமாகக்கூட பிரதிநிதித்துவம் செய்யவில்லை என்பதைதான் நாம் இலக்கிய அதிகாரம் எனச் சொல்கிறோம்.

இனி, தன் காதலியுடன் அல்லது ஒரு இளம் பெண்ணுடன் கெண்டகி சிக்கனோடு ஒரு கோக் பானத்தை குளிரூட்டப்பட்ட ஒரு விடுதியில் உரையாடியபடியே அருந்துவதற்கு, ஒரு படைப்பாளி புத்திசாலித்தனமாக சந்தைமயப்படுத்தலுக்குள் தனது பிரதிக்கான விற்பனையாளனாக இருப்பதா? அல்லது 'வெறும் சோற்றுக்கா வந்ததிந்த பஞ்சம்' என்று சொல்லி தெருவில் தீவிரமான போதையுடன் வீடற்றுப்போய் தன்னிலையிழந்து அனாதையாக தனிமைப்படுத்துப் பட்டு உறங்கிக்கிடப்பதா? தேர்ந்துகொள்ளத்தான் வேண்டும் படைப்பாளி.

முதல் வகைக்கு விசுவாசத்தையும் இரண்டாம் வகைக்கு தற்கொலையையும் பரிந்துரைக்கிறது இன்றைய நவீன இலக்கியம்.

•••

கோ-எஜுகேஷனிலிருந்து கோ-ஒர்க்கிங் ஹவுஸ்களுக்கு...

இன்று ஊடகங்கள் மூலம் இந்தியாவில் கலாச்சார முகங்கள் பெரிதுபடுத்தப்பட்டு பகிரங்கப்படுத்தவும்படுகின்றன. கேளிக்கை மற்றும் சுற்றுலா தகவல் தொடர்பு வழியாக அழகிப் போட்டிகள், கலாச்சாரக் கொண்டாட்டங்கள் அதனூடாக வர்த்தகம் என உலகமயம் காட்டும் வீட்டுத் தொலைக்காட்சிகளுக்கிடையே சாமர்த்தியமாக சில விஷயங்கள் மறைக்கப்பட்டுவிடுவதை எப்படி அறிவது? பன்னாட்டு வர்த்தக பொருளாதாரப் பரவல்கள் உற்பத்தி உறவற்ற மூலதன லாபங்கள், நிலங்களில் இறங்கும் தொழிலகங்கள் போன்றவை பொதுமக்களின் அறிதல் எல்லைக்குள் வருவதில்லை. ஆனாலும் பங்கு வர்த்தகம் ஏகபோகமாக நடந்துகொண்டிருக்கிறது. இந்தியாவின் எதிர்காலம்

பற்றி தேசிய அளவில் சிந்திக்கும் நிபுணர்கள் பெரும்பாலும் அரசு, அரசியல் மற்றும் தனியார் நிறுவன ஆலோசகர்களாய் இருக்கிறார்கள். இவர்கள் காட்டும் புள்ளிவிபரங்களில் ஒருவர் எதிர்காலத்தில் இந்தியா ஒரு மாபெரும் வல்லரசாக மாறும் என்று எளிதில் நம்பிவிடவும்கூடும். இன்றைய பன்னாட்டு ஏகபோகங்கள் குறித்து மனிதஉரிமை அமைப்புகள் உலகமய எதிர்ப்புக் குழுக்கள் என சில இயக்கங்கள் தீவிரமாகப் போராடி சில அடிப்படைக் கேள்விகளை எழுப்பி நம்பிக்கை ஊட்டினாலும் விஷயம் என்னவோ, யார் கையிலும் இல்லை என்பதாகத்தான் இருக்கிறது. யாரைக் குறை சொல்வது? ஆள்வதாகப் பொறுப்பேற்றுக்கொண்ட அரசியல்வாதிகளிடம் இன்றுபோய் ஒருவர் என்ன வேலை செய்துகொண்டிருக்கிறீர்கள் என்று கேட்டால், அவர் உங்களைத் தனது காரில் ஏற்றிக்கொண்டு ஒரு நான்கு வழிச்சாலையில் கொண்டுபோய் விட்டுவிடுவார் அல்லது வேலியடைக்கப்பட்ட ஒரு பெரிய தொழிற்சாலைக்குள் அழைத்துப் போகும்போது அங்கு தானியங்கி முறையில் இயங்கும் இயந்திரங்களைப் பார்த்து நீங்கள் வாயைத் திறந்துகொண்டிருக்கவும்கூடும்.

இதுவரை நாம் பேசிவந்த உழைப்புப் பிரிவினைகள், விவசாய மற்றும் தொழிற்சங்கங்கள், உற்பத்தி உறவுகள், சரக்கு, சந்தை, கூலி, விலைவாசி, வாங்கும்திறன், வாழ்க்கைத்தரம், பணவீக்கம், தனிநபர் வருமானம், தற்சார் எதிர்கால நலன், கல்வி, விடுதலை, பொதுச் சுகாதாரம், கேளிக்கை, சமத்துவமான நீதி, இருப்பு குறித்த தத்துவமென வளர்ச்சியடைந்து வந்திருப்பதாகச் சொல்கிற இன்றைய உலக அமைப்பில் அநேகக் கேள்விகள் நபர் சார்ந்து குறைந்துபோய் விட்டதுபோல ஒரு மாயை கட்டமைக்கப்பட்டிருக்கிறது. வெறும் நிர்வாகிகள் மட்டுமே தேவைப்படுகிற, முகவர்களை உற்பத்தி செய்கிற நுகர்வோர்களை நிர்ப்பந்திக்கிற இந்த உலகமயமாக்கல் அமைப்பின் கீழ் இந்தியா எனப்படும் ஒரு கீழைத்தேசத்தின் சமகால மனிதவளம் எப்படி இருக்கிறது?

முன்பு எப்போதும் இல்லாதபடிக்கு ஏறத்தாழ 35 கோடி இளைஞர்கள் பெருகியிருக்கிறார்கள். அதாவது 18 வயதிலிருந்து 25 வயதிற்குள் அபரிமிதமாக வேறெந்த உலகநாடுகளில் இல்லாத அளவில் இந்தியாவின் கூட்டுப்புழுப் பருவமென வர்ணிக்கப்படுகிற நிலையில் இளைஞர்களால் நிறைந்து இருக்கிறது இன்றைய இந்தியா. நீங்கள் பார்க்கலாம். Boot cut ஜீன்ஸ் அணிந்துகொண்டு மெல்லிய உடல் கொண்ட இளைஞர்கள் மற்றும் அதே ஜீன்ஸ், சுடிதாருடன் இன்னும் மெலிந்த உடல்கொண்ட இளம்பெண்களுமாய் இந்திய நகரமெங்கும் தோளில் ஒரு ரெக்ஸின் பேக்கை அணிந்துகொண்டு எங்கோ நடந்துகொண்டே இருக்கிறார்கள். ஒரு தொற்றுநோய் எளிதில் தாக்கிவிடக்கூடிய உடலோடு இவர்கள் எங்கே போகிறார்கள்? நமது மனக்கண்ணில் இந்திய எல்லையைவிட்டு வெளியேறிவிடுகிற ஆவேசத்தோடு அவர்கள் நடந்துகொண்டிருக்

கிறார்களோ என்றுபடுகிறது.

இவர்களது பாலியல் பருவம் அதிகபட்சமாக பத்து வருடங்களுக்குள் முடிந்து விடுகிறதென்று ஒரு புள்ளிவிபரம் சொல்கிறது. அதற்குள் எல்லாவற்றையும் அனுபவித்துவிடுகிற அவசரத்தோடு நவீன வாழ்வின் சாதகங்களைப் பயன்படுத்தும் புத்திசாலித்தனமும் அல்லது போட்டிமயமான சூழலில் தந்திரங்களோடு வாழக் கற்றுக்கொள்ளும்படி, எது இவர்களை நிர்பந்திக்கிறது. அல்லது வன்முறையை எது சகஜப்படுத்துகிறது? இவர்களது உடல்ரீதியான பாலியல் ஊக்கங்கள் எப்படி ஒரு தேசிய ஆக்கபூர்வமானச் செயல்பாடாக ஆகமுடியாமல் கேளிக்கைச் சாதனங்களால் அல்லது போலி நகல்களால் பாலியல் கொள்கலன்களாக மாற்றப்படுகின்றன என்று பார்ப்பதுதான் இன்றைய அத்தியாவசியமானப் பிரச்சினை. நம் தமிழ் சினிமாவின் பாதிப்பைத் தனியாகத்தான் பட்டியலிடவேண்டும்.

இவர்கள்தான் எதிர்கால இந்தியாவின் அடிப்படை அலகான குடும்பங்களை நிர்வகிக்கப் போகிறவர்கள். இன்று இவர்கள் கையிலிருக்கும் செல்போன்களை வைத்துக்கொண்டு குடியிருப்பு வீடுகள் மற்றுமதன் உள்கட்டு வசதிகள் போன்றவற்றைக் கனவு காண்கிறார்கள். உண்மையில் இவர்கள் எத்தகைய குடும்பங்களிலிருந்து வெளியேறி வருகிறார்கள் என்பதைப் பார்க்க வேண்டும். முந்தைய காலனித்துவத்திலிருந்து விடுதலை பெற்ற இந்தியத் தொழில்துறையானது உள்ளூர் முதலாளிகள் வழியே பல ஐந்தாண்டுத் திட்டங்களை தனக்கெனத் தக்கவைத்துக் கொண்டாலும் அதன் சர்வதேசப் பெறுமானமானது மதிப்பற்ற நிலையில் 1990க்குப் பிறகான பின் காலனித்துவ ஒப்பந்தங்களில் ஓரிரண்டு ஐந்தாண்டுத் திட்டங்களிலேயே சர்வ வியாபகம் பெற்றன. இன்று அதனுடைய உபரி லாபங்கள் கணக்கிட முடியாதவை.

ஆனால் நாம் மேற்சொன்ன இளைஞர்களில் பெரும்பாலானோர் கைத்தொழில் மற்றும் சிறுவியாபாரங்கள், சந்தைக்கு பொருள்களைத் தயாரித்துத் தரும் உதிரி வியாபாரிகள், கூலி உழைப்பு மற்றும் சிறியமூலதன நடுத்தரக்குடும்பங்கள் போன்றவற்றில் இருந்து பிழைத்த தெருவியாபாரிகள் வரை பெற்ற பிள்ளைகள்தான். மேற்சொன்ன புதிய பொருளாதாரக் கொள்கைகள் இவர்களிடமிருந்த உற்பத்திரீதியான சிறுவர்த்தகங்களைப் பறித்து பெருமுதலாளிகள் மற்றும் பன்னாட்டுக் கம்பெனிகளுக்குள் உள்ளடக்கிவிட்ட பின்பு, இவர்கள் பிள்ளைகள்தான் மெக்காலே கல்வித்திட்டத்தைப் படித்து டிகிரி வாங்கிக்கொண்டு இன்று தெருவில் தள்ளப்பட்டிருக்கிறார்கள். இன்றைய புதிய தொழிலகங்கள் மிகக்குறைந்த கூலிக்கு இவர்களைப் பிடித்துவைத்துக்கொள்ளும் கூண்டுகளாக மாறியிருப்பதை நாம் கணக்கிலெடுக்க வேண்டும்.

திருப்பூரில் சற்று காலம் வேலை செய்தவன் என்கிற முறையில்

அங்கு நான் கண்ட சில விஷயங்களை உங்களுடன் பகிர்ந்து கொள்ளலாம். ஒரு பின்னலாடை ஏற்றுமதிக் கம்பெனியில் 100 பெண்கள் 100 ஆண்கள் வீதம் சராசரியாக உள்வாங்கப்பட்டு வெளிவாசல் இழுத்துப் பூட்டப்பட்டுவிடுகிறது. உள்ளே அவர்களுக்குத் தேவையான உணவு, தங்குமிடம், உள்ளரங்க விளையாட்டுகள், கேளிக்கை, சினிமா என எல்லாம் அளிக்கப்படுகிறது. பெரும்பாலும் திருமணமாகாத இளைஞர்களும் இளம்பெண்களும்தான் சேர்க்கப்படுகிறார்கள். வெறும் ஆண் பையன்களாகச் சேர்த்தாலோ, அல்லது கலாச்சாரம் கருதி பெண் பிள்ளைகளை மட்டும் சேர்த்தாலோ நாளடைவில் கம்பெனியில் இருந்து அவர்கள் வெளியேறிவிடுவதாகவும் தமிழகத்தின் பல்வேறு மூலைமுடுக்குகளிலிருந்து வேலைக்கு வரும் நபர்கள் ஆண்களும் பெண்களுமாய் இணைந்து வேலை செய்யத்தான் பிரியப்படுகிறார்கள் என்பதுதான் புதிய செய்தி. பள்ளியில் கோ-எஜுகேஷன் படித்த கையோடு கோ-ஒர்க்கிங் ஹவுஸ் என்றழைக்கப்படுகிற திருப்பூர் போன்ற தொழிற்சாலை நகரங்களுக்கு அவர்கள் இடம்பெயர்கிறார்கள். இவர்களுக்கான பாலியல் அவஸ்தைகளை ஒருவர் காம்பவுண்டுக்கும் கழிவறைக்கும் வெளியே விழும் ஆணுறைகளை வைத்து புரிந்துகொள்ள முடியும். ஆகமொத்தம் சக்கையாய் உடலின் சக்தி உறிஞ்சப்பட்டு இவர்களின் பத்தாண்டுகால பாலியல் அவகாசங்கள் முடிந்து லாபமீட்டியபின் கம்பெனியையே இழுத்து மூடிவிடும் இன்றைய நவீன தொழிற்போக்குகளுக்கிடையே வெளிவரும் இவர்கள் இன்னொரு கம்பெனிக்குள் மடைமாற்றம் செய்யப்படலாம் அல்லது வெளியேற்றப்பட்டு அலையவும் நேரலாம். இதில் பலர் மழை பெய்து நீர்நிலைகள் நிரம்பிவிட்டால் தங்கள் கிராமத்திற்குத் திரும்பி விடுவது இன்றும் அதிசயமானது. இதைத் தொழிற்புரட்சிக்கு எதிரான நிலவுடைமை மீட்சி என அழைக்கலாமா? தெரியவில்லை. சொந்த நிலமுள்ளவர்கள் வறட்சிக் காலங்களில் திருப்பூர் செல்வதும் நிலமற்ற தலித்துகள் இன்னும் கிராமத்தில் தேங்குவதும் ஒரு நகர்மயமாக்கலின் முரண்பாடுதான்.

நகர்மயமாதல் என்பது கலாச்சாரத் தளங்களில் என்ன மாற்றங்களைக் கொண்டுவருகிறது எனப் பார்த்தால், மேற்சொன்ன தொழிலகங்களில் உண்டாகும் காதல்களில்கூட சாதியப் பார்வைகள் இருப்பதாகத்தான் சொல்லுகிறார்கள். எவ்வளவு பெரிய தொழிற்புரட்சியும் இந்திய சாதிய மனப்பான்மையில் ஒருமயிரையும் புடுங்க முடியாது என்பதுதான் சோகம். பெரும்பாலானோர் நகரங்களுக்கு இடம்பெயர்ந்தாலும் கிராமங்களில் வாழ்ந்த சாதியப் படிநிலைகளின் மேலாதிக்கம் மற்றும் பிறந்த இடமதிப்பு குறித்து ஒருவித அதிகார ஏக்கத்தில் இருப்பதாகவே கணிக்கலாம். இவர்கள்தான் மேற்சொன்ன இளைஞர்களின் பெற்றோர்கள். சிறுதொழில்கள், குறைந்த மூலதனத்தில் லாபம், வங்கிக்கடன், வியாபாரம் என வளர்ந்த சில்லறை, நடுத்தர

வியாபாரிகளான இவர்கள் தங்களது படித்த பிள்ளைகளுக்கு ஜீன்ஸ் வாங்கிக் கொடுத்துவிட்டு உபரி லாபத்தில் வருடம் தவறாமல் அய்யப்பன் கோவில், மேல்மருத்துவர் ஆதிபராசக்தி என விரதமிருந்து ஆன்மிகப் பயணம் கிளம்பிவிடுகிறார்கள். ஏறக்குறைய இந்தியர்களின் பிரம்மச்சர்யம், இல்லறம், வானப் பிரஸ்தம், வீடுபேறு இவ்வளவுதான். கம்ப்யூட்டர் மயமானால் என்ன? சந்தைமயமாக்கல் ஆனால் என்ன? வாழ்க்கைத் தத்துவம் இவ்வளவுதான்.

இதில் ஒரு 10% Hi-tech இளைஞர்கள் அல்லது IT persons என்று சொல்லக்கூடிய தொழில்நுட்ப வர்த்தக அலுவலக மேலாண்மையில் ஈடுபடும் இளைஞர்களின் நடப்பியல் மற்றும் கேளிக்கைகள் தனிக்கதை. இவர்களின் பெற்றோர்கள் தங்களின் பிள்ளைகளுக்கு அசையும் மற்றும் அசையா சொத்துகளை விற்று உயர் தொழில்நுட்பக் கல்வியைக் கற்கும்படி வைத்து மேல்நாடுகளுக்கு ஏற்றுமதி செய்யும்வரை கால் கஞ்சி குடித்துக் காத்திருக்கிறார்கள். பிறகு அந்நிய குடியுரிமை பெற்றுவிட்ட பிள்ளைகளிடமிருந்து வரும் சம்பளப் பணத்தை வைத்து வீட்டுமனைகள், வணிக வளாகங்கள் என்று சகட்டுமேனிக்கு வாங்கிப்போட்டு நான்கு Bed Room உள்ள ஐயாயிரம் சதுர அடிக்கு மேலான தோட்டக்கலைப் பயிர் வளர்ந்த முகப்புகளைக்கொண்ட வீடுகளைக் கட்டி இரண்டு பேர் மட்டுமே வசிக்கிறார்கள். இதைத்தான் கொள்ளையர்கள் வேவு பார்க்கிறார்கள் என்பது முக்கியமான விஷயம். பிள்ளைகளோ மீண்டும் ஊர்திரும்ப மறுக்கின்றனர். இதுபோக பன்னாட்டுக் கம்பெனிகளுக்காக உள்ளூரில் வேலைபார்க்கும் இளைஞர்கள் தங்களது அபரிமிதமான மாதச்சம்பளத்தை வைத்துக்கொண்டு கடைவீதிகளில் பழங்களின் விலைகளை அதிகரிப்பதோடு டிஸ்கொதே, பீச் ரெஸ்டாரெண்ட், ஒயின் பார்கள், புதிய வாகனங்கள், பாலியல் சன்னல்கள், போர்னோ கணினி அறைகள் மற்றும் பிரச்சினை இல்லாத விபச்சாரம், கம்பேனியன்ஷிப், Get together, Dating, Chatting என காளான்கள்போல் விரித்துவிடும் சிறிய உலகத்தைத் தொடர்ந்துதான், பலகோடி எளிய சாமானிய இளைஞர்களின் ஒட்டுமொத்த கனவுலகமாக விரிவடைந்து வருகிறது. இதற்குள் ஒளிந்து கொண்டுதான் உலக வர்த்தகம் தன் விலைப்பட்டியலைத் தூண்டுகிறது. இன்றைக்கு ஒரு நடுத்தர வர்க்கப்பெண் அல்லது ஆண் டிஸ்கொதே போக முடியாத நகரத்தில் வசிக்கலாம். ஆனால் ஒரு உயர்தர முகப்பூச்சையோ, நறுமணம் கமழும் பசை மிட்டாய்களையோ, அல்லது செல்போனில் ரகசியமாகப் பேச சில எண்களையோ கொண்டிராமல் இருப்புக்கொள்ள முடியவில்லை. வாரத்திற்கு இரண்டாயிரம் விளம்பரங்களைத் தொலைக்காட்சியில் பார்க்கும் குழந்தைகள் தங்களின் வழக்கமான மரபுசார்ந்த சத்தான வீட்டு உணவுப் பண்டங்களை விட்டு இன்று வெளியேறிவிட்டன. குறைந்தபட்சம் இருபதுக்கும் மேலான உறையிலிடப்பட்ட தின்பண்டங்களின் பெயர்கள்

அவர்கள் ஞாபகத்திலும் புழக்கத்திலும் உள்ளன. மேற்சொன்ன 35 கோடி இளைஞர்களைப் பின்தொடரும் வருங்காலக் குழந்தைகளின் இன்னொரு உலகம் அதிவேகமாக விசித்திரம் அடைந்துகொண்டும் ஒருவிதமான கார்ட்டூன் மயமாகி வருவதும் தொலைக்காட்சி முன்பாக இன்னும் பல்வேறு சந்தைகளைத் திறக்க ஏதுவாகிறது என்பதையும் பேசவேண்டியதிருக்கிறது.

இதற்காகவெல்லாம் நமது அரசாங்கத்தைக் குறைகூறிவிட முடியுமா? அதைவிட முக்கியமானது, அவர்கள் விடும் அறிக்கைகள்தான். பல லட்சம் இளைஞர்களின் வேலைவாய்ப்பு, வேலைக்கு உணவு, இலவச மான்யங்கள், கடன் உதவி, பல யோஜனா திட்டங்கள் என ஆண்டுதோறும் புதிய திட்டங்கள் பலவற்றை அறிவித்து வருவதை நாம் அதிகரித்திருக்கும் இந்திய இளைஞர்களின் நெருக்கடியின் பாற்பட்டு புரிந்துகொள்ளவேண்டும்.

வெவ்வேறு மாநிலங்களைக் கொண்டு குடிமையியலை வகுத்திருக்கும் நமது ஜனநாயகத்தில் சாதிய, குடும்ப, இன, அகமண முறைகளுக்குள் இன்னும் இளைஞர்களைப் பூட்டிப்போட்டு வைத்திருப்பது எவ்வளவு உலகமயமானாலும் தன்னிறைவுக்கும், தற்சார்புக்கும் தடையாக இருப்பதை, யார் ஒரு தீவிரமான விழிப்புணர்வாக மாற்றப்போகிறார்கள் என்பது ஆயிரம் யூரோ கேள்வி. இதுபோக பன்னாட்டு மூலதனங்களை உள்வாங்கும் இன்றைய நவீன இந்திய இளைஞர்களின் ஆக்கப்பூர்வ உடல்திறன் மற்றும் அறிவுத்திறன் போன்றவற்றை உற்பத்தி வழியேயான ஆக்கத்திறனுக்குத் திசைதிருப்பி அவர்களது ஆடல் பாடல்களோடு சர்வதேச வர்த்தகத்திற்கான இந்திய உற்பத்திச் சக்திகளாக ஆக்க மாற்று ஏற்பாடுகளை ஒரு மாபெரும் வல்லமைமிகுந்த அரசாங்கத்தைவிட வேறு யாராலும் சாத்தியப்படுத்த முடியாது. அப்படிச் செய்ய தவறும்பட்சத்தில் மேற்கு உலகின் வளமைக்கு தொலைதூரத்தில் உழைத்துக் கொடுக்கும் மூன்றாம் உலக அடிமைகளாக நமது இளைஞர்களை ஒப்புக்கொடுப்பதுதான் நமது புதிய பொருளாதாரக் கொள்கைகளின் விளைவுகளாக இருக்கும் என்பது ஒரு பரிதாபம்.

●●●

புராதனத் தாய்மையின் நெடுங்காலச் சோகமும் விசுவாசமற்ற நவீனப் பெண்களும்

பெண்களுக்கான வழிகாட்டுதல்களை அல்லது நியாயங்களை வகுப்பதில் இன்றைக்கு பேரளவு மதங்கள், தத்துவங்கள், உளவியல்கள் போன்ற பல நிறுவனங்கள் வலுவிழந்துகொண்டு வருகின்றன. பெருகும் பாலியல் வகைமைகள் அல்லது தன்பால் விருப்பங்களை உலகில் பல்வேறு நாடுகள் சட்டரீதியாக அனுமதித்திருப்பதன் மூலம் இறுகிய தேசிய, பழமைவாத ஆணிய அரசுகளுக்குள் ஒருவித உடைப்பை நிகழ்த்துவதில் பால் மற்றும் பெண் அரசியல்கள் வெற்றியடைந்து வருவதைக் கவனிக்க வேண்டும். குடும்பத்திற்கு வெளியே பெண்கள் அல்லது தன்பால் புணர்ச்சியாளர்கள் மைய பாலியல்தன்மையை வேரறுக்கிறார்கள் என்பதைவிட தங்களின் தனித்த இருப்புகளை அடையாளமாக்குவதன் மூலம் நிலவிவரும் ஆணாதிக்க தந்தைவழிச்

சமூகத்தைக் கடக்கிறார்கள் என்பதோடு புறவயமாய் புதியவகை பரிணாமங்களை இன்பமாகவோ, வலியாகவோ ஏற்கிறார்கள் என்பதை நாம் மரபார்ந்த, சமய, சாதிய, நவீன இறை நம்பிக்கைகளுக்கு வெளியே புரிந்துகொள்ள வேண்டியிருக்கிறது.

நாம் வலியுறுத்த விரும்புவதெல்லாம் பெண்கள் எந்த கருத்தியல் நிறுவனத்தின் கீழும் விசுவாசமற்றவர்கள் என்பதைத்தான். இது வரலாற்றுப்பூர்வமான நோக்கிற்கு உடன்பட்டதும் வரலாற்றுத் தன்மையை மறுதலிக்கும் பெண்களின் புதிய பார்வைய்யையும் உள்ளடக்கியது எனவும் கூறலாம். பெண்கள் இயல்பிலேயே அராஜகவாதிகளாக இருக்கிறார்கள் என்பதை அவர்கள் உடல்களின் மீது உலகமெங்கும் நிகழும் வன்முறை மற்றும் கருத்தியல் அடக்குமுறைகளின் வழியாக நாம் உறுதிப்படுத்திக்கொள்ளலாம். ஆண்வழியான கட்டமைப்புகள் யாவும் வரலாற்றுரீதியாகவே பெண்களை ஒடுக்குவதற்கும் ஆணாகிய தன்னை மறுஉற்பத்தி செய்வதற்கான கருவளங்களுக்கு ஒரு மூலக்கிடங்குகளாக பெண்களை மாற்றிக்கொள்வதற்கும் எந்தவித அரசியலுமற்ற பேச்சு, மொழி, குரல் எதுவுமில்லாத ஜடப்பொருளுக்கு இணையாக பெண்களைப் பயன்படுத்தி வருவதாக பெண்களே பேசத்துவங்கி நூறு வருடங்களுக்குமேல் ஆகிவிட்டது.

பழங்கால கிரேக்கச் சமூகத்தில் நடந்த அனைத்து யுத்தங்களும் பெண்களுக்காகவே நடந்தது என்ற ஒரு பார்வை உண்டு. போரில் இறந்துபோகும் ஆண்களை அல்லது அதன் இனத்தை மறுஉற்பத்தி செய்யவேண்டிய அவசியத்திலும் பல ஆண்களைக் கொல்வதன்வழி ஆதிக்கங்கள் நிலைநிறுத்தப்பட்டதன் அடியில் போர்வீரர்களை மீண்டும் பெற்றுத் தரும்படி பெண்கள் பல சாம்ராஜ்யங்களுக்குள் இடமாற்றமும் நிர்பந்தமும் செய்யப்பட்டார்கள், கவர்ந்துசெல்லும் அடிமைகளாக நடத்தப்பட்டார்கள். இது ஒரு நிலவுடமைசார்ந்த இன அழகியல் வன்முறை எனலாம்.

பிறகு இந்தியா எனப்படும் ஒருங்கிணைக்கப்படாத நிலங்களின் மீதான படையெடுப்புகள், இன ஊடுருவல்கள், புலப்பெயர்வுகள் யாவும் வெளியிலிருந்து இங்கு ஒருபோதும் பெண்களைக்கொண்டு வரவில்லை என்பதனை நினைவுகொள்ள வேண்டும். இந்தியர்களாகிவிட்ட ஆரியர்கள்கூட கணவாய் வழியே இங்கு வரும்போது பெண்களுடன் வரவில்லை. பிறகு தங்கள் வம்சவிருத்திக்கு இந்நிலங்களில் பரவிக்கிடந்த பெண்களையே பிராமணமயமாக்கி வசப்படுத்தினார்கள் என்பதே ஒருவித இனவரைவியல் புரிதலாகக்கொள்ளலாம். அறிவின் மூலமான வேதங்களை ஆண்கள் மட்டுமே பயிலவேண்டும் என்ற நிபந்தனையோடு பெண்களை, ஆண் வேதவிற்பன்னரை அல்லது ஆண் ஆரிய பிராமணனை பெற்றுத்தரும்படிக்கு அவர்கள் பெண்களை இன

உற்பத்திக்கான கிடங்காக மாற்றிக்கொண்டார்கள். நீங்கள் சந்தனு மகாராஜா உள்ளிட்ட பாண்டவர்களின் பூர்வோத்திரம் முதலியவற்றைப் படிக்கும்போது, ராஜமாதாமுதல் பணிப்பெண்கள்வரை ராஜவம்சத்திற்கு பிள்ளைகள் பெற்றுத் தரும்படி நிர்பந்திக்கப்பட்டதை இத்துடன் சேர்த்துக் காணலாம். இப்படியாக தங்களுக்குக் கிடைத்த, அபகரித்த, கவர்ந்த பெண்களின் வழியேதான் வேத, சமய, மத, இன, அரச ஆண்வழிச் சமூகம் அமைக்கப்பட்டதை நாம் அதிகாரக் கருத்தியலாகத் தெரிந்துகொள்கிறோம். மற்றபடி பெண்கள் ஆதிகாலம்தொட்டு சாதி, சமய, மத, அரச நிறுவனங்களின் அதிகாரப் பிரதிநிதியாக இல்லை என்பதோடு அடிப்படையான குடும்ப அலகு வரை மறு உற்பத்திக்கான அவசியங்களுக்கு சிறைப்படுத்தப்பட்டிருக்கிறார்கள் என்பதை நாம் சமகாலம் வரை நீட்டிக்கலாம்.

இப்பொழுது இதன் மறுபக்கத்தை நாம் பார்க்க வேண்டும். மேற்சொன்ன நிறுவனங்களுக்கு பெண்கள் எப்போதும் விசுவாச மற்றவர்களாகவும் அலைக்கழிக்கப்படுபவர்களாகவும் மேற்சொன்ன எவற்றின் மீதும் ஆழ்ந்த பிரக்ஞையற்றவர்களாகவும் சிலசமயம் யாவற்றுக்கும் மாறாக நடக்கும் அராஜகவாதிகளாக இருப்பதையும் இங்கு நாம் ஞாபகம் கொள்ளவேண்டும். இதைத்தான், மரபார்ந்த ஓர் ஆண் என்பவன் 'பெண்களைப் புரியாத புதிர்' என்றும் அதிக ஆழமுள்ளவர்கள் என்றும் சொல்லி பீதியும் கலக்கமுமடைகிறான். இன்றைய பின் காலனித்துவ மாற்றங்களில் பெண்களின் சர்வதேசப் பிரச்சினைகள் அவரவர் வாழும் இடத்திற்கேற்ப நடைமுறைச் சிக்கல்களோடு இருந்தாலும் மேலைச் சமூகத்தில் வெள்ளை ஆணாதிக்கமாக மாறி கறுப்பினத்தவரை அரசியல்படுத்தியும் வெள்ளைப்பெண்களின் கீழ் கறுப்பினப்பெண்களின் நிலைபற்றின கேள்வியாகவும் பிளவுபட்டு ஒரே சமயத்தில் வெள்ளைக் கறுப்பின ஆண்களுக்குக் கீழான கறுப்புப்பெண்களின் பிரச்சினைகளாகவும் பன்மையடைந்து வருவதோடு, இதன் நெருக்கடியில் புறவயமாகும் ஓரினப் புணர்ச்சிக்கான அரசியல் வலுத்துவருவதையும் நாம் கணக்கிலெடுக்கத்தான் வேண்டியிருக்கிறது. இந்தியாவில் இந்து மேல்சாதி ஆணாதிக்கமாக தலித்துகளும், தலித் பெண்களுக்கு மேல்சாதி பெண்கள், ஆண்கள் மற்றும் சுயசாதி ஆண்களுக்குக் கீழான ஒடுக்குமுறைகள் எனவும் விரிவடைந்து, நகர்மயமாதல், பொருளாதாரம் சார்ந்த கலப்புத் திருமணங்கள், பெண்களின் சுயச்சார்பு என குறுக்குமறுக்குமான போக்குகள் கலாச்சாரத்தளத்திலும் நிகழ்வதை ஒரு பெரும் ஆய்வாக பின்தொடர வேண்டியிருக்கிறது. மற்றபடி அரசு ஆதிக்கமென்பது இன்னமும் வர்ணாசிரம, சாதிய மையத்தில் இருந்துதான் உருவாகிறது என்பதோடு உலகமயமாதலில் அவற்றிற்கிடையே வன்முறை கூர்மையடைவதை நாம் முக்கியமாகக் குறிப்பிட வேண்டியிருக்கிறது.

பழங்கால உற்பத்திமுறையில் கைத்தொழில், விவசாயம் மற்றும்

குழந்தை வளர்ப்பு போன்றவற்றில் பங்குபெற்ற மூன்றாம் உலகப் பெண்களின் வாழ்வில் இதுவரை எந்த மாற்றமும் இல்லை என்பதுதான் சமூக ஆய்வாளர்கள் முன்னெடுக்கப்பட வேண்டிய ஆய்வு. பெண்வழி தேசியம், பெண்வழி ஆளுமை, பெண் வழி நிர்வாகங்கள், சமபால் உலகம் என்பதன் நிறைவேறாத கனவுகள் பெண்களுக்கான அதிகார நீக்கம் செய்யப்பட்ட அல்லது அவர்களது இருப்பை, பாலியல் புணர்ச்சி அல்லது காமத்தின் கேலி உருபு என்பதாக நீடிப்பதை ஒரு பெண் எப்படி ஒப்புக்கொள்வாள். அதனாலேயே ஆண் சாதி, மத, இன அதிகாரங்களுக்கு இயல்பிலேயே விசுவாசமற்ற பெண்கள் அரசு, குடும்பம் போன்ற நிறுவன அடிப்படையிலேயே குழந்தை வளர்ப்பு மற்றும் தங்களது எதிர்ப்பற்ற பாலியல் ஒடுக்கங்கள், வேலைகள் போன்றவற்றை ஒரு வலியோடு ஏற்று வந்துள்ளார்கள் என்றாலும் இன்றைய நவீனப் பெண்கள் அதற்கான உளவியல் காரணங்களை முற்றாகவே மறுக்கிறார்கள். சிக்மண்டு ஃப்ராய்டின் இடிபஸ் காம்ப்ளக்ஸ் போன்றவை மறுபரிசீலனைக்கு உட்படுத்தப்படும் இந்நாளில் ஆண் குழந்தையானாலும் பெண் குழந்தையானாலும் அதன் தாய்க்கு ஓரினப்புணர்ச்சியின் பங்குதாரர்கள்தான் என்ற அளவில் நிலவிவரும் மெத்தனப் போக்குகொண்ட ஆண் நிறுவனங்களுக்கு வெளியே பெண்கள் தங்களது மறு உற்பத்தியை வித்தியாசமாகப் புறவயப் படுத்துகிறார்கள் அல்லது அரசியல்படுத்துகிறார்கள்.

பிரசவித்தல், பால்கொடுத்தல் மற்றும் உடலின் கதகதப்பில் இருத்துதல், பராமரித்தல், பசி மற்றும் சுகாதாரப் பிரச்சினையைக் கையாளுதல், தழுவுதல், மோகித்தல் என்ற முறையில் ஒரு தாய் தன் பூந்தசைகளோடு தன் குழந்தைகளின் பூந்தசைகளை ஒத்திசைத்து உரசிக்கொள்ளும்போது குழந்தைகள், தாயின் தன்பால் புணர்ச்சியின் அசைவுகள் நிறைந்த அல்லது அதில் பிரக்ஞையற்று பங்கு பெற்றுக்கொண்டிருக்கும் இணைகளாக ஒரு குறிப்பிட்ட வயதுவரை வளர்வதைத்தான் இங்ஙனம் நாம் சொல்கிறோம். ஆண் குழந்தையாக இருந்தால் பாலுறுப்பின் வளர்ச்சி ஒரு குறிப்பிட்ட முதிர்ச்சி அடையும்வரை அது பெண் குழந்தைகளுக்கு இணையாக இருப்ப தாகத்தான் ஆய்வுகள் கூறுகின்றன. ஆக குழந்தைகளின் வளர்நிலையில் ஒரு கட்டத்தில் சமூகமானது தாய்க்கும் அவளது குழந்தைக்கும் தன் நீதியைப் போதித்து தன்வயப்படுத்தும்போது, தாய் தன் விலங்குத்தன்மையில் சமூக அறிவை நிர்ப்பந்தப்படுத்தி தன்னிலிருந்து விலகும் குழந்தைகளின் மாற்றத்தை (கற்பிதமான) நியாயம் என அறிந்தேற்கிறாள். இவ்விடத்தில்தான் குழந்தைகள் அவளது தன்பால் உறவிலிருந்து துண்டிக்கப்படுகின்றன. பிறகு அவைகள் வளர்ந்து மையப் பாலுணர்வு சார்ந்து ஒரு ஆணையோ, பெண்ணையோ சமூக மறுஉற்பத்தி மற்றும் உடல்ரீதியான காமம் தீர்ப்பதற்கான அவசியமாய்த் தேர்ந்துகொள்ளும்போது அவர்களது தாய் விலங்கு தன்

குழந்தைகளுடன் புதிதாய் இணையும் அந்நியர்களோடு முரண்படுகிறது, வெறுக்கிறது அல்லது பயப்படுகிறது. தனிமையில் எந்த அரசியலுமற்று அதற்கான சமுக ஆதரவுமற்று அடிபணிந்து போவதைத்தான் புராதனத் தாய்மையின் தீர்க்கமுடியாத நெடுங்காலச் சோகமென் நாம் வரையறுக்கலாம். பெண், தன் கணவனின் சந்ததி காப்பாற்றப்பட வேண்டும் என்பதற்காகத்தான் அன்பு, கடமை, பொறாமை, பிடிவாதம், தாய்மை மற்றும் விட்டுக்கொடுத்தல், தியாகம் என பல பண்பு நலன்களின் முரண்பாடுகளுக்குள் பலியாகிறாள் என்ற மரபார்ந்த பார்வை அல்லது தெய்வீகமானது, எந்த அடிப்படையுமில்லாத ஆணுக்கேயுரிய பெண்மீதான உயர்வுநவிற்சியின் தந்திரங்கள் சார்ந்த வெறும் பழக்கவழக்கம் மட்டும்தான் என நாம் சொல்லலாம். இது நிலவுடமை காலத்து எச்சம் என்றும் ஆதி விலங்குணர்ச்சியிலிருந்து பெண்ணை மீட்டெடுக்கும் கருத்தியல்களுக்கு இன்றும் ஒரு துணிவற்ற சமூகமாய் அவளை போகப் பொருளாக, கருப்பை கால்நடையாக நடத்திவரும் அவமானம் என்பதை ஆணாயிருக்கும் ஒவ்வொருவரும் சுய வெட்கத்துடன் ஒத்துக்கொள்ள வேண்டும். இத்தகைய பார்வையின் பின்னணியில்தான் இன்றைய வாழ்வில் பெண்கள் தனது உடல்களை ஊடகங்களின் முன்பு அல்லது பொதுவிடங்களில் பகிரங்கப் படுத்துவதையும் புரிந்துகொள்ள வேண்டும். தன் உடலைக் காட்டி வசப்படுத்துவதில் உள்ள அரசியல் என்பது கருவளத்தை மர்மப் படுத்துவது அல்லது ஆதிக்கப்படுத்துவது என்பதிலிருந்து வெளியேற்றுவதற்கும் சுயேச்சை அடைவதற்குமாகத்தான் என்பதை புரிந்துகொள்ள வேண்டும்.

இனி கர்ப்பப்பையோ, பிறப்பு உறுப்புகளோ எந்த புனித நிறுவனங்களுக்கும் குறிப்பாக எந்த பாரம்பரிய குடும்பத்திற்கும்கூட உரித்தானதில்லை என்பதோடு அவற்றை தன்னுடைய தேர்வின் கீழ் அமைதிப்படுத்தவும் மனம்போல் பயன்படுத்தவுமான ஒரு மெய்ம்மையை பெண்கள் மெதுவாக மீட்டெடுக்கிறார்கள். பொதுவாக நாம் சொல்லும் தாய்மைப்பண்பு என்பதெல்லாம் அதன் செவ்வியல் அல்லது மத்தியகால அர்த்தங்களிலிருந்து கேள்விக்குரியதாகிவிட்டது. வறுமைக்கு உட்பட்ட இந்தியாவின் சில பகுதிகளில் விற்பனைக்காக சில வாடகைத் தாய்மார்கள் உலகின் எந்த மனிதக் கருவையும் வயிற்றில் தாங்கி பெற்றுத் தள்ளுகிறார்கள். இது மறுஉற்பத்தியை வர்த்தகத்திற்குக் கீழும் அல்லது தனியுடைமைக்கு மேலும் பொதுவில் விடுவதற்குச் சமம். மனுசாஸ்திரத்தில் ஒரு விதி வலிமையாகச் சொல்லப்பட்டிருக்கிறது: ‘ஒருவனுடைய மனைவியுடன் வேறு குலத்தவன் உடலுறவுகொள்வது கோத்திர நாசம். சொந்த குலத்தானாகவே இருந்தாலும் வேறொருவனுடைய மனைவிக்கு குழந்தையைத் தந்துவிடக்கூடாது. தன் விந்துக்குப் பிறக்காத குழந்தையை ஒருவன் வளர்க்க நேர்ந்தால் அதற்குக் காரணமான அவன் மனைவியைப் புணர்ந்தவன் பெரும்

நாசமடைவான்' (சரியான பதங்களில் இல்லை.) என்கிறார் மனு. தான் சம்பாதித்த உடைமைகளை தனது இரத்தத்திற்கு வாரிசல்லாத ஒருவர் அனுபவிக்கக் கூடாது என்பதுதான் இதன் விளக்கம். குலம் மற்றும் சாதியம் சார்ந்த பொருளாதார அடிப்படைகள், தனியுடைமை ஆக்கப்படுவதற்கு முன்நிபந்தனையாக ஆணாதிக்க, சாதிய குடிமையியல் ஏற்பாடுகள் இப்படிதான் நடந்தது. இதன்வழியேதான் இன்றைய நவீனமுதலாளித்துவத் தொழிற்சமூகத்திற்கு சாதி நிலவுடைமை ஆதாரங்களில் இருந்து கச்சாவான மூலதனம் பெறப்பட்டது. அதுதான் இன்று இந்தியாவில் பெரிய அளவில் பின்காலனியத்தோடு சேர்ந்து கொழிக்கிறது. ஏராளமான குடும்பங்கள் வாரிசுகளை மட்டும் வைத்துக்கொண்டு இன்று அடிப்படைச் சொத்துகள் ஏதுமின்றித் தவிக்கின்றன.

இதில் என்ன கண்டுபிடிப்பு வேண்டியதிருக்கிறது? உலகம் முழுவதும் இப்படிதான் நடந்திருக்கிறது. மார்க்சும் ஏங்கெல்சும் சொல்லாததா? என்று கேட்டவர்கள் அதிகம் இருக்கலாம். இப்படியான உள்விவகாரங்கள் ஏதுமற்று தங்கள் சமூகங்களை பொருளாதார அடிப்படையில் மிக விரைவாக கட்டமைத்துக்கொண்ட மேற்கத்திய நாடுகளின் ஏகபோக வளர்ச்சியைக்கூட நம்மால் புரிந்துகொள்ள முடிகிறது. ஆனால் இன்னமும் நிலவிவரும் இந்திய நிலவுடைமைசார்ந்த சாதிய அகமண சொத்துரிமைகள் எத்தனை விளிம்புநிலைமக்களை, சிறுபான்மையினரை, தலித்துகளை, பழங்குடிகளை, குறிப்பாகப் பெண்களை அரசியல் அற்றவர்களாக ஆக்கி வன்முறையின் ஊடாக கொன்றழித்துவிட்டது என்பதை மேற்சொன்னவர்கள் ஏன் அறியாது இருக்கிறார்கள் என்பதைத்தான் புரிந்துகொள்ள முடியவில்லை. உலகத்திற்கான ஆன்மாவை வழங்கவல்லதாகக் கூறிக்கொள்ளும் இந்தியத் துறவுகூட பெண்களைப் பொறுத்தவரையில் ஒரு சமப்பால் சீர்திருத்த இயக்கமாக வளரவில்லை. துறவு என்பது மதத்தின் முன்வரைவு என்றும் அதற்கும் ஆளும் கருத்தியலுக்கும் நெருங்கிய தொடர்பு இருப்பதாகச் சொல்லி மற்றுமொரு பொருளாதார, ஆணாதிக்க, தத்துவ நிறுவனத்தைத்தான் அது சுட்டிக்கொண்டது. அதற்கிடையில் இங்கு ஒரு பெண், துறவி ஆனாலும்கூட அவள் அடிப்படையில் மதவாதிதான். இன்றைய பிரம்மகுமாரிகள் சங்கத்தைச் சேர்ந்த ஆங்கிலம்படித்த ஒரு நவீனப்பெண்ணைவிட சங்ககாலத்தில் தமிழ்மொழியில் செய்யுள்களை இயற்றிய தமிழ்ப்பெண் துறவியென தொடர்ந்து நம்பவைக்கப்படுகிற அவ்வை, மிகவும் முற்போக்கானவரும் மேதமையும் சுதந்திரமும் கொண்டவர். ஆனாலும் அவர் ஒரு துறவி கிடையாது. ஆகம விதிகளுக்கு வெளியே ஊர் ஊராக அலைந்த ஒரு நாட்டுப்புற நாடோடி என்று வேண்டுமானால் சொல்லலாம். அப்படி இல்லையெனில் கள் அருந்தும் பழக்கமுள்ள அவர் தன் காமம் அறியாது உறங்கும் ஊரை 'முட்டுவென் கொல், தாக்குவென் கொல்' என்று வேட்கையுடன் சினந்திருப்பாரா?

துறவிக்கு ஏது காமம். நமக்குத் தெரிய ஞானம் வேண்டி காமத்தைத் துறந்தவர்கள் ஆண்கள்தான். மற்றபடி பெண்ணுக்கு காமம் ஒரு அரசியல் கருவி. தன்னுரிமையின் திறவுகோல். தனது உடலையும் இந்த பிரபஞ்சத்தையும் ஆண்களின் அல்லது கடவுளின் நிறுவனமயமான பொருண்மைக் கருத்தியல்களில் இருந்து துண்டித்து அதன் ஆகிவந்த தத்துவத்தைக் கடந்து தன் விருப்பில் தங்களது உலகங்களுக்கு வேறுபெயரிடும் அரசியல் முயற்சியாகத் தங்கள் உடலை அவர்கள் இன்று அடையாளம் கண்டுகொண்டிருப்பதுதான் முக்கியமானது. இதற்கு முதற்படி பெண்கள் தங்களின் மதச் சாயல்களிலிருந்து வெளியேறுவது. எல்லா மதங்களும் ஆண் கடவுளை மையமாகக் கொண்டிருப்பது தற்செயலானது அல்ல என புரிந்துகொள்வது, பழங்குடிச் சமூகங்களில் பெண் நிலைப்பாடு ஒருவித சடங்கியல் மற்றும் ஆளுமைச் செயலாக்கமாக இருந்ததை புனரமைத்துக்கொள்வது இன்றைய நவீன சந்தைமயமாக்கத்தில் வணிகச் செயல்பாடு முதல் வாக்குரிமையின் தேர்வு வரையிலும் பங்கெடுப்பது, குடும்பத்திற்கு வெளியே தனக்கான மாற்று இருப்புகளை கட்டுவதற்கான ஒரு வரலாற்று இயங்கியலை ஆணாதிக்க வரலாற்று கற்பிதங்களிலிருந்து பிரித்தெடுத்து புதியவகை பெண்ணிய வரலாற்றுப் பொருள் முதல்வாதத்தை இருப்பிடத்தோடு மறு உற்பத்தி செய்துகொள்வதற்கும் ஆக, தங்கள் வேட்கைகளை உடல்சார்ந்த காமத்தின்வழியே ஒரு உந்துதலாகப் பயன்படுத்துவதற்கான காலம் இன்று மேலெழும்பி இருப்பதை நாம் உணரமுடிகிறது. உளப்பகுப்பாய்வு மூலம் பெண்ணிலைவாதியான ஜூடித் பட்லர் கூறுகிறார்: 'தன்னிலையின் மையமழித்து அதன் ஸ்திரத்தன்மையை குலைத்தல் என்கிற பின் நவீனத்துவச் செயல் பாடானது, பெண் என்கிற பாலின அடையாளத்தை சாத்தியமற்றதாக்கி முயல்வினையை நீக்கி அரசியலற்ற சூழ்நிலைக்கு தள்ளிவிடாதா?, எனக்கேட்கும் அவர், மேலும் பெண்கள் குறித்து பேசும்போது, உளப்பகுப்பியலின் பல்வேறு போக்குகளிலும் ஏதோவொரு கதைப்பாடலானது, குழந்தைகளின் வளர்ச்சிப்போக்கில், ஆதி இனங்காணல், ஆதி அமுக்கல் (PRIMARY IDENTIFICATION OR PRIMARY REPRESSION) என்பதன் மூலம் பாலின அடையாளத்திற்கு வித்திடுகிறது. இவ்வடையாளம் ஒப்பீட்டளவில் நிலையானது எனும்போது, 'ஒருவர் ஒரு பாலினத்தோடு தன்னை இனம் காண்கிறார். இதனால் பிறிதொரு பாலினத்தின் மீது வேட்கைகொள்கிறார்' என்கிற லகானியப் பெண்ணியமான 'மாறாநிலைபெற்ற லிங்கத்துவ நியதி சார்ந்த ஸ்திரமின்மையை பட்லர் மறுக்கிறார். மேலும் இனங்காணல் மீது நிலைபெறும் கதைப்பாடலை குழந்தைகளின் பாலின ஏற்புக்குக் காரணமாகச் சொல்லுவதன் மூலம் 'இனங்காணலுக்கு அடிப்படையாக அமையும் மாய்மைகள் (PHANTASIES) ஒரு தன்னிலையின் பண்புகளல்ல. மாறாக அவை அகம் கற்பிதமாகக் கொண்டுள்ள அடையாளத்தின் வரலாற்றைக் குறிப்பவை. அது உருவான,

கட்டமைக்கப்பட்ட வழிமுறைகளைப் பேசுபவை. இக்கட்டமைவு, அகவெளி எனும் ஒன்றைத் தோற்றுவிக்கிறது எனினும் அது நிகழ்த்தப்பெறுவதும் உருப்பெறுவதும் உடலின் பரப்பிலேயே ஆகும். பாலினப்பரப்பில் தவிப்புகள், மறுப்புகள் சார்ந்து உற்பத்தி செய்யப்படுவதே இவ்வெளி' என, பிறிதொரு முக்கியமான சாத்தியத்தை வலியுறுத்தும் பட்லர், 'இதன்படி இனங்காணல்கள், பாலின அடையாளத்தை உறுதிப்படுத்த உதவுவதற்கு மாறாக, பல்வேறுபட்ட பாலியல் அர்த்தங்கள் லிங்கத்துவத்தின் பண்பாட்டு வரையறையை மீறி புழங்க இடமளிக்கின்றன. நனவிலி மனம்சார்ந்த மாய்மைகள், அடையாளத்தின் குறுகிய வரம்புகளை மீறிப் பெருகும் நிலை இது' என்றும் வளர்த்தெடுக்கிறார். (நன்றி: திருமுகமும் சுயமுகமும், சுந்தர்காளி).

இதன் வளர்நிலைப்பாதையில் அல்லது இயங்கியலில்தான் மேலைச் சமூகங்களில் லெஸ்பியன்களுக்கு தனிநாடு வேண்டுமென்ற போராட்டம் வலிமையடைவதை நாம் குறிப்பிட்டுப் பேசுகிறோம். அறிவு அல்லது வளர்ச்சியடைந்த நாகரிகமென்கிற இன்றைய கற்பிதமான நிறுவனங்களின் பொருண்மைகளுக்கிடையில் பெண்ணும் கட்டுப்பட்டிருப்பதை பேசவந்த நாம் விலங்கியல்பில் ஒரு பெண்ணை ஆணோடு சேர்த்து எவ்வாறு இரண்டாம்பட்சமாக சுருக்கிவிட முடியும் என்பதை ஒரு கேள்வியாக வைக்கமுடியும். இப்பொழுது உற்பத்தி உறவற்ற மூலதனங்கள் உலகமயமாக்கலில் பெரும் வல்லமை பெற்று மூன்றாம் உலகங்களை தங்களுடைய வேட்டைக் காடுகளாக ஆக்கிக் கொண்டிருக்கும்போது, அவற்றின் வளங்களுக்காக இன்னும் உழைக்கப்போகும் மனிதர்களை மறு உற்பத்தி வழியே பெற்றுத்தருவது என்பது மூன்றாம் உலகப்பெண்களின் தலைவிதியாகிறதா? அப்படி இல்லாமல் இன்று ஒற்றை ஆண் பெண், தனிக்குடும்பங்கள், மறு உற்பத்தியற்ற குடித்தனங்கள், வாடகைக்குப் பிள்ளை பெற்றுக் கொள்பவர்கள் என குறைந்தபட்ச உள்மாற்றங்களை சந்தித்துக் கொண்டிருக்கிறது நவீன இந்தியா.

நீண்ட நெடுங்காலமாய் ஆண்களாய் இருப்பதற்கு அல்லது இருக்கப் பழகியதற்கு பெருமிதமடைபவர்களும் அல்லது வருத்தமடைபவர்களும், வெகுகாலமாய் பெண்களாய் இருப்பதற்கு அல்லது அதை நிரூபிப்பதற்கு துக்கம் அடைந்தவர்களும் அல்லது மகிழ்ச்சி அடைந்தவர்களுக்கும் இடையேதான் மையப் பாலுறவிலிருந்து விலகி தன்பால் புணர்ச்சிக்கு பிறப்பிலேயே மாற்றம் அடைபவர்கள் ஒரு புதிய பரிமாணமாக உருவாகியிருக்கிறார்கள் என்பதையும் இதில் பெண்ணே எல்லாவித கருத்தியல்களுக்கும் வெளியே உடலரசியலின் பன்மை உருக்களாய் இருக்கிறாள் என்பதை ஆண், பெண் ஆக உலகைப் பிரித்து வர்க்கமாய் நிறுவும் சிந்தனைமுறை இன்னும் எத்தனை தலைமுறைக்கு மறைத்துவைக்கும் என்பதை ஆய்வாக்கி நாம் முடித்து வைக்கலாம்.

பின்குறிப்பு:

1. எந்த ஆணும் தன்னிலிருந்து பெண்ணை அரசியல் வழியே புறந்தள்ளுகிறான். ஒருபோதும் அவள் ஆணுக்கு ஒரு வாழ்மாதிரியாக அமைவதில்லை. தன் தந்தையின் வாழ்விலிருந்து எதிர்காலத்திற்கான அதிக செய்திகளை ஒரு ஆண் பெறுவதாக நம்புவது எந்தச் சந்தேகமும் இன்றி புற உலகம் ஆணாதிக்கமாய் கட்டமைக்கப்பட்டிருப்பதை உறுதி செய்கிறது. லெவிஸ்டிராஸ் சொல்வதுபோல, 'பழங்குடிச் சமூகமானது எந்த நவீனத்துவ நிபந்தனையுமின்றி தங்கள் காலத்திலேயே ஆரோக்கியமாகவும் திடமாகவும் வாழ்வதற்கான அறிவைப் பெற்றிருந்தார்கள் என்பதோடு, ஆயிரக்கணக்கான மூலிகைகள், வேட்டை உத்திகள், குடியிருப்புகள், தகவமைப்புகள், சடங்குகள், வழிபாடுகள், நம்பிக்கைகள் போன்றவற்றில் இன்றைய ஆற்றல் வழக்கொழிந்த ஜடமான, திறனற்ற, ஒரே படித்தான அமெரிக்கமயமான நவீன மனிதர்களைக் காட்டிலும் சிறப்பாக இருந்தார்கள்' என்பதைப்போலவே பெண்களும் இந்த கருவள, மறு உற்பத்தி, அரசாதிக்க, நிறுவன நிர்ப்பந்தங்களுக்கு வெளியே புராதன தாய்மையுடனே தங்கள் அதிகாரத்தையும் தேவைகளையும் ஆண் துணையின்றி பூர்த்திசெய்துகொள்ள முழு வலுவுடன் நிற்கிறார்கள் என்பதில் சந்தேகமில்லை. சமூகவயமாக எந்த ஆணின் திமிரும் இதில் குறுக்கிடாமல் இருக்கும்பட்சத்தில் அந்நடத்தையே ஒரு அறிவார்ந்த மெய்ம்மையும் அறமுமாகிறது.

2. ஓரினப் புணர்ச்சியாளர்கள் மையப் பாலுறவிலிருந்து விலகி தங்கள் வாழ்வை தீர்மானித்துக்கொள்ளும்போது, மேலைச் சமூகத்தில் அது ஒருவகையான அரசியல் விடுதலையாக இருந்தாலும் மூன்றாம் உலகங்களில் ஓரினப் புணர்ச்சியென்பது ஏகாதிபத்தியத்திற்கான மறு உற்பத்தியைத் துண்டிப்பது என்று பொருள்படுகிறது. நிலவிவரும் குடும்பங்களின் மீதான உடைப்புகள் மற்றும் மாற்றுப் பார்வைகளை எதிர்காலத்தில் பின்தொடரப்போகும் இளைய சமூகத்தின் அரசியல் இவ்வகையில்தான் நமது புதிய பார்வைக்கு வசப்படுகிறது.

3.

அ. திருமணத்திற்கு வெளியே உடலுறவு வேண்டும்.

ஆ. குடும்பத்தில் செய்யும் வேலைக்கு சம்பளம் வேண்டும்

மேற்சொன்ன இரண்டு நிபந்தனைகளும் 1990ஆம் ஆண்டு சீன பெய்ஜிங்கில் நடந்த உலகப்பெண்கள் மாநாட்டின் எளிமையான முழுக்கங்கள். ஏறத்தாழ 18 ஆண்டுகள் கழிந்துவிட்டன. உலகின் எந்த தேசிய, சோசலிச, ஜனநாயக அரசும் இதுவரை இவற்றை நடைமுறைப்படுத்த முடியவில்லை எனும்போதே இன்னும் காத்திருக்கும் பெண்களுக்கான போராட்டத்தின் நெடியபாதை கண்முன் விரிகிறது.

•

அதிகாரத்தின் கவனிப்பற்ற மரணங்களும் இறந்தபிறகே பணம் பெறுபவர்களும்

நம்மில் யார் ஒருவருக்கும் ஒரு போலீஸ்காரரைத் தெரிந்திருக்கிறது அல்லது அரசுத்துறை அதிகாரி ஒருவர் குடும்ப நண்பராக இருக்கிறார். மேலும் நாம் அவர்களில் யார் ஒருவரின் தொலைபேசி எண்ணையாவது பத்திரமாக வைத்திருக்கிறோம். இதில் சிலருக்குச் சட்டமன்ற உறுப்பினர்கள், ஒன்றியத் தலைவர்கள், நகரச் செயலாளர்கள், வட்டப் பிரதிநிதிகள், எம்.பி.க்கள், மந்திரியென முக்கியமான தொடர்புகளும் இருக்கிறது. பொது இடங்களில், நகரத் தெருக்களில் ஏதேனும் சிறிய தகராறு அல்லது பொருட்கள் வாங்கும் அங்காடியில் நமக்குத் தெரிந்த

அதிகார நபரின் பெயரைச் சொல்லி மிரட்டவோ, பாதுகாத்துக் கொள்ளவோ அல்லது பொருட்களின் விலையைக் குறைத்து வாங்கவோ பயன்படுத்துகிற பலரில் நாம் ஒருவராக இருக்கிறோமா என்பதும்தான் இன்றைய கேள்வி.

இப்படியான அதிகாரம் நபர்களின் வழியே நம்மேல் ஒரு வலையைப் போல கவிந்து கண்காணித்து வருவதை நாம் இயல்பாக அனுசரிக்கத் தொடங்கி விட்டோம். ஏனெனில் அதிகாரம் சார்ந்த யார் ஒருவரின் துணையில்லாமல் நம்மால் நிம்மதியாக வாழ முடியவில்லை அல்லது இந்த அதிகார அமைப்பின் கீழ்தான் நாம் பத்திரமாக இருப்பதாகவும் நம்புகிறோம். இப்படியான அமைப்பு இல்லையெனில் நாம் ஒருவரையொருவர் ஏமாற்றிக்கொண்டும் அடித்துக்கொண்டும் சீரழிந்து இறந்துபோய்விடுவோமோ எனவும் சட்டங்கள், நீதிகள், தண்டனைகளின் துணையின்றி நமது இருப்பு கற்பனை செய்துகூட பார்க்கமுடியாத அளவு அச்சம் தருவதாக இருக்கிறதில்லையா? இப்படியான வாழ்வாதாரம் ஒருபுறமிருக்க, இன்னும்கூட நமது வாழ்வுறுதி முகவர்கள் நம்மைவிடாது பின் தொடர்கிறார்கள். அவர்கள் நமது இறப்பிற்குப் பிறகு பணம் கொடுப்பதாக வாக்குறுதியளிக்கிறார்கள். ஒருவர் உயிரோடு இருப்பது ஆபத்துகள் நிறைந்ததென்று சொல்லுகிறார்கள். ஆகவே, வாழ்வது கடினம் என்பதால் அதற்கிடையில் நாம் இறந்துவிட்டால் நமது மனைவி, பிள்ளைகளுக்காவது பணம் கிடைக்கும் என்பதைத் தொடர்ந்து தவணை செலுத்தி ஒப்புக்கொள்கிறோம். பிறகு மனைவிக்கும் பிள்ளைகளுக்கும் கொடுப்பதாக அதே வாழ்வுறுதிப் பத்திரங்கள் நீள்கின்றன.

இப்போதெல்லாம் மனிதர்களுக்கு இணையாக வாகனங்கள், எந்திரங்கள், புற்தரைகள், புத்தகங்கள், நாய்க்குட்டிகள், உடலின் தனித்தனி உறுப்புகள், கால்நடைகள் என உயிருள்ள, உயிரற்ற எல்லாவற்றையுமே வாழ்வுறுதிப் பத்திரங்கள் தங்களுக்குள் பிடித்து வைத்திருக்கின்றன. இதைத்தான் நாம் ஒரு முதலாளித்துவச் சமூகம் தன்னை நீடித்துக்கொள்ளச் செய்யும் தந்திரமெனச் சொல்கிறோம். இந்த ஏற்பாடு அதன் புத்திபூர்வமான, அதிகாரபூர்வமான ஆனால் அதேசமயம் பொருண்மையான தொடர்ச்சி என்பதே உண்மை. உண்மையைச் சொல்லப்போனால் இருப்பவர்க்கும், இறப்பவர்க்கும் இந்த வாழ்வுறுதி முதலீட்டிற்கும் எந்தச் சம்பந்தமும் இல்லை. இது ஒருவகையில் முதலாளித்துவச் சமூகத்தின் மறைமுக மூலதன லாபங்களையே யூகபேரமுறையில் பெருக்குகின்றன். சேமிப்புகள், வாழ்வுறுதி டெபாசிட்டுகள் மற்றும் பலவகையான மக்களின் பொதுமூலதனம் யாவும் பெரும் தொழிலதிபர்களின் தொழிற்சாலை களுக்கான மூலதனமாகக் கடன் வழியில் அளிக்கப்பட்டு அதன் லாப விகிதங்கள் நாட்டு நலத்திட்டம், பொதுச் செலவுகள், நிர்வாக விரயங்கள் போக மேற்சொன்ன எளிய வாழ்வுறுதி முதலீட்டாளர்களுக்கு அவர்கள்

இறந்தபின் அளிக்கப்படுகிறது.

ஆக, உயிரோடு இருக்கும்போது அவருக்கும், இந்த முதலீட்டுப் பத்திரத்திற்கும் எந்தச் சம்பந்தமும் கிடையாது. மற்றபடி, எளிய ஒரு தொழிலாளியைக்கூட விரட்டிவரும் இந்த வாழ்வுறுதி முகவர்கள் எப்படி உருவாகி வருகிறார்கள்? ஒருவர் வீட்டில் அதிகம் படிக்கமுடியாமல் போய்விட்ட, அல்லது படித்த, சிறுதொழில் செய்கிற ஒருவர் சும்மா இருக்கும்போது ஒரு நாளில் இரண்டு மணி நேரம் செலவிட்டால் போதும் அவர் வாழ்வுறுதி முகவர் ஆகிவிடலாம் என நம்ப வைக்கப்படுகிறார். அவர் செய்ய வேண்டியது தனது திட்டத் தொகைக்கு முதலில் உறவினர்களை அணுக வேண்டியது. மாமன், மாமி, பங்காளிகள், இரத்த உறவினர் அனைவரின் முன்பும், தனக்கு வேலையில்லை என்று போய் நிற்பது. அவர்களும் 'தங்களுக்குச் சேமிப்பு மூலதனமுமாச்சு, இந்த வெட்டிப்பயலுக்கு வேலையுமாச்சு' என்று அவரை ஒரு வாழ்வுறுதி முகவராக்கி அழகு பார்க்கிறார்கள்.

இந்தியாவில் இப்படிப்பட்ட முகவர்கள் 50 குடும்பங்களுக்கு ஒருவர் இருப்பதாக ஒரு புள்ளிவிபரம் கூறுகிறது. ஒரு முதலாளித்துவச் சமூக அமைப்பு இந்தியாவில் இளைஞர்களுக்கு வேலைவாய்ப்பு வழங்குவது இப்படித்தான். இப்படியாக இவர்கள் சேகரிக்கும் பணம் சமூகத்திற்கான உற்பத்தி உறவற்ற மூலதனப் பெருக்கமாக யார் கைக்குச் சேர்கிறது என்பதுதான் நாம் முன்வைக்கும் கேள்வி. ஒரு பேச்சுக்கு வைத்துக்கொண்டால் இந்த மாதிரி மக்களிடமிருந்து பெறக்கூடிய மூலதனங்கள் சாலைப் போக்குவரத்து, தானிய மகசூல், ஆடைகள் உற்பத்தி, புதிய ரயில்கள், ஒயின் தொழிற்சாலைகள், இறைச்சிக் கூடங்கள், துவரைப் பருப்பு உற்பத்தி, எண்ணெய் வித்துகள் பெருக்கமென்று மக்களின் அடிப்படைப் புழங்கு பொருள்களுக்கான உற்பத்தி மூலதனமாகப் பயன்படுகிறது என்று நாம் நினைத்தால் நம்மைவிட அப்பாவிகளை உலகத்தில் வேறு எங்கும் பார்க்க முடியாது. ஏனெனில் மேற்சொன்ன யாவற்றிற்கும் நாம் உலக வங்கியிடம்தான் கடன் பெற்றுக்கொண்டிருக்கிறோம். அக்கடன்களுக்கு வட்டி செலுத்தவே நமது வாழ்வுறுதிப் பத்திரங்கள் பயன்படுகின்றன. உற்பத்தி உறவற்ற மூலதனங்கள் இப்படியாக அந்நிய நாட்டுக் கடன்களுக்குப் போய்ச் சேர்கிறது. நாமோ மீண்டும் உற்பத்திக்காக மேலும் மேலும் கடன் பெற்றுக்கொண்டே இருக்கிறோம்.

கறவை மாடுகளை வைத்துக்கொண்டு பாலைவிற்றுக் கிராமப் புறங்களில் எளிமையாக வாழும் விவசாயி ஒருபோதும் பிழைப்பை மகா கஷ்டம் என்று சொல்லமாட்டார். ஆனால் அவர் உருவாக்கித் தருகிற பாலில் ஒரு சர்வதேச தரத்தில் சாக்லெட்டைத் தயாரித்து ஏற்றுமதி செய்யும் தொழில்நுட்பம் நம்மிடம் இல்லையென்றால், அவனைத் தற்கொலைக்கு நாமே தூண்டுவதாக அர்த்தமாகிறது. இப்படி

நிறுவனங்களின் கடவுள் 79

உற்பத்தி உறவு மூலம் வாழ்வை உறுதி செய்யமுடியாத அரசாங்கம் பிணையப் பத்திரங்கள் மூலமாக இறந்தபிறகு ஒருவருக்குப் பணம் தருவதாகச் சொல்வது, 'யாரை ஏமாற்றும் வேலை' என்று சிந்திக்கத்தான் வேண்டும்.

இப்படியாக நாம் சொல்லவருவது வேறொன்றுமில்லை. இந்தக் கண்ணுக்குத் தெரியாத மூலதனங்கள் உண்மையில் யார் பையில் போய் விழுகிறது என்பதுதான் குறைந்தபட்சமான கேள்வி. உலகமயமென்பதும் நகரமயமாதல் என்பதும் தடையற்ற வர்த்தகம் என்பதும் இதில் எந்த அரசின் தலையீடும் அவசியமில்லை என்பதும் பிறகு, இவை அனைத்தும் ஒரே அர்த்தம் தரக்கூடிய எளிய மனிதர்களை வறுமைக்குத் தள்ளும் ஏகாதிபத்தியக் கொள்ளையின் மறுவடிவம்தான் என்பதைப் புரிந்துகொண்டு வருகிறோம். ஒரு காலத்தில் இனக்குழுக்கள் அல்லது தொல்குடிகள் பதப்படுத்தப்பட்ட தோலுக்கும் இறைச்சிக்கும் அருகருகே சண்டையிட்டார்கள். பிறகு நிலங்களுக்காக, அதன் வேட்டையாடும் எல்லைகளுக்காக இனக்குழுத் தலைவர்கள் சண்டையிட்டார்கள். அதிகாரத்திற்காகவும் அரசாட்சிக்கும் வரிகளுக்காகவும் பின்னர் மன்னர்கள் நாடு பிடித்தார்கள். நிலவுடைமையிலிருந்து தொழிற்புரட்சி எழுச்சி பெற்றபின் தேசிய அரசாங்கங்கள் தங்கள் வளங்களுக்காக அண்டை நாடுகளின் மீது போர் தொடுத்தன. இப்போது எதுவும் செய்யத் தேவையில்லை. மூலதனமே கடவுள். வர்த்தகமே மேலாதிக்கம். இவ்விரண்டுக்கும் விசுவாசமாக இருக்கக்கூடிய எந்த தேசமும் அதன் பிரதமரும், ஜனாதிபதியும் மற்றொரு நாட்டிற்குள் தங்கள் பொருட்களைச் சந்தைப்படுத்த வலிமைபெற வேண்டும். தங்கள் பொருட்களை வாங்க முடியாதவர்களுக்குத் தங்களிடமிருக்கும் அபரிமிதமான மூலதனத்திலிருந்து கடன்களை வழங்கவேண்டும். எப்படியாவது அவர்கள் இறந்துபோகாமல் தங்கள் பொருட்களை வாங்கும்படி உயிரோடு வைத்திருக்க வேண்டும் என்கிற முறையில் வர்த்தகம் உலகத்தைச் சமன் செய்துவிட்டதாக அறிவிக்கிறார்கள். இந்தச் சமன்பாட்டின் பயன் மதிப்பு என்ன என்பது வர்த்தக நலன்களுக்கு நன்றாகவே தெரியும். அவை பெரும்பாலான வறுமையில் உழலும் மூன்றாம் உலக மனிதர்களை நாளடைவில் கொன்று முடிப்பது என்பது ஒருபுறமிருக்க, இறந்தாலும் உங்களுக்குப் பணம் கிடைக்கும் என்று சொல்லி நிகழ்காலத்தில் கையிலிருக்கும் சிறிய பணத்தையும் வாழ்வுறுதிப்பத்திரத்தின் வழியாக அபகரித்து வருவதைத்தான் நாம் கொடுமை என்கிறோம்.

ஒட்டுமொத்த அமெரிக்க, ஐரோப்பிய மேற்குலகம் இவ்வாறு தங்களது தொலைதூர மூன்றாம் உலக நிலங்களையும் மனிதர்களையும் தங்களின் தனிச் சிறப்பான மூலதனச் செல்வாக்கின் மூலம் தங்கள் தேவைக்கான உற்பத்திசார்ந்த உழைப்பு முகாம்களாக்கி வரும்போது, நமது குடும்பத்தில் ஒருவர் அல்லது நமது ஊரில் ஒரு ஆசிரியர் நம்மிடம்

வாழ்வுறுதி முகவராக வந்து வாசலைத் தட்டுகிறார். இம்மாதிரியான தேசிய அரசாங்கத்தின் முகவர்கள் போக தனியார் நிறுவன ஏகபோக பன்னாட்டுக் கம்பெனியின் முகவர்கள் உள்ளூர் பெருந்தொழில் முதலாளிகளின் முகவர்கள் எனப் பலரும் நமக்கு வாழ்வுறுதி தருகிறார்கள். நாம் கேட்பது ஒன்றுதான் - மூலதனத்தை என்ன செய்கிறீர்கள்? ஏன் சந்தையில் பழங்களின் விலைகள் கூடுகின்றன? இறந்தபிறகு நீங்கள் தரும் பணத்தை வைத்துக்கொண்டு சந்ததிகள் என்ன செய்வார்கள்? அவர்களுக்கு உற்பத்தியில் பங்கிருக்கிறதா? மூலதனம் எல்லோரையும் காப்பாற்றிவிடுமா? வாழ்வுறுதிப் பத்திரமற்றவர்கள் மூலதனத்துக்கு வெளியே அனாதைகளா? மரபார்ந்த, மத்திய கால இலட்சியவாதங்களுக்கு அல்லது மனிதஉடலை மறுஉற்பத்தி செய்யும் வம்சவிருத்திக்கு அதன் காலகாலமான சொத்துடைமைக்கு ஓர் அரசாங்கம் அல்லது தனியார் செய்துதரும் குறைந்தபட்ச முதலாளித்துவ ஏற்பாடுதான் இந்த வாழ்வுறுதிப் பத்திரங்களா? இப்பத்திரங்கள் இல்லாதவர்கள் விபத்தில் அல்லது நோயில் இறந்துபோனால் புதைப்பதைத் தவிர மாற்று ஏற்பாடு வேறு எதுவும் இல்லையா? இம்மாதிரி பாலிசிதாரர்களின் உறுதிப்பத்திரம்தான் ஒரு தேசிய அரசாங்கத்தின் கௌரவமாகப் பாவிக்கப்படுகிறதா? அல்லது அதிகபட்சம் இப்பாலிசிதாரர்கள்தான் நாட்டைக் காக்கும் தேசியவாதிகளா? மற்றபடி வெறும் குடிமைப்பொருள் அட்டை வைத்திருப்பவர்களல்லாம் அரசாங்கத்தை நெருக்கடிக்குள்ளாக்கும் உதிரிகளா? பிறகு தேசிய வருமானம் என்பது என்ன? அது எந்த வகையில் ஒவ்வொரு குடிமகனுக்கும் பகிர்ந்தளிக்கப்படுகிறது? அதாவது ஒருவன் தான் ஒரு தேசிய அரசாங்கத்தன் கீழே குடிமகனாக இருப்பதாக எப்படி நம்புகிறான்? ஒருவேளை அரசாங்கப் பெயர்ப்பட்டியலில் இடம் பெற்றிருப்பதாலா? அல்லது ஒரு கிராம அதிகாரி வழங்கும் பிறப்புச் சான்றிதழ் மூலமா? இல்லை பெருமைமிக்க இந்திய சாதியத்தின் பிரதிநிதியாக இருப்பதாலா? நாம் கேட்பதெல்லாம் ஒருவர் எப்படி இந்தியராக இருக்கிறார்? முதலாளித்துவத்தைப் பொறுத்தவரை மேற்கண்ட எதற்கும் அர்த்தமில்லை. அல்லது ஏகாதிபத்தியத்தைப் பொறுத்தவரை ஒருவர் குறைந்தபட்சம் வாழ்வுறுதிப் பத்திரம் உடையவராக இருந்தால் மட்டுமே அவருக்கான இருப்பு நியாயம் வழங்கப்படுகிறது. இப்படியான மூலதன இயந்திர உறவில் எந்தத் தொடர்பும் இல்லாத ஒருவர் இந்தியராக இருப்பது ஒரு வெற்று அடையாளம். அல்லது ஒரு எளிய நம்பிக்கை. போக அனாவசியம்.

நாம் இந்தக் கட்டுரையின் ஆரம்பத்திற்குத் திரும்புவோமேயானால் அதிகாரிகள் அல்லது ஆளும் வர்க்கங்கள் தங்களுக்குத் தெரியாத யார் ஒருவருக்கும் அல்லது தங்களுக்கு விசுவாசமற்ற யார் ஒருவருக்கும் வாழ்வுறுதி தரமுடியாதென்று தங்கள் அளவில் அதிகாரத்தைப் பாதுகாத்துக்கொள்கிறார்கள். வாழ்வுறுதி முகவர்கள், நீங்கள்

இறந்தபிறகு கட்டாயமாகப் பணம் தருவோமென்றும் தவணை அல்லது மூலதனத்திற்கு விசுவாசமாக இருங்கள் என்றும் நவீன அப்போஸ்தலர்களாய் போதிக்கிறார்கள். இப்படியாகத்தான் முதலாளித்துவமானது காலனிமயமாக்கலுக்குப் பின்பு தொழிற்புரட்சியின் பாரதூர விளைவுகளின் வழியே புரட்சிகரச் சக்திகளைக் காயடித்து வருகிறது. ஒருவர் இனி, தன் வாழ்வுக்கென ஆவேசமாகத் தெருக்களில் கூக்குரலிட்டுக்கொண்டு போக வேண்டிதில்லை. குறைந்தபட்சம் ஒரு பாலிசி எடுத்துக்கொண்டு விடுவது அவர் இருப்பை உத்திரவாதப்படுத்தும் செயலாகிவிடுகிறது. இந்த ஏகாதிபத்தியம் மேற்குலகத்திற்காக மூன்றாம் உலகத்தை மனிதர்களற்ற கனிம வளம் நிரம்பிய தொலைதூர நிலங்களாகத் தக்கவைக்க முயலும்போது, வாழ்வுறுதி அற்ற பல்லாயிரக்கணக்கான மனிதர்களின் மரணங்கள் இனிமேல் ஒரு செய்தியாக மட்டுமே ஆகிவிடலாம். நாம் இருப்பதற்காகத்தான் வந்தோம். சார்த்தர் சொன்னதைப் போல, சிந்திப்பதால் இருக்கிறோம். ஆனால் நாம் விரும்பிய வாழ்வு அல்லது அரசு என்பது இதுதானா? அல்லது அதை உருவாக்கும் சக்தியை இழந்துவிட்டோமா? புரட்சி என்பது ஒருபோதும் முதலாளித்துவ பொருண்மைக் கூட்டுக்குள் வெறும் சொல்லாக இருக்கமுடியாது. அது சோசலிசத்திற்கு மேலும் நவீனம் தாண்டிய கூடுதல் பரிமாணங்கள் கொண்டது.

•••

பின் நவீனத்துவ வாசிப்பில் இலக்கியம் வழியான சமூக ஓர்மைகளின் மறு படைப்பு

பல நூற்றாண்டுகளாகத் தொடரும் மனிதவாழ்வின் பொதுவான அம்சங்கள், நம்பிக்கைகள், பழக்கவழக்கங்கள் இவை யாவற்றையும் கட்டுப்படுத்தி பரவலான நலன்களை உறுதி செய்வதாகச் சொல்லும் அரசியல், வரலாறு, நிர்வாகம், நீதி, இராணுவம் போன்றவற்றை மறு பரிசீலனை செய்யவும், அதையே உரையாடலாக மாற்றுவதற்குமான காலகட்டத்தில் கடந்த பதினைந்தாண்டுகாலமாக நாம் நிற்கிறோம்.

விடுதலையடைந்த நாடுகளின் மறுமலர்ச்சி மற்றும் தேசிய கட்டுமானங்கள் சுதேசிய உற்பத்தி உறவுகள் யாவும் மூன்றாம் உலக

நாடுகளில் இன்றளவும் அடைந்திருக்கும் வளர்ச்சி அதன் சுயாதீனத்தில்தான் இருக்கிறதா? இல்லை வளர்ந்த நாடுகளின் சந்தையாக மறுகாலனிமயமாக்கப்பட்டிருக்கிறதா? என்பதும்கூட உரையாட வேண்டிய ஒரு சமூக அவசியமாக இருப்பதை உணர்கிறோம். ஏழ்மை நாடு என வரையறுக்கப்பட்ட நமது தேசத்தில், பண்பாட்டுக் கலாச்சார, மத, சமய, சாதிய, பிறப்படையாளங்கள் நமது உற்பத்தி உறவுகளைக் கட்டுப்படுத்தியும் கருத்தியல் தளத்தில் முழுக்க அரசியல் தன்மைகளையும் அத்தோடு அதிகார மனநிலையையும் இழந்து வந்திருப்பதன் வழியாகத்தான் இன்று நாம் மறுகாலனிமயமாகி வருவதை அறிந்துகொள்கிறோம். இன்று சாதியக் கூர்மை அதிகரித்திருப்பதுகூட மறுகாலனியத்தின் நலன்களுக்காக அதன் ஏகோபித்த முகவர்களாக தங்களை மாற்றுவதற்குத்தானேயொழிய தேச முழுமைக்குமான மாற்றுகளையும், மனித அடிப்படை உத்திரவாதங்களை செப்ப னிடுவதற்குமாக அல்ல என்பதை நாம் அதிகம் விளக்க வேண்டியதில்லை.

இவ்வாறான ஓர் அமைப்பில் விடுபட்டுப் போகும் மற்றைய மனித இருப்புகள் பற்றி நம்முடைய உரையாடலில் பரிசீலிக்கப் புறப்பட்டோமெனில் பட்டினி, வறுமைச்சாவு, தற்கொலைகள், பைத்தியமாகுதல், மதக் கலவரங்கள், இயற்கைச் சீற்றத்தால் இறக்கிறவர்கள் என பலபேருக்கு நாம் மௌன அஞ்சலி செலுத்துவதே வருங்காலத்தில் ஒரு பெரும் தேசிய கடமையாகிவிடும் என்பதை சிந்திக்க வேண்டியும் இருக்கிறது.

மதம், அரசு, குடும்பம் போன்ற நிறுவனங்கள் பல நூற்றாண்டுகளாக மனித சமூகத்தின் பாதுகாவலர்கலாக பொறுப்பேற்றுக் கொண்டதி லிருந்து அரசு அதிகாரம் மனிதர்கள்மீது எதேச்சையாகவும் வன்முறையாகவும் சுமத்தப்பட்டது என்பது வரலாற்று உண்மையாக இருக்கும்பட்சத்தில், மேற்கண்டவற்றை பிரதிபலிக்க வாய்ப்பற்ற உதிரிகள் மற்றும் தண்டனைச் சட்டங்களுக்கு வெளியே பெருகும் குற்ற நடவடிக்கைகள், அதன் ஆபத்தான வாழ்வியல் பகுதிகள் பொதுவாழ்வை அச்சுறுத்தவும் பயங்கரவாதத்திற்கு இட்டுச் செல்லவும் ஒரு சமூகச்சூழல் இருப்பதை நாம் சாதாரணமாக எடுத்துக்கொள்ள முடியாது. பயங்கரவாதம் என்று அரசு அமைப்பின் தரப்பிலிருந்து கூறுவதெல்லாம் மிகச் சாமானியர்களைத்தான் என்றாலும் உண்மையில் பயங்கரவாதம் என்பது அரசியல் அதிகாரத்தின் நிழல்களிலிருந்துதான் புறப்படுகிறது. அவ்வதிகாரமே அதற்கு தலைமையேற்கிறது எனவும் நாம் அறிந்து வருகிறோம்.

மூன்றாம் உலகின் மிகப்பெரிய பிரச்சினையாய் பெருகும் மனிதக் கூட்டத்தைக் கட்டுப்படுத்த வளர்ந்த ஏகாதிபத்திய நாடுகளில் உற்பத்தியாகும் சதிகள், படிப்பறிவற்ற ஒரு காலனியில் அதன் பழக்கவழக்கங்களிலிருந்து விடுபட இயலாத ஒரு மந்தைக்குள் என்னன்ன

விளைவுகளை ஏற்படுத்தும் என்பதற்கு இன்றைய இந்திய நிலக் காட்சிகளே பெரிய உதாரணமாக இருக்கின்றன.

ஒருகாலத்தில் தேசியக் கட்டமைப்பில் பெரும்பங்காற்றி பெருமிதங்களையும் வாய்ப்புகளையும் உருவாக்கத் துணையாகவிருந்த இந்திய மத்தியதர வர்க்கம் இன்று உலகமயமாக்கலுக்குப் பின்பு திறந்தவெளி பொருளாதாரத்தின் விளைவால் மதிப்பீடுகள் சரிந்து, விழுமியங்களைக் காப்பாற்ற முடியாமல் தமது பல்வேறு குலப் பெருமைகளையும் கைவிட முடியாமல் சீரழிந்து வருவதை நாம் சமகால காட்சிகளாக முன்வைக்க முடியும். மத்திய தரவர்க்கம் என்பதே உயர்சாதி அரசியல் வர்க்கம் என்பதாகப் புரிந்துகொள்ள வேண்டும்.

இப்படியான சூழலில்தான் பின்நவீனத்துவவாதிகள் ‘அதிகாரத்தை நோக்கி உண்மையைப் பேசுதல்’ என்ற இடத்தை உரையாடலுக்கு நகர்த்துகிறார்கள். இந்தக் கற்பிதமான சமூக அமைப்பு, அரசு நிறுவனங்கள் எந்த அளவு மெய்மையுடன் அதன் மக்களுடன் உறவுகொள்கிறது என்பதை விசாரிக்காமல் அதன் அதிகாரங்களுக்குக் கட்டுப்படுதல், கீழ்ப்படுதல், ஒடுங்குதல் போன்றவை வெறும் பொருண்மை கருத்தியலுக்கான ஒரு நாடக நடிப்பாக மட்டுமே மக்களுக்கும் அரசுக்குமிடையே நெடுங்காலமாக நடந்துவருகிறது என அவர்கள் தத்துவத்திற்கு அப்பால் பேசத் துவங்குகிறார்கள்.

வாழ்வதற்கான எந்த உத்திரவாதத்தையும் தராமலே தண்டனைகளை மட்டுமே நிர்பந்தமாக்குவது இன்றைய அதிகாரத்தின் அலட்சியப்போக்கு அல்லது அதன் சுயபாதுகாப்பு என்பதைத் தவிர முற்றிலுமாக உற்பத்தி உறவுகள் இயந்திரமாகிப் போன சூழலில் மனித உடலை அதன் பெருக்கத்தைக் கட்டுப்படுத்துவதற்கும் அரசு வருமானத்திற்கு உதவாத உதிரிகளை சமூக மையத்தில் வைத்து கொன்றழிப்பதற்குமான ஒரு நிறுவனமாக மட்டுமே அவற்றை நாம் அடையாளப்படுத்த முடியும்.

இந்தக் கொலைகள் மருத்துவம், கல்வி, சட்டம், இராணுவம் முதலியவற்றாலும் சுற்றுச்சூழலில் கேடுகளை உருவாக்குதல், கிருமிகளைப் பரப்புதல் சித்ரவதை செய்தல், தனிமைப்படுத்துதல் இவ்வழியாக சமூக உளவியல் தளத்திலும் ஒருவருக்கொருவர் எதிரிகளாக்குவது வரையில் நடைமுறைப்படுத்தப்படுகிறது என்பதே கண்கூடான உண்மை. இன்று ஒருவர் இறந்துபோகிறார் என்றால் வாழ்ந்து வயதாகி ஏற்பட்ட மரணமல்ல அது, ஏதோ சமூகக் காரணியால் தன் வாழ்நாளை நீட்டிக்க முடியாமல் இறக்கிறார் என்றுதான் அர்த்தம். அதாவது, மறைமுகமாக கொலை செய்யப்படுகிறார் என்பதே நாம் புரிந்துகொள்ள வேண்டிய உண்மை.

ஆக, வர்க்கரீதியாக இக்கொலைகள் அரசு மற்றும் தனியார் அதிகார உறவில் பங்கெடுப்பவர்களைப் பாதுகாத்து அல்லது உள்ளூர் வெளியூர்

உற்பத்தி உறவுகளில் அல்லது வர்த்தகத்தில் ஈடுபடும் ஒரு குறிப்பிட்ட வட்டத்தை பாதுகாத்துக்கொண்டு மற்றவர்களை சோம்பேறிகள் எனவும் பலவீனமானவர்கள் எனவும் கணக்கில் எடுத்து உதிரிகளாக்கப்பட்டு அவர்களை அரசியலிலிருந்து விலக்கி மரணத்தை மட்டுமே பரிசளிக்கிறது.

பெரும்பான்மை விவசாயத்தை தொழிலாகக்கொண்ட ஒரு நாட்டில் அதன் உற்பத்திகளை உலகச் சந்தைக்கு ஏற்றுமதி செய்யக்கூடிய நவீன வழிமுறைகளைப் பயன்படுத்த இயலாமல் அதன் நிலங்களை வெறுமையாக விடுவது அல்லது நஞ்சாக்குவது தொடங்கி, அதில் உழைத்துவந்த தாழ்த்தப்பட்ட, ஒதுக்கப்பட்ட நிலமற்ற விவசாயக் கூலிகளை நகரமயமாக்கி உழைப்பின் சாற்றை உறிஞ்சி வறுமைக்குத் தள்ளுவதன் மூலம் உடல், மனம் யாவற்றையும் கண்காணிப்பிற்குள்ளாகி தண்டனைகள் வழியே மற்றும் நோய்க்கூறுகள் வழியே சடலமாக்கி வருவதைத்தான் நாம் பேசத் துவங்கியிருக்கிறோம்.

இதிலிருந்து அதிகாரம் என்பது எல்லோருக்கும் எல்லாவற்றையும் வழங்கிவிடும் ஓர் அமைப்பு என்பது பொதுவில் சொன்ன பொய்யாகிறது. உள்ளூர் சாலை, நவீன ஆலைகள், முதலீடுகள், பொதுவிநியோகம் வரை விஸ்தரிக்கப்பட்டிருக்கும் ஐந்தாண்டுத் திட்டங்கள் யாவும் இன்றைய நவீனச் சூழலில் ஏகாதிபத்தியத்தின் பொருளாதார வேட்டைக்குரிய சுற்றுலாக் காடுகளாக தன் சுய நிலத்தையே மாற்றித் தந்திருக்கிறது என்பதை உணர்ந்தால்தான் பின்நவீனத்துவச் சூழல் கீழ்த்திசை நாடுகளுக்குப் பொருந்தாது, அது வெறும் மேலைப் பண்பாட்டுப் பிரச்சினை என்ற அறியாமையை நாம் நீக்கிக்கொள்ள முடியும். ஓரியண்டலிசம் பற்றி விரிவாகப் பேசும் எட்வர்டு செய்த் போன்றோரை வாசிக்கும்போது மேற்கும் கிழக்கும் அடைந்துவரும் மாற்றங்களை நாம் உன்னிப்பாக உள்வாங்க முடியும்.

'எல்லாம் வார்த்தைகள்தான்' என்கிறார் ஃபூக்கோ. மதம், அரசு, சட்டம், கல்வி, இராணுவம், நீதி, தத்துவம் யாவும் வார்த்தைகளால் கட்டமைக்கப்பட்டதுதான். இக்கட்டமைப்பை கைப்பற்றும் ஒரு வர்க்கமே அதிகாரத்திற்கு இடமாறி தங்கள் நலன்களைக் காப்பாற்றிக்கொள்ள மேற்சொன்னவற்றை மக்களின் மேல் பிரயோகப்படுத்துகிறது. இவ்வகையான ஆளும் அமைப்பில் பல்வேறு ஆதிக்க மாற்றம் இருந்ததேயொழிய மேற்கண்ட வார்த்தை வழியான அதிகாரச் சட்டகம் மாற்றப்பட முடியாமல் நூற்றாண்டுகளாக இறுகி உறைந்து கிடக்கிறது. அதற்கான அதிகாரப் போட்டியை தற்கால பொருளாதாரக் குவிப்பு கைப்பற்றித் தருகிறது என்பதையே நாம் அமெரிக்க ஏகாதிபத்தியம் வரையில் கொண்டுசென்று புரிந்துகொள்ள முடியும்.

மொழியின் மேலதிக தகவலறிவு உள்ளவன் அம்மொழியறி

வற்றவர்களை தன்கீழாக வசக்கி அடிமைப்படுத்திக்கொண்டு வருவதுதான் உயர்ந்தோருக்கான அரசநீதி என்கிறான். மொழியறிவற்றவன் பண்பற்றவன் என்றும் சமூக நன்னடத்தை அற்றவன் என்றும் வகைப்படுத்தி அவனுக்கு தண்டனை வழங்கும் அதிகாரத்தை தானே எடுத்துக்கொள்கிறான். இப்படித்தான் மொழிக்குள் அதிகாரம் ஒளிந்திருக்கிறது என்பதை எளிமையாகச் சொல்லமுடியும்.

இதற்கு ஏற்றாற்போல், பன்மைப்பட்ட கலாச்சாரங்கள், தொன்மங்கள், வழிபாடுகளை ஒழித்து ஒரே கடவுள் நம்பிக்கையாக மாற்றுவது, பல்வேறு விவசாய முறைகளை ஒழித்து பணப்பயிர் விருத்திக்காக நிலங்களை அபகரித்து உடலுக்குத் தேவையான பல்வேறு இயற்கைச் சாதனங்களை மறுத்து செயற்கைப் பொருட்களைக் கட்டாயப்படுத்துவது, ஒரே உலகம் ஒரே சந்தை என விளம்பரம் மற்றும் தகவல் தொடர்புச் சாதனங்கள் வழியே வற்புறுத்துவது வகையான அனைத்தும் மொழியின் துணைகொண்டே அதிகாரத்தால் மெருகேற்றப்படுகிறது. நாம் மெல்லமெல்ல அதன் வசத்தில் நினைவிழந்துகொண்டே வருகிறோம் என்பதைத் தவிர இச்சூழலை என்னவென்று அடையாளப்படுத்துவது?

இவ்வாறாகப் பெருகும் ஏகாதிபத்திய நெருக்கடிகளுக்கும் அதன் அசுர வளர்ச்சிக்கும் எதிராக வறுமைப்பட்ட நாடுகள் அதன் மக்கள் யாவரும் என்ன செய்ய முடியும்? என்ற கேள்விக்குத்தான் ழான் போத்ரியா (Jean Baudrillard) கூட்டாகத் தற்கொலை செய்து கொள்வதுதான் ஒரேவழி' என்கிறார். இது அதிர்ச்சிகரமானது என்றாலும் 'ஏகாதிபத்தியம் திடுக்கிட்டுப் போவது தனது பொருட்களை வாங்க ஆளில்லாமல் போகும் அச்சத்தினால் தானேயன்றி' தனது சந்தை செலாவணியாகும் நாடுகளில் கடன், சலுகை நிவாரணங்கள் மானியங்கள் என அளித்து, அதன் மக்களை தனது பொருட்களை வாங்கும் பொருட்டு உயிருடன் இருக்கவைக்கவே முயற்சிக்கும் என்பதை பட்டவர்த்தனமாகக் கூறுகிறார். தனது சந்தை செலாவணியாகாத சோமாலியா, எத்தியோப்பியா போன்ற நாடுகளை அவைகள் பஞ்சத்தில் கைவிட்டு விட்டதை நாம் இத்துடன் இணைத்துக்கொள்ளலாம். மேலும், 'பழைய வர்க்கபேதங்கள் இப்போது இல்லாமல் போய்விட்டன. வெகுஜனம் என்பது ஒரு வெற்றிடம்போல் ஆகிவிட்டது. வெகுஜனம் தொடர்பான புள்ளிவிவரங்கள், தேர்தல் கணிப்புகள், சந்தையாக்கல் போன்றவற்றால் சதா துளைக்கப்பட்டவாறே இருக்கிறது. அவர்கள் நடுநிலைப்படுத்தப்பட்ட கருத்தியல்களாலும் மதம் கடந்துசெல்லும் ஆசைகளாலும் உறிஞ்சிப்பட்டுக்கொண்டிருக்கிறார் சட்டமென்பதே குழப்பம் தரக்கூடிய வகைமைகளால் ஆனது. நம்மைச் சுற்றியுள்ள ஒவ்வொரு விஷயமும் பாலுணர்வு சம்பந்தப்பட்டதாகவும் அரசியலாகவும் அழகியலாகவும் இருக்கிறது' என கருத்துரைக்கிறார்.

இப்படியாக வாழ்வதற்கான எந்த மாற்றும் விடுதலையும் கைவசமாக முடியாத நமது தேசத்தில் மீண்டும் கடவுள் நம்பிக்கையையும் மதப் பகைமைகளையும் வெறும் சோதிட நம்பிக்கைகளையும் விதியாகக் காட்டி உள்ளூர் மதவாத சக்திகள் அதை தங்கள் அரசியலுக்கு சூசகமாகப் பயன்படுத்திக்கொள்கின்றன. மாற்று மத நம்பிக்கை யாளர்களை பெருமதத்திற்கு எதிராக ஒடுக்கி சிறுபான்மை மதத்தவரை அரசியல்ரீதியாக அச்சுறுத்தி மீண்டும் 18ஆம் நூற்றாண்டின் பெருமிதங்களையே அதன் அழுகல்களையே தூக்கிப்பிடிக்கிறார்கள். மதங்களின் பாசிச உளவியல் அதனதன் மண்ணுக்கேற்றவாறு அதன் மக்கள் தொகைக்கேற்றவாறு தனது கொடூரங்களை நிகழ்த்துமென்பதை உலகமெங்கும் நிகழ்ந்து வந்திருக்கும் வரலாற்றிலிருந்து நாம் பாடம் பெற்றிருக்கிறோம்.

வரலாறு திரும்பமுடியாதுதான் என்றாலும் அதன் உத்திகள், தந்திரங்கள் மக்களின் மீது மறுபடியும் நிகழ்த்திக் காட்டக்கூடிய வடிவத்தில்தான் அதிகாரத்திற்கு கையளிக்கப்பட்டிருக்கிறது என்பதை நாம் மறந்துவிடக் கூடாது. அவ்வகையில் இதுகாறும் நிலவிவந்த மக்களுக்கான கோட்பாடுகள், தத்துவங்கள், அரசியல் வடிவங்கள்யாவும் ஒற்றைத் தன்மையுள்ளதாகவும் அவை முழுமையானதோ இறுதி யானதோ இல்லையென்பதையும் அவ்வாறான பூரணத்துவம் தனக்குள் தன்னை உடைத்துச் சிதைத்துக்கொள்ளும் ஒரு சிறிய, தன்னிடமிருந்து விலகும் ஒரு கூற்றினை தனக்குள்ளே கொண்டிருக்கும் என்பதையே நம்பிக்கையாக்கி எதிர்கொள்ளவேண்டியது இன்றைய அறிவுஜீவிகளின் நிகழ்கால பொறுப்பாகிறது. மேற்கண்ட அச்சிறிய கூற்றினை நிறுவனங்களின் பிடியிலிருந்து விலகி ஓடும் உதிரிகளின் வாழ்வியல் போக்கிலிருந்துதான் மொத்தத்துவத்திற்கு எதிராக புதிய மாற்றுகளாக புதுப்பித்துக்கொள்ள முடியும். ஏனெனில், பழங்குடிகளுக்கும் பைத்தியமாக திரிபவர்களுக்கும் நாடோடிகளுக்கும் இந்த வளர்ந்துவரும் வர்த்தகமும் விஞ்ஞானமும் எந்தவித நுகர்பொருளையும் உருவாக்குவதில்லை. அவர்கள் தன்னளவில் இந்த வர்த்தக வலையிலிருந்து விடுபட்டவர்களாக இருக்கிறார்கள் என்பதையும் நாம் கணக்கிலெடுத்துப் பார்க்க வேண்டியிருக்கிறது.

மேலைச் சமூகங்களில் பெருகிவரும் ஓரினப்புணர்ச்சியாளர்கள் குடும்பங்களைக் கேள்விக்குள்ளாக்குவது போலவே, போதைப் பழக்கத்திற்கு அடிமையானவர்கள் அரசு உற்பத்திக்கு உதவாதவர் களாகவும் அரசை அலட்சியப்படுத்துபவர்களாகவும் அரசின் சட்டங்களை எதிர்ப்பவர்களாகவும் எதிர் கலாச்சாரவாதிகளாகவும் அடையாளப்படுத்தப்படுகிறார்கள். அவர்கள்மீது குற்ற நடவடிக்கை பிரயோகப்படுத்தப்படுகிறது. இதற்கிடையில்தான் 'குற்ற நடவடிக்கை மூலம் சமூகத்தை மாற்றமுடியும்' என்று சொன்ன நீட்சே இன்று பின்நவீனத்துவவாதியாக அறியப்படுகிறார். ஜெனே போன்ற அற

உணர்வுகொண்ட கலகக்காரர்கள் தண்டனைகளுக்கு அப்பாற்பட்டு 'தான் எப்போதும் குற்றம் செய்யும் தாபத்தோடு இருப்பதாக' அறிவித்துக்கொள்கிறார்கள்.

பின்நவீனத்துவச் சூழல் அல்லது இருப்பு என்பது இந்திய நிலங்களுக்கு அந்நியமானது என்ற போக்கை வக்கரித்துப்போன ஓர் ஏழாம்தரமான தேசியவாதிதான் மறுத்துக்கொண்டிருக்க முடியுமேயொழிய பிழைப்பின் கண்ணிகளில் சிக்கித் துடிக்கும் உடல்களை பெருநகரங்களின் மூலைமுடுக்குகளில், சிறைச்சாலைகளில், மனநோய், முதியோர் விடுதிகளில், சிறுவர்களுக்கான சீர்திருத்த கொட்டடிகளில் தேடிக்கண்டுபிடிக்க முடியாதவர்கள் மத்தியதர வர்க்கத்தின் செத்துப்போன மூளையை மடியில்வைத்துக் கொஞ்சிக் கொண்டிருப்பவர்களாகத்தான் நாம் அடையாளப்படுத்த முடியும்.

நினைவுமறதி என்பது எல்லோருக்கும் ஒரு நல்வாய்ப்பு என்பதோடு நிகழும் கொடூரங்களுக்கெதிராக கண்களை மூடிக்கொள்வதுகூட கருணை சம்பந்தப்பட்ட விஷயம்தான். இப்படியாகத்தான் நாம் மயக்கமூட்டப்பட்டிருக்கிறோம் இல்லையெனில் அச்சுறுத்தப் பட்டிருக்கிறோம். இதுபோக இந்திய ஊடகங்கள், வணிகத் திரைப்படங்கள் யாவும் ஒரு சிறு தவறு செய்யும் அப்பாவி யாரொருவரையும் சட்டத்திற்கு வெளியே கொன்றுவிடும் உரிமையை வளர்த்தெடுத்து மக்களுக்கிடையே அநேக கலாச்சாரக் காவலர்களை உருவாக்கி தனது அதிகாரத்தை மட்டும் காப்பாற்றிக்கொள்ள நீதியின் பெயரால் வழிவகை செய்துகொள்கிறது. இப்படித்தான் மக்களையே மக்களுக்கெதிராக திருப்புகிறது. இத்தகைய பின்னணியில் இந்திய இலக்கியம் எதைப் பேசுகிறது என்பதைவிட இன்றைய தமிழ் இலக்கியச் சூழலைப் பற்றி நாம் சுருக்கமாகப் பார்த்துவிடலாம்.

படைப்புச் செயற்பாடு பற்றி மிக்கேல் ஃபூக்கோ 'படைப்பில் படைப்பாளி தன்னை மறைத்துக்கொண்டு இயங்குவதன் மூலமே தனது ஒளிவட்டத்தையும் படைப்புரிமையையும் கோருகிறார்' என்று சொல்லும்போது தனக்குப் பகையாக தனது இருப்புக்கு அச்சுறுத்தலாக மற்றமைகளின் இருப்பு இருப்பதையும், அதனூடான தனது உறவுகளையும் எதிர்மறைகளையும் மறைத்துக்கொண்டு எழுத்தில் உன்னதத்தை வடித்துக் காட்டுவது படைப்பை சந்தேகத்திற் குள்ளாக்குவதாக நாம் விரிக்கலாம். (நமது சூழலில் தனது சாதிக்கு மற்ற சாதிகள் தொந்தரவாய் இருப்பதை மறைத்துக்கொண்டு என பொருள்கொள்ள வேண்டும்.)

இவ்வகையில் தமிழில் எழுதப்பட்ட அனைத்து இலக்கிய வடிவங்களையும் நாம் பரிசீலனைக்குட்படுத்தி கட்டவிழ்க்கமுடியும். இறுதியில் இவைகள் பொதுவான ஒரு நியாயத்தையும் அதற்கான தர்க்கத்தையும் தீர்மானமான முன்மொழிவுகளையும் வைப்பதுதான்

தனது இலக்கியப் பார்வை என பறைசாற்றிக்கொண்டு வந்திருக்கின்றன. இவர்களுக்கான நிறுவன, அரசியல், அதிகார ஒத்துழைப்பு கிடைக்கும்போது கல்விக் கழக வளாகங்கள் தொடங்கி பொது நூலகங்கள், இலக்கிய, அரசியல், சமூக ஆய்வுகள் எனத் திரிந்து அவை தண்டனைச் சட்டத்தின் மேலும் ஒரு புதிய விதியை சேர்த்துவிட்டே ஓய்கின்றன. இவ்வாறு மலிந்துவிட்ட தேசிய இராணுவ சாதி எழுத்தாளர்களே தமிழில் அதிகம்.

நாம் முன்னர் பரிசீலித்த போக்குகள் மற்றும் அதன் நெருக்கடியிலிருந்து எழுகின்ற எழுத்தென்பது வெகுஜன பத்திரிகைகள் முதற்கொண்டு தொலைக்காட்சி, திரைப்படம் மற்றும் அனைத்து பொது வணிக ஊடகங்களிலும் இன்னும் எடுத்தாளப்படவில்லை என்பதும் அப்படியே தப்பித்தவறி வந்தாலும் கண்காணிப்பும் தணிக்கையும் அதன்மீது எல்லா மட்டத்திலும் நடந்துகொண்டே இருக்கிறது என்பதும் ஒருபுறமிருக்க குவிமைய எதார்த்தவியல் (Hyper Reality) அதிகம் தென்படும் படைப்புகள் தமிழில் மெல்ல உருவாகி வருவதை நாம் பார்க்க முடிகிறது. அது பன்மைத்துவத்தையும் பல்வேறு இருப்புகளையும் அடையாளப்படுத்துவதோடு பொதுப்புத்தியை தகர்க்கும் செயல்பாடாகவும் தொழிற்படுகிறது. மொழிமீது மிகுந்த கவனமும் அதிகாரத்தின் பிடிப்பில் தன்னை உட்படுத்தாவண்ணமும் தன் சுயத்தின் மீதான விசாரணையாகவும் விடுதலை மற்றும் மாற்றுக் கருத்தியல்கள் பற்றியதும், குடும்பம், அரசு, கோவில் போன்றவற்றின் பிடியிலிருந்து விலகிவரும் உதிரிகளை பிரதிநிதித்துவப்படுத்துவதாகவும். தனக்குள் ஒரு புதிய அறத்தினை கிளர்த்துகிறது.

நீண்டகாலமாக நிலவிவரும் சரி x தவறு, உண்மை x பொய், கறுப்பு x வெள்ளை என்கிற கருத்தியல்மீதும் தர்க்கத்தின் மீதும் ஒரு கட்டவிழ்ப்பு நிகழ்த்தி அதன் சம நிலையை குலைக்கும்போது உண்டாகும் இடைவெளி, உரையாடல்கள், புதிய பார்வைகள் ஆகியவற்றை பின்நவீனத்துவம் அரசியல்படுத்துகிறது.

நவீனத்துவ இருப்பிற்கும் அதன் நெடிய விளைவுகளுக்கும் பொறுப்பேற்காத அதிகாரத்தின் சுயேட்சைப் போக்கை எதிர்த்து பின்நவீனத்துவம் தன் கலகக்குரலை முன்வைக்கிறது. குறிப்பாக பெண்ணியம், தலித்தியம், சூழலியம் போன்றவற்றின் மீதான கவனத்தையும் அவற்றிற்கான அரசியலையும் உடல்சார்ந்து எதிர்கலாச்சாரமாகவும் அத்துமீறலாகவும் விடுதலையாகவும் பேசும்படி வைத்தது. அதற்குப்பிறகு இங்குள்ள இடதுசாரி அறிவுஜீவிகள் அதைக் கவனத்தில் எடுத்தார்கள் என்பது குறிப்பிடத்தக்கது.

இச்சூழலை 1984இல் ஆரம்பித்து தமிழில் அறிமுகப்படுத்தி உரையாடலாக மாற்றியவர்களில் அ.மார்க்ஸ், ரமேஷ்-பிரேம், நாகார்ஜுனன், ரவிக்குமார், ராஜன்குறை, சாருநிவேதிதா,

எம்.டி.முத்துக்குமாரசாமி, சுந்தர்காளி போன்றோரையும் அதற்கான இலக்கிய மற்றும் கருத்தியல் இதழ்களாக 1987 மற்றும் 1990களில் வெளிப்பட்ட கிரணம், நிறப்பிரிகை, ஆய்வு போன்றவையும் விடியல், அடையாளம் பதிப்பகங்கள் வெளியிட்ட நூல்கள் பலவற்றையும் கோணங்கியின் கல்குதிரை இதழில் வந்த சில கட்டுரைகளையும் நாம் பட்டியலிட முடியும். வீ.அரசு, தொ.பரமசிவம், பேரா.கல்யாணி, க.பஞ்சாங்கம், ராஜ்கௌதமன், ந.முருகேசபாண்டியன் போன்றோரும் சூழலில் இதுபற்றி பேசலானார்கள். அதற்குப் பிறகு, பின்நவீனத்துவத்தின் ஆதரவு மற்றும் எதிர்ப்புநிலைகளில் முத்துமோகன் உள்ளிட்ட மார்க்சிய நிலைப்பாடு கொண்டவர்களின் விமர்சனமும் தொடர்ந்தது. இதற்கு சற்று முன்பாகத்தான், அல்தூஸரில் ஆரம்பித்து சார்த்தர் போன்றோரின் அமைப்பியல், பின்னமைப்பியல் பற்றிப் பேசின எஸ்.வி.ராஜதுரை, தமிழவன், க.பூர்ணசந்திரன், பா.வெங்கடேசன் போன்றோரின் வழியாக நவீனத்துவம் தாண்டிய ஒரு கோட்பாடும் தமிழில் அறிமுகமானது. அதில் முக்கியமாகச் சொல்லப்பட்டது 'படைப்பாளி படைக்கும்போதே சமூகத்தை விமர்சிக்கிறான். வாசகன் வாசிக்கும்போதே படைப்பாளியை விமர்சிக்கிறான்.'

இலக்கியப் பிரதி தொட்டு எல்லாவகைப் பிரதிகளையும் ஆய்வுக்குட்படுத்தி 'படைப்பாளி இறந்துவிட்டான்' என்று சொன்ன ரோலன் பார்த் போன்றோர் தமிழில் அறிமுகமாயினர். அனுபவிக்கவும் தீர்மானிக்கவும் சுதந்திரமுள்ள யாரொருவரின் வாழ்விலும் படைப்பாளி மொழிவழியே தலையிடுவது ஒரு மோசமான அதிகாரம் என்றும் படைப்பாளிக்குப் பிறகு வாசகன் வசம் பிரதி தொழிற்படுகிறது என்றும் ஒரு பிரதி இன்பத்தை ஒரு வாசகனுக்கு கொடுக்கமுடியாத ஒரு படைப்பு அனாவசியமானது என்றும் நாம் நீட்டித்துக்கொள்ளலாம். வாசகன் இங்கே மறுபடைப்பாளி என்கிற உரிமையைப் பெறுகிறான்.

ஒற்றைக் கலாச்சாரத்தை மறுத்து பன்முகக் கலாச்சாரமாகவும் ஒற்றை வணிகத்தை எதிர்த்து பன்மைப்பட்ட வணிகமாகவும் ஒற்றை அடையாளத்தை மறுத்து, பன்முக அடையாளங்களாகவும் உடலை அதன் பழைய புறவயமான நெருக்கடிகளிலிருந்து மீட்டெடுப்பதன் வழி கலை இலக்கியம் ஒரு பின்நவீனத்துவ பிரதியற் செயற்பாடாய் (Text) மாறுவதை நாம் இனங்காட்டலாம்.

மேற்சொன்ன யாவற்றையுமே இந்திய சாதிய பின்புலங்களின் வழியாக ஆய்வு செய்யலாம். அதேசமயம் அதை விட்டுவிட்டு முற்றிலுமாக வெளியேறியுள்ள பிரதிகளாகவும் கட்டவிழ்ப்பு செய்யவேண்டியது அறிவுஜீவிகளின் பணியாக உள்ளது. 'ஒரு பிரதி தனக்கெதிரானவற்றை தன்னிலிருந்தே உருவாக்கிவிடுகிறது' என்று கட்டவிழ்ப்பு பற்றி ழாக் டெரிதா (Jacques Derrida) சொன்ன கருத்துகள் தமிழ்ச்சூழலை மிகவும் பாதித்திருப்பதாக நாம் முன்வைக்கலாம்.

இந்தப் படியில், இந்தியப் பிரதிகளில் முழுக்க பின்நவீனத்துவக் கூறுகளை மதங்களில் கண்டுபிடிப்பவர்களும் இடதுசாரித்தன்மைகளில் இனங்காண முயலுபவர்களும் தொன்மை இலக்கியங்களில் எடுத்துக்காட்டுபவர்களும் சமகால சமூக நிலைமைகளின் புரிதலற்றே கொள்கைரீதியாக அணுகுகிறார்கள். பின்நவீனத்துவம் ஒரு கருத்தியல் வகைமைதானேயொழிய, எந்த அமைப்பிற்குமான அடிப்படை சித்தாந்தம் அல்ல. மொத்தத்துவமல்ல பன்மைத்துவம்.

வாழும்போதே கற்றுக்கொள்வதுதான் சுதந்திரமேயொழிய எதிர்காலத்தில் கிடைக்குமென்று நிகழ்காலத்தில் செத்துமடிவதல்ல என்ற வகையில் இலக்கிய எழுத்துகள் விடுதலை குறித்து இயங்கும்போது பின்நவீனத்துவத்தின் வழியே பல புதிய பன்மைத்துவப்பட்ட கொண்டாட்டங்கள், புதிய தகவமைப்புகள், மாற்று அறங்கள், மற்றமை மீதான கரிசனங்கள் யாவும் நடைமுறைக்கு வரலாம் என்பது நம்பகத்தன்மையடைகிறது.

'மொழி என்பது உடல்சார்ந்த கூறு' என்று சொன்ன நோம்சாம்ஸ்கி (Noam Chomsky) இன்று உலகளவில் பேசப்படுகின்றார். 'மனித மூளையின் ஒரு பகுதிதான் மொழி' என அவர் வரையறுக்கும்போது, அதன் இச்சை, அனிச்சை செயல்பாடுகளில் மொழி எவ்வாறு இயங்குகிறது என்பது ஆய்விற்குரியதாகிறது. அவற்றின் இடைவெளி களுக்குள்தான் புதிய மாற்றுகள் உருவாகும் பன்மைத்துவங்கள் உறங்கிக் கிடக்கின்றன. இவ்வாறு தொடரும் உரையாடல்களின் வழியில் மனித உடலை அதன் நெருக்கடியிலிருந்து மீட்டெடுத்து விடுதலை செய்வதே நிகழ்கால அரசியல் இலக்கியச் செயல்பாடாகும் என்ற அளவில் இந்தக் கட்டுரையை ஒழுங்கற்ற செப்பனிடப்படாத பிரதியாக வைத்து நாம் ஒன்றிணைப்புகளின் சாத்தியமற்ற நுண்ணரசியலின் வழி மையம் குலைக்கும் அடையாளங்களை எழுப்பி தாக்குதலைத் தொடர்வது ஒரு பின்நவீனத்துவச் செயல்பாடுதான் என்று தற்காலிகமாக முடித்து வைக்கலாம்.

•

நவீன கவிதையில் தாமதமான அறிவும் புதிய புனைவுகளும்

பலதலைமுறைகளாய் நமது சமூகம் தத்துவம்சார்ந்த வாழ்வு முறைகளை நம்புவதாகவும் குருட்டுத்தனமான பாலியல் நம்பிக்கைகள் கொண்டதாகவும் இருக்கிறது. இடம்பெயர இயலாத நிலங்களில் தங்கி உறைந்துவிட்ட அதன் மதிப்பீடுகள், சாதி, மத, இன, குடும்பம் எனும் கற்பிதமான வரையறைகளை, பழக்கவழக்கமாய் மாற்றி மனித உறவுகளை அதிகாரங்களின் கீழ் ஒடுக்கப்படும் உடல்களாக கட்டமைத்துக் கொண்டிருக்கிறது.

சமூகம் முழுமையிலும் இயங்கும் தனிமனிதர்களை ஒரு கோட்பாட்டின் கீழ் தரப்படுத்தி குறிப்பிட்ட அறவிழுமியங்களை பின்பற்றுமாறு பணிக்கும்போது தன் இடம், காலம், வாய்ப்பு, பண்பாட்டுச் சூழல் காரணமாக அவற்றிற்கு கீழ்படியா நிலையில் தன்

இருப்பை முரண்படுத்துவாரேயானால் ஒருவர் அவ்வமைப்பின் புற ஒழுங்கு கருதி எச்சரிக்கப்படுவார் அல்லது அச்சுறுத்தப்படுவார் அல்லது தண்டனைக்குள்ளாவார். ஒடுக்குதலின் பொதுக்குணம் இது.

இந்த ஒடுக்கம் உண்மையில் வர்க்கரீதியானது மட்டுமல்ல பன்மைச் சமூகங்களின் அடையாளங்களை இழந்துபோகும் கலாச்சார பண்பாட்டு ஒடுக்கமாகவும் சுயபிரக்ஞையற்று இயங்குகிறது. இதைப் பயன்படுத்தி வந்திருக்கும் மேட்டுக்குடிச் சமூகங்கள் பொருளாதார மற்றும் மேல்நோக்கிய சாதிவடிவிலான அமைப்பை அதிரகாரப் படிநிலையாக்கி அதற்கான நியாய தர்க்கங்களை மொழியில் எந்தப் புதிய ஊடுருவல்களும் குலைத்துவிடாதபடி இருப்பை பாதுகாப்பாக தக்கவைத்துக்கொண்டு வருவதைத்தான், தத்துவம், தியானம், ஒருமைவாதம், உலகாதாயம், பாவபுண்ணியக் கணக்கு என தனக்குச் சாதகமாய் விரித்து வைத்திருக்கிறது. இதுவே பிரபஞ்ச தோற்ற மெய்யியல் சூத்திரங்களாகவும், தனிநபரின் அனுபூதிகொண்ட சுயமாகவும் படைப்பு என்ற பூடகச் செயல்பாடாகவும் படைப்பாளியானவன் காலம்சார்ந்த தனிநபர் என்றும் இங்கு பாரதிக்குப் பிறகான தமிழ்ச் சிற்றிதழ்களில் 1960களிலிருந்து நவீனம் என்ற பெயரில் கவிதைகளாகவும் இயங்கி வந்திருக்கிறது.

இன்றளவும் தமிழில் நவீன கவிதை என்ற பெயரில் எழுதிவரும் பலரும் இதற்கு உடன் போகியவர்கள்தான் என்பதை அவர்களுடைய முன்னாள், பின்னாள் கவிதைகளை வாசிக்கும்போது நம்மால் கண்டுகொள்ள முடியும். இவர்களில் பெரும்பாலானோர், மத்தியதர குடும்பத்தைச் சார்ந்தவர்களாகவும் அரசு, மற்றும் தனியார் நிறுவனமய அலுவலர்களாகவும் ஆளும் கருத்தியலின் செயலூக்கமுள்ள பகுதிகளில் சஞ்சரிப்பவர்களாகவும் நிலவுடைமை காலத்திய குலப்பெருமைகளை இழக்கவிரும்பாத ஃபியூடல் மனப்பான்மை கொண்டவர்களாகவும் வணிகர்களாகவும், பெண்களையும் தலித்துகளையும் அடிமைகளாக தீட்டுக் கற்பித்து கீழிறக்கியவர்களாகவும் இருக்கின்றனர் என்பது அவர்களது கவிதைகளின் பிரதிகளுக்குள் பொதிந்து கிடக்கின்றன. இவர்களது மொழி ஸ்டீரியோ டைப்பான மோல்டட் கவிதைகளை இயந்திரகதியில் உற்பத்தி செய்யும் கச்சாப் பொருட்களை மூலதனமாகக் கொண்டது. இதன்மூலம் நவீன கவிதையின் முதலாளிகளாக, அதன் படைப்புரிமை கோரும் ஏகாதிபத்திய வர்த்தகர்களாக, அறிவுத்துறையில் ஆட்பிடித்து புகழ் தேடிக்கொள்ளும் அரசியல்வாதிகளாகவும் இருக்கிறார்கள்.

இதை ஓரளவு மறுத்து எழுந்த இன்னொரு பிரிவினரையும் நாம் காணலாம். சமூகம் தன்மீது கவிழ்த்துவிட்ட சாயல்களின் மீது சந்தேகம்கொண்டு, ஏற்கனவே தீர்மானிக்கப்பட்டுவிட்ட தன் சுயத்திலிருந்து அந்நியமாகி, தொடரும் பொருளாதார குடும்ப அமைப்பை மறுக்க இயலாமலும் எதையும் இழக்க விரும்பாமலும்

யாதொன்றையும் மாற்றியமைக்க முடியாத அவநம்பிக்கை பீடித்து பிரபஞ்சம், இயற்கை, போதம், அபோதம், காலம், அகாலம் என உள்ளுணர்வில் மயங்கி, தத்துவங்களுடன் தர்க்கமிட்டு தனது உடல், அதன் விழைவுறுதி, விருப்ப உறுதி, உல்லாசம், விடுதலை, சுதந்திரம் கேளிக்கைபற்றிய பிரக்ஞை அற்று, வித்தியாசம், அடையாளம் போன்றவற்றில் இருக்கும் வாய்ப்பினை சமூக அச்சம் காரணமாக மறுதலித்து மரணம், நிலையாமை, அபத்தம் என இயங்கி மனிதத்தை மொழிக்கு அப்பால் நகர்த்த இயலாதவர்கள் என நாம் இவர்களை அடையாளப்படுத்தலாம். இவர்களது சுயமானது ஒரு குறிப்பிட்ட வர்க்கம்/இனம்/தேசிய இனம்/வயது/ பாலியல் தேர்வுகளை உள்ளடக்கியது என்பது கடைசிவரை உணரப்படவேயில்லை. இந்தக் காரணிகள் ஒரு குறிப்பபிட்ட வகைப் பண்பு நலன்களை உருவாக்குவதையும் இப் பண்பு நலன்கள், காலம்/இடம்/பண்பாடு ஆகியவற்றில் அவரவரது வாழ்க்கைச் சூழல்களை பெருமளவிற்கு நிர்ணயிப்பவையாக இருக்கின்றன என்பது இவர்கள் இன்னும் அறியாதது எனச் சொன்னாலும் பொருந்தும். சமூகப் பொய்மைகண்டு விரக்தி பீடித்து முற்றிலும் நவீனத் தன்மைகள் ஏற்க மறுப்பவர்கள் இவர்களே! இவர்களுக்கு குடும்பத்திற்கு அப்பால் வெளிகள் கிடையாது. இவர்களது கவிதைகளில் விருப்பத்திற்கும் நிகழ்விற்குமிடையே முரண்கள் இருப்பதும் கண்கூடு. தாங்கள் எழுதுவதே ஒரு பணி என்றும் அதற்காக தாங்கள் அன்பு செய்யப்பட வேண்டும் என்றும் எதிர்பார்ப்பவர்கள். சமூகமட்டத்தில் அறிவுத்துறையோ, அரசோ இவர்களை எந்த வகையிலும் கையில் எடுக்காமல் இருப்பது பரிதாபம்தான், என்றாலும் நவீன கவிதையின் வளர்ச்சிப்போக்கில் நடத்தையற்ற வாழ்வியல் ஆதர்ஸங்களை மொழியில் கொண்டவர் களாகவும் இரகசியமாக பாலியல் எதிர்பார்ப்புகளை (ஒருசிலரேனும்) குசுகுசுத்துக்கொண்டவர்களாகவும் இருந்தார்கள் என்பதை ஒத்துக்கொள்ள வேண்டும். பிறகு அதுவே சுழற்சி மையமாயிற்று.

இதைவிடுத்து இன்னொரு சாராரையும் நாம் முக்கியமாக கணக்கில் எடுத்துக்கொள்ள வேண்டும். அப்போதுதான் சமகாலத்திய நவீன கவிதை விலகி வந்திருக்கும் புள்ளியை நாம் புரிந்துகொள்ள முடியும்.

விடுதலையான தனிநபர்களைக்கொண்ட ஒரு ஏற்றத்தாழ்வற்ற சமூகம் என்ற இறுதி லட்சியத்தை அடைவதற்கான விதிமுறைகள் எங்கள் கோட்பாடுகளின் நடைமுறையில் சமூக விஞ்ஞான உண்மையாக இருக்கிறது என பகிரங்கமாக அறிவித்துக்கொண்டவர்கள் இவர்கள். இதன்படி இவர்களது கவிதைகளில் காணப்படும் தன்மைகளோ மிகவும் வறட்டுத்தனமானதும் யதார்த்தக் குழப்பங்களும் கொண்டது என நாம் பேசப் போவதில்லை. நம்மைப் பொறுத்தமட்டில் லட்சியங்களும் விதிமுறைகளும் முரண்பாடற்றதாய் இருக்கவேண்டும என பரிதவிக்கிறோம். எதிர்காலத்தில் சுதந்திரம் கிடைக்கும் என்பதைக்

காட்டி நிகழ்காலத்தில் அதைக் கட்டுப்படுத்தும் முரணான வழியில் அதை அடைந்துவிட முடியாது என்று இவர்களுக்குச் சொல்ல வேண்டியிருக்கிறது. அனுபவிப்பதும், தீர்மானிப்பதுமான பண்புகளை தற்போதைய வாழ்க்கையில் நடைமுறைப்படுத்த முயற்சிப்பதன் மூலமே மக்களாகிய நாம் அதைக் கற்றுக்கொள்கிறோம். இப்படியான நிலை நகர்ந்துகொண்டிருக்கும் வளர்ச்சிப் போக்கினுள்தான் இருக்கும். மேலும் அப்போக்கு ஒரு குறிப்பிட்ட கால எல்லைக்குள் கட்டுப்பட்டதல்ல. இதையெல்லாம் தாண்டி ஒருவர் தன் அன்றாட வாழ்க்கையை எப்படி வாழ்கிறார் என்பதுதான் மிக முக்கியமானது. இவர்களது கவிதை கிபி3000த்திலும் மனித நேயம் என்ற பெயரில் சுய சித்திரவதையாகத்தான், உடலைவிட்டு மொழியில் மோகித்துக்கொண்டிருக்கும் என்பதில் ஐயமில்லை.

இப்படி இல்லாமல், மேற்கண்ட மூன்று போக்குகளை சமகால நவீன கவிதை உற்றுக் கவனித்துக்கொண்டு வருகையில் தனது காலத்திய மாற்றங்களையும் அதன் நீட்சியையும் கவனத்தில் எடுத்துக்கொள்ள முயற்சிக்கிறது. தான் உருவாவதற்கு முன்பாக சில கேள்விகளையும் எழுப்பிக்கொள்கிறது.

இன்றைய நவீன இயற்பியல் காலத்தையும் பரிணாமத்தையும் ஒன்றிணைத்து மேற்கண்ட மூன்றுவகை உயிர்ப்பண்புகளை கால நடத்தையிலிருந்து வீண் கற்பிதங்கள் என புறம் தள்ளுகிறது. மேலும் அது உடலை விலங்கியல்பிற்கு மீட்டுருவாக்கம் செய்வதோடு வலிமையான உயிர் வாழ்வின் புத்துயிர்ப்புக்கு தத்துவங்களையும் கோட்பாடுகளையும் மறுத்து எளிய உயிர் உணர்ச்சிக்கும் அதன் தன்னிலைக்கும் ஏற்றதாக மொழி, அதிகாரம், சாதனங்கள், விஞ்ஞானம் போன்றவற்றை பதவியிறக்கம் செய்கிறது. மனிதப் பிரக்ஞையற்ற காலத்தை விரைவாலும் சாகஸத்தாலும் நிகழ்த்திக்கொள்ள தெரிவுகொள்ளும் உயிர்கள் தம் முன்னோடிகளின் தாமதமான அனுபவ அறிவைப்பெற இனி காத்திருக்க வேண்டிய அவசியமில்லை. அனுபவிக்கவும் தீர்மானிக்கவும் அதனதன் உலகினை புனைவுகளால் அவைகள் புதியதாக உருவாக்கிக் கொள்ளமுடியும்,. காலநடத்தையின் மீதான அதிகார ஒழுங்கின் கண்காணிப்பு வெறும் வார்த்தைகள்தான் என்பதை நவீன கவிதை கண்டு விட்டது.

இதற்கிடையேதான் இன்று இயந்திரங்களுக்கும் மனிதனுக்குமான உரையாடல் துவங்கிவிட்டதை நாம் ஞாபகப்படுத்த வேண்டியிருக்கிறது. மனிதன் கண்டுணர்ந்ததற்கு மாறாக பொருட்களும் இயற்கையும் விலங்குகளும் நவீன இயந்திரங்களும் அவன் அசையும் உலகினை தன் சமிக்ஞைகளால், தனது ஜடத்தன்மையால் கவனித்துக் கொண்டிருக்கின்றன. பெருகும் தொழில்நுட்பம் மொழிக்கு அப்பால் நாம் அறியாதபடி நம்மைச் சூழ்ந்திருக்கிறது. அதற்கு மனித உடல்களே

குறி என்பதால் இன்று உழைப்பு, உற்பத்தி, நுகர்வு என்று அத்தியாவசியமாகிவிட்டவைகளை ஒருவர் மறுப்பாரேயானால் அவர் அரசு அலகான குடும்பம் மற்றும் மனிதக் கற்பிதத்தின் வழியாக, அதன் கட்டமைக்கப்பட்ட உளவியல் வழியாக பொதுக்கருத்தின்படி, அரசு வருமானத்திற்கு உதவாதவர் என குற்றவாளியாக்கப்பட்டு அல்லது தற்கொலைக்கு தூண்டப்பட்டும் மனநோயாளியாக தெருவில் விடப்படுகிறார். கண்முன்னே இதற்கான சாட்சியங்கள் அதிகரித்து வருவதை காண நேர்கிறது.

ஆக, அறிவிலும் கண்டுபிடிப்பிலும் வளர்ச்சியடைந்து இருக்கும் இன்றைய மனித சமூகத்தில் தேவைக்கென பெருகியிருக்கும் பொருட்களின் வரம்பற்ற உற்பத்தி, மற்றும் மனித வாழ்க்கையை இலகுவாக்குவதாகக் கூறிக்கொண்ட அபரிமிதமான விஞ்ஞானச் சாதனைகள் ஏன் ஒருவேளை உணவையேனும் அவன் வாயருகே இன்றும் இலவசமாகக்கொண்டு போக முடியவில்லை! பிறகு எதற்கு இந்த வளர்ச்சியும் சாதனையும்? இதுபோக மனிதரின் மையப் படுத்தப்பட்ட பாலியல் உணர்ச்சிமட்டுமன்றி நிலவும் பன்மைப்பட்ட பாலியல் வகைமைகளும் முரணான தளத்தில் குற்ற உணர்ச்சிகள் என்று வரையறுக்கப்பட்டபின் உடல்ரீதியான மறு உற்பத்தி சார்ந்த குழந்தைகளைப் பெற்று, நுகர்வைச் சுமத்தி குடும்பங்களை கட்டமைக்கவும் சமூகக் கடமையாற்றவும் வலியும் சுரணையும் அற்று உழைக்கவும் ஓர் அதிகார நிறுவனம் நம்மை வற்புறுத்துகிறது என்றால் முழுவரலாறும் மனிதப் போராட்டமும் நமக்கு அவமானமாகத்தானே மிஞ்சுகிறது. இப்படி மீளமுடியாத அதிகாரச் சுழற்சியின் மையம்தான் என்ன? உணவையும் ஆடைகளையும் உறவுகொள்ளும் சாதனங்களையும் அளவின்றி உற்பத்தி செய்யும் கணினிமய தானியங்கி இயந்திரங்கள் இடையறாது வேலை செய்து கொண்டிருக்க நாம் உண்டு, களித்து, ஓய்வெடுத்து, உறங்க வக்கற்றுப்போனது ஏன்? அளவு மாற பண்புகளும் மாறத்தான் வேண்டும் இல்லையா? இவ்வுலகில் கட்டப்பட்டு வரும் வணிக கட்டடங்களும் கேளிக்கை மையங்களும் விளையாட்டுத் திடல்களும் நடனசாலைகளும் மியூசியங்களும் பிரமாண்டமான ஆலயங்களும் அரசு மாளிகைகளும் உல்லாசக் கொத்தளங்களும் பாதுகாக்கப்பட்ட பகுதிகளும் நிர்வாக இராணுவ கொட்டடிகளும் வீடுகளும் சிறைச்சாலைகளும் விஞ்ஞானக் கூடங்களும் ஒரு விடுதியளவிலாவது நம்மைத் தங்கவைக்கப் போதாதா? எதற்கு இன்றும் நடைபாதைவாசிகளும் தெருக்களில் உறங்குபவர்களும்.

இப்படியான கேள்விகளுக்கிடையே ஒருவித அராஜகவாதம் தலைதூக்குவதையும் ஒரு மாற்றுவெளி புலப்படுவதையும் அனுமானித்து விடுபவர்களுக்கு பசி, காமம், உழைப்பு மறுப்பு, ஓய்வு போன்றவையே அதிகாரத்திற்கெதிரான நவீன கவிதையாகவும் எதிர்காலக் கவிதையாகவும் கூடவே, உறைந்து கிடக்கும் மொழிக்குள் ஊடுறுவும் தன்மை

யுடையதாகவும் இருக்கிறது என்பதை நாம் புலப்படுத்திவிட முடியும் (அடங்க மறுக்கும் புதிய உலகில் அனுபவிக்கவும் தீர்மானிக்கவுமான புதிய மொழிச் சலனமே நவீன கவிதை). மேற்சொன்னதை பேச மறுக்கவும், மறந்ததுமான எந்தக் கவிதையும் ஏன் சமகால நவீன கவிதைகளிலும்கூட இக்கூறு காணப்படாவிடில் நமக்கு எந்தக் கவிதையும் அனாவசியமானதுதான், தேவையற்றதும்கூட. அதைவிட வாழ்வு முக்கியமானது. ஒரு படைப்பாளி என்பவன் செயல்பாடுகளில் தன்னை மறைத்துக்கொண்டு மொழியில் எதையும் போதித்துவிட முடியாது.

குறைந்தபட்சம் சுய அனுபவத்தின் வலிகூட இல்லாமல் மொழியை வரலாற்றுப் பாத்திரமாக்கிய 95க்கு முற்பட்ட பல கவிதைகள் வெறுமனே தனது படைப்புச் செயல்பாட்டால் காலாவதியாகி நவீன தனிமையையும் ஒருசேர இழக்கிறார்கள். அதனதன் காலத்தில் அது நவீனம் என்பதெல்லாம் காலத்தை நபர்சார்ந்து பார்ப்பதன் விளைவு. மனிதப் பிரக்ஞையற்ற காலத்திற்குமுன் நபர்சாராத, அதிகார உரிமை வேண்டாததே நவீன கவிதை.

குறிப்பாக 2000த்திற்குப் பிறகு தமிழில் நாம் காணும் சில நவீன கவிதைகள் புறவயமாக குழந்தைமை விளையாட்டில் ஈடுபடுவதாகச் சொல்லலாம். அதன் புனைவு கேலிச்சித்திரங்களாகவும் சமூக வழங்குதலற்ற புனைவின் தன்னிலை இன்பங்களாகவும் கனவுகளாகவும் உருமாற்றம் பெறுகின்றன. வாழ்வின் பெருஞ்சுமைகளை ஏற்க மறுத்து பயணிப்பதாகவும் சமூகம் தீர்மானிக்கும்முன் தன் உலகைக் கண்டுபிடித்து விட்டவையாகவும் தப்பித்துக்கொள்கின்றன. தனக்கும் மற்றதுக்குமான விடுதலையை வேண்டி இயக்கம் கொள்கின்றன. தனித்த ஆண், பெண் தன்மைகளும் அதன் பாலியல் தேர்வுகளும் அதன் வகைமைகளுக்குள் தடையற்ற உரையாடல்களாக, இயக்கமாக பரிவர்த்தனை செய்துகொள்ளப்படுகிறது. இவ்வகையில் மாற்றமடைந்து வரும் கவிதைகளுக்கு புனைவு மொழியே சிறப்பான பங்காற்றுகிறது என்பது உணரத்தக்கது.

மேலும் வளர்ச்சியடைந்து வரும் ஊடகங்கள் வழியே உலகின் பன்னாட்டு இசை வடிவங்கள், ஒடுக்கப்பட்டவர்களின் அராஜக, பெண்ணிய பாப் பாடல்கள், கிராமப் புற தொன்மங்கள், நாட்டுப்புற உடல் கதைகளின் விழுமியங்கள், மொழிபெயர்ப்பு இலக்கியங்கள், Fantasy-யான திரைப்படங்கள், அதன்வழி தடையற்ற பாலியல் ஊடுறுவல்கள் போன்றவை நவீன கவிதைகளை ஈர்க்கின்றன. வர்த்தகரீதியான மறுகாலனிமயமான இந்தியாவில் உலகமயமாக்கல் குறித்த சிக்கல்களை இன்றைய நவீன இலக்கியப் படைப்பு எதிர்கொள்ள வேண்டியதும் அவசியமாய் இருக்கிறது. இதற்கிடையே சமூக அராஜகவாதம் கருக்கொள்வதையும் அது உறைந்து கிடக்கும்

மெத்தனத்தை உடைத்து இயக்கம்கொள்வதையும் இருக்கும் அதிகார நிறுவனங்களுக்கு எதிராக எல்லா சாத்கங்களையும் பயன்படுத்துவது என்ற போக்கையும் கண்டுணர்ந்து நவீன கவிதைகள் தனக்குள் பேசும்போது அது மத, மொழிப் பாசிசங்கள், சாதி, சமய, சனாதன வடிவங்கள், உலகமயமாக்கலின் விளைவான வறுமை போன்றவற்றிற்கு எதிர்ப்புணர்வாய், அறிவுத்துறை செயற்பாடாய் இருக்கும் என்பதை இக்கட்டுரை நம்புகிறது.

மனிதத் தொகுதியில் மேற்கண்ட கூறுகள் இந்தியாவில் தலித் துகளிடமும் உலகளவில் பெண்களிடமும் ஊடாடுவதாய் நாம் அனுமானிக்க முடியும். இரு சாராரும் தாம் ஒடுக்கப்படும் பொதுத்தன்மையிலிருந்து, உணர்ச்சிப்படியில் தன்னுணர்வற்ற அராஜகத்தன்மையை இயல்பில் கொண்டிருப்பதாக அடையாளம் காணமுடியும். என்றாலும் நமது சூழலில் மேட்டுக்குடி தலைமை யில்லாமல் வாழ முடியும் என தலித் மக்களும் ஆண்களின் தலைமையில்லாமல் வாழமுடியும் எனப் பெண்களும் இன்னும் கற்றுக்கொள்ளவில்லை. மாறாக, புதிய உறவுகளை உருவாக்குவதன் மூலம் அதிகார உறவுகளை முடிவிற்கு கொண்டுவரமுடியும் என்பதையும் இவர்கள் உணரவில்லை. சமூகத்தின் அத்தனை வெளிப்பாடுகள் மீதும் இவர்கள் பெரும்பாலும் கவனம் செலுத்துவதில்லை என்பதால் இன்னும் இவர்களது குறைந்தபட்ச கவிதைகளிலும்கூட நவீனத் தன்மை கூர்மையடையவில்லை என்பதை தற்போதைய சூழலாக முன்வைக்கலாம். மற்றபடி அரசாங்கம் என்ற ஒன்றும் அதில் மேட்டுக்குடி ஆணாதிக்க கருத்தியலும் இருப்பதே அதன் ஆளுகைக்குட்பட்டு இருப்பவர்களின் நீடித்த அடிபணிதலுக்கு உத்திரவாதம் தருகிறது என்பதைப் புரிந்துகொள்ள வேண்டும்.

இத்தனைக்குப் பின்னும் தலித்துகளும் பெண்களும் மட்டுமே இருக்கும் அதிகார மையங்களுக்கு அருகே மாற்று நிறுவனங்களை உருவாக்க நம்மிடையே எஞ்சியிருக்கும் சமூக உடல், மொழித் திரள் என்று நாம் நம்பிக்கை வைக்கலாம். இது மொழியிலும் செயலிலும் அனுபவமின்றி சாத்தியமாகுமா? இதுவே இவர்களது கவிதையின் பிரச்சினையாகவும் இருக்கிறது. குறிப்பாக, தலித்துகள் முற்றிலுமான இந்தியத் தன்மையிலிருந்து விலகி கலாச்சாரம், மொழி, பண்பாடு, தொழில் போன்றவற்றில் மாற்று அணுகுமுறைகளோடு ஏகாதிபத்திய வர்த்தகத்தில் அதன் நலன்களில் பங்குபற்றாமல் உள்ளூர் அரசியலில் ஆதிக்கச் சக்திகளுக்கு துணைபோவது அல்லது அதிகாரம் விழைவது அவர்களது விடுதலையைச் சாத்தியமாக்குமா? இதுவும் அவர்களது கவிதைகளிடையே எழும் ஒரு கேள்வி. ஏனெனில் அரசியல்ரீதியாக இந்தியாவின் தேசிய இனம் என்பதை ஏற்றுக்கொள்ள முடியாமலும் மத, சாதியரீதியாக (இந்து, கிறிஸ்துவ, முஸ்லீம் மற்றும் வர்ணாஸ்ரம பிரிவுக்குள்ளும்) அடங்க மறுப்பவர்களாகவும் ஒருசேர, பாட்டாளி

வர்க்கமாகவும் இருப்பதை சுட்டிக்காட்டி அதையே நவீன கவிதையின் விவாதமாகவும் இக்கட்டுரை முன்வைக்கிறது.

மேற்சொன்ன யாவும் தமிழில் 90களில் ஆரம்பித்து பின்நவீனத்துவ அறிமுகத்திற்குப் பிறகு 95களில் உரையாடல்களாக மாற்றப்பட்டபின் நவீன கவிதைகளின் முகம் மாறியிருக்கிறது என்பதையும், பின்நவீனத்துவ வருகைக்குமுன்னரே சமூகச் சூழல் மறுகாலனிமயமாக்கலின் நெருக்கடியில் அதன் கூறுகளை தன்னகத்தே கொண்டிருந்தது என்பதால் பின்நவீனத்துவம் நமக்கு அந்நியமானது என்ற கருத்தும் இங்கு மறுக்கப்பட வேண்டியதாகிறது. பிறகு, தமிழில் பின்நவீனத்துவத்தை அறிமுகப்படுத்தியவர்கள் தொடர்ந்து நகல் பிரதிகளை எடுத்து ஒருவருக்கொருவர் விசிறியடித்துக்கொள்வதும் மூலப்பிரதிகளை பார்வைக்கு வைக்காமல் சுயமறு உருவாக்கம் செய்வதும் அதனால் அடைய நினைப்பதும் நோக்கப்பூர்வமாக நாம் அறியத் தேவையற்ற ஒன்றாய்ச் சொல்லலாம்.

மார்க்ஸியம், தலித்தியம், பெண்ணியம் போன்றவற்றில் காணப்படும் குறுகிய முக்கிய சமகால நவீனத்துவக் கூறுகளை பின்நவீனத்துவம் தாண்டியும் யோசிக்க வேண்டிய அவசியத்திற்கு நவீன கவிதை வந்து சேர்ந்திருப்பதை ழாக் ப்ரெவரின் 'சொற்கள்' தொகுப்பின் வழியே இக்கட்டுரை முன்வைக்கிறது.

இக்கட்டுரை முழுவதும் ஒருவகையான பெண்ணியப் பார்வையை அடிப்படையாகக் கொண்டது என்றும் அதன் காரணமான படைப்பின் வலியை ஒப்படைப்பது தவிர மற்ற 'இசங்கள்' பற்றிய ஆழ்ந்த புரிதல் எதுவும் இக்கட்டுரைக்குக் கிடையாது என்பதை ஒப்புக்கொண்டு மொழியில் படிமச் சுமையை முற்றிலுமாக விட்டுவிடுவது நவீன கவிதைக்கு வசதியானது என்றும் வாசகன் தீர்மானிக்கவும் அனுபவிக்கவுமான உலகில் அது சுய ஒற்றைப் பார்வையாக மொழியில் உறைந்துவிடுவதால் பன்மைத்தன்மைகள் அடிபட்டு விடுகிறது என்பதையும் இக்கட்டுரை தன் படைப்பு அனுபவமாக முன்வைக்கிறது. அறிவு மற்றும் கல்வித்துறை சம்பந்தப்பட்ட அரசு நூலகங்களில் கூட அதிகம் இடம் பெற்றுவிடாத நவீன கவிதைகள் இன்னும் சிற்றிதழ்களின் உதவியால் தீவிர படைப்பாக்கம் பெற்றுவருவதை இங்கு கல்லூரி அளவில் கலந்துரையாடலாகவும் சொற்பொழிவாகவும் வைத்திருப்பது ஆரோக்கியமானது என அதன் ஒன்றிணைப்பாளர்களுக்கு நன்றியைச் சொல்லிக் கொள்கிறது.

(19.03.2003 அன்று அமெரிக்கன் கல்லூரியில் வாசிக்கப்பட்டது)

•

●●●

நவீன கவிதைகளின் சராசரி புரிதல்

சங்கப்புலவன் இன்று யாரேனும் உயிரோடு வந்தால் இன்றைய நவீன தமிழ்க் கவிதைகள் எந்த மொழியில் எழுதப்பட்டிருக்கிறது எனக் கேட்பான். இன்றைய மொழி தனக்குள் பல்வேறு கலைச் சொற்களை சேகரித்துக்கொண்டு விட்டது. அது சூழலின் பன்முகப் பார்வைக்காக தனது மொழிச் சம்பிரதாயங்களை உடைத்துக் கொண்டிருக்கிறது. மேலும் அவை இயந்திரங்களுக்குள் அடைக்கலமாகி உலோகச் சொல்லொலிகளாகப் பயணப்படவும் காத்திருக்கிறது. நவீன மானுட அவசரங்களில் கவிதைக்கான மனங்கொள்ளுதலே ஒரு சிறிய வட்டமாக குறுகிப் போனபின், இன்றைய கவிதை உலக மனிதனுக்காக என்ற திசையில், தன் இருப்பின் பூகோள பிடிமானங்களையும் தாண்டி, சில சூக்குமமான வெளிகளில் சஞ்சரிக்கிறது.

தொடர்ந்து தமிழுக்குள் பாயும் மொழிபெயர்ப்புக் கவிதைகள் மற்றும் மேலைக் கோட்பாட்டு நவீன இசங்கள் சூழலில் ஒரு புதிய கவிதைத்

தளத்தை தட்டியெழுப்புகின்றன. சொல்வதில் யுத்தியும், வடிவங்களில் பல்வேறு பழமைகள் தவிர்த்து நவீன கவிதைகள் தனக்கான பாடுபொருளாய் சமூகத்தினை நுண்ணிய பரப்புகளில், தனிமனித அகக்கூர்மையில் பாசில்களைத் தேடிக்கொண்டிருக்கிறது. அனேகமாக வெற்றிகரமான தனது அடைதலை இன்றைய நவீன கவிதை சாதித்துக் கொண்டிருப்பதாகத்தான் படுகிறது.

கவிதை கலைக்காகவா, மனிதனுக்காகவா என்ற நூற்றாண்டுச் சந்தேகங்களை மனத்தில் இருத்திக்கொள்ளாமலே, கவிதைகள் தனது கட்டற்ற மனப்பான்மையை சூழலுக்குள் புகுத்துகிறது. கோட்பாடுகள், விமர்சன கட்டுடைப்புகள் வாழ்வின் அனுபூதி யாவற்றையும் மீறி இன்றைய கவிதைகள் தன்னை வெளிப்படுத்திக்கொள்வது நமக்கு நம்பிக்கையளிக்கவே, இன்றும் குழந்தைகள் பிறந்துகொண்டிருக்கின்றன என்பதைப் போலத்தான்.

அடிப்படையில் கவிதை எப்போதும் ஒரு வழங்குதல் பற்றிய பிடிவாதமான உள்ளுணர்வுடன் தன்னை முன்மொழிந்துகொள்கிறது. அது பிரதியானவுடன், அதன் சமூகப்பயன்பாடு பற்றிய அக்கறை ஏதுமற்றே தானே தனக்குள் அந்நியமாகவும் ஆகிக்கொள்கிறது. இந்த மொழியின் சூசகமானது கவிஞனை எப்போதும் பூர்த்தியடைய விடுவதில்லை. மேலும் பூரணம் என்பதும் அவ்வளவு முக்கியமில்லை என்றானபின்னும் தனக்கான வாழ்விற்கும் தான் முன்னிறுத்தும் சொல்லாடலுக்கும் இடைவெளி இன்றி கரைந்து போவதைத்தான் கவிஞன் விரும்புகின்றான். அதனாலேயே தனது ஒற்றைக் கவிதையை மீண்டும் மீண்டும் புதுப்பிக்கிறான்.

ஆனால் நாளடைவில் அவன், வாழ்வின் சகல தளங்களிலும் ஆராதனை செய்யப்பட்ட, அல்லது அழுத்தப்பட்ட, ஒடுக்கப்பட்ட கூறுகள் புடைத்தெழும்போது அதற்கான பிரதிநிதியாக மட்டுமே நின்று போகிறான்.

பிரச்சினைகள் பல்வேறு வகையானவை, பல்வேறு காலத்தவை. இங்கு காலங்களைத் தாண்டி கணக்கில் நிற்பவைகளைத்தான் விமர்சகன் கால இடமாறு தோற்றமாகவோ கட்டுடைத்துப் பார்க்க ஒன்றுமில்லாத பண்டமாகவோ அதைத் தீர்மானித்து தன்னை மறுபடைப்பாளி என அறிமுகம் செய்துகொள்கிறான். இந்த இரண்டு நிலையுமே கவிதைக்கு அவசியமானதுதான்.

கவிஞன் தன்மொழியின் வழியே தொன்மங்களைத் தோண்டுபவனாக இருக்கிறான். அல்லது கற்பனையின் வழியே உலகை நிர்பந்திக்கிற வனாகவும் மாறுகிறான். இதற்கிடையில் தன்மீது ஒட்டுமொத்தமாகச் சுமத்தப்பட்டிருக்கும் சமூகச் சாயல்களின் மீது குரோதமாகவும் விளையாட்டுத்தனமாகவும் சிலசமயம் விவகாரமாகவும் அதேசமயம்

துணிச்சலுடன் ஊடுருவி அதனால் பதற்றமடையும் புதிய வெளிகளைத் தரிசிக்க முயல்கிறான்.

அதிகாரம்சார்ந்த கலைகள், அமைப்புகளின் தொடர்சங்கிலிகளில் தனது அபிலாஷைகளை இதுகாறும் ஒரு ஒழுங்குணர்வாகச் சித்தரித்து தங்களுக்கான ஒளிவட்டங்களை சேர்த்துக்கொண்டதாக, தமிழ்ச் சூழலில் புதிய குற்றச்சாட்டு எழுந்திருக்கிறது. கலை எனும் கடவுளை பார்க்கவிடா நந்திகளாக ஒழுங்குணர்வாளர்களின் மீது குற்றம்சாட்டி 'நந்தன்கள்' கிளம்புகிறார்கள். இவர்களின் செயல்பாடு, மானுட விழுமியங்களை தலைகீழாகப் புரட்டிவிடுதல் மூலமாக, அழுத்தப்படும் இன்னொரு தளத்தை தனது முறைசாரா, ஒழுங்குசாரா இயல்பை அறியாமைகளின் அறிவாய் மேலெழுப்புகிறது. இது ஒழுங்கின்மையிலிருந்து வேறொரு புதிய ஒழுங்கிற்கு ஆன பயணமாகவும், ஏற்கனவே சொல்லப்பட்ட ஒழுங்கின்மீது வெகுண்ட தாக்குதல்களையும் ஒருசேர தொடுத்துக் கொண்டு தன்னைப் பிரதிநிதித்துவப் படுத்திக்கொள்கிறது. ஆனாலும் எல்லாக் கவிஞர்களின் வெளிப்பாடும் சமூகப் பன்முகத்தில் இருந்துதான் உருவாகிறது. ஒடுக்கப்படுதல் என்பதும் அந்நியப்படுதல் என்பதும் எல்லாக் கவிஞரிடத்தும் ஒளிந்து கிடக்கிறது.

இன்றளவில் அதிர்ச்சியூட்டும் வன்முறை எழுத்துகள் தமிழ்ச்சூழலில் முகத்தைக்காட்ட ஆரம்பித்து இருப்பதை விரித்துப் பார்க்க பல்வேறு காரணங்கள் உண்டு. இவ்வகையான கலக எழுத்துகள் 'லும்பன்' எனப்படும் சமூக புற நிலையாளர்களால், மார்க்சின் வார்த்தைகளில் சொல்வதானால் உதிரிப் பாட்டாளிகளுக்கான பதிவாக இன்றைய கவிதைகளில் காணலாம்.

இவை இன்னும் சாத்திரமடையவில்லை என்றாலும் புதிய எழுத்துகளுக்கான கரடுமுரடான, கச்சா வெளியாக இதை அவதானிக்கலாம். 'லும்பன்' என்கிறபோது தலித், தலித்தியர்களுக்கான எழுத்து என்று மட்டும் சுருக்கிப்பார்க்க வேண்டியதில்லை. அவர்களுக்கான அரசியலைப் புரிந்துகொள்ளுதலே போதுமானது. ஏனெனில் இந்த 'லும்பன்' என்கிற வரிசையில், ஒடுக்குதல் சார்ந்த பெண்கள், அலிகள், லெஸ்பியன், ஹோமோக்கள், பெண் தரகர்கள், விபச்சாரிகள், போதைப்பழக்கத்திற்கு அடிமையானவர்கள், தொழுநோயாளிகள், நாடோடிகள், மனநிலை பிறண்டவர்கள், அதீதக்கடனாளிகள், கொள்ளையடிப்பவர்கள், திருடர்கள், தேசத்தைக் காட்டிக்கொடுப்பவர்கள், வதந்தியைப் பரப்புகிறவர்கள், கூட்டத்தில் கல்லெறிபவர்கள், தெருக்களில் அநாதையாக்கப்பட்ட முதியவர்கள்/ சிறார்கள், கொத்தடிமைகள், செயற்கை பால்மாற்றம் செய்து கொண்டவர்கள் இன்னும் பலர் என அமைப்புசாராத பூலோக சஞ்சாரிகள் அடங்குகிறார்கள்.

அவர்களை எந்த மையமான அரசியல் அதிகாரம் சார்ந்தும்

பிரதிநிதித்துவப்படுத்த முடியாததாலும் இவர்கள் தூய்மையான உயர்வகை ஒன்றிற்கு எப்போதும் ஈடுசெய்யப்பட்டு கீழிறக்கப் படுவதாலும் இதே நேர்மையான அறமும் அதிகாரமும் முதலாளித்துவ உபரியின் அதீதக் கேளிக்கைகளுக்கு உடன் போவதாலும் தனது உபரி என்பதே பகற்கனவாய் போனதினாலும் அந்நியப்பட்டு லும்பன்களாக உருவாகிறார்கள் என்று கூறப்படுகிறது. இதையே தலித் அல்லாதவர் களுக்கான படைப்பு வெளியாகக்கொள்வதில் தவறில்லை.

மேற்கூறிய லும்பன்களின் பெருக்கம் உலகின் பெரும்பான்மையான முதலாளித்துவ, ஏகாதிபத்திய நிழல்களில் ஆரம்பிக்கிறது. லும்பன் சாராத எழுத்துக்களை, மீண்டும் ஏகாதிபத்தியக் கட்டமைப்பை பாதுகாக்கின்ற எழுத்துக்களாய் இவை நம்புவதால் அதன் சாராம்சத்தைச் சிதைக்க முயல்கிறது.

இந்த இடத்தில் ஒன்றை குறிப்பிடுவது நலம். இன்னும், ஏகாதிபத்தியத்திற்கு எதிர்வினை செய்வதாகக் கூறிக்கொண்டு, வந்திருக்கிற நீண்ட நெடிய வரலாற்றுப் பாத்திரம் வகிக்கும் இடதுசாரிச் சிந்தனையாளர்களின் முற்போக்கு யதார்த்த இலக்கியம், இந்த லும்பன்களின் தேசியமற்ற தன்மையை கொஞ்சமும் அவதானிக்காமல், அலட்சியப்படுத்தி தனது அதிகாரத்திற்கான ஓட்டுவங்கி மீதான கரிசன கோஷங்களை மட்டுமே எழுப்பி, இன்றைய மத்தியதர வெள்ளைக்காலர்களின் பெருகிவரும் மற்றொரு வகை உபரிக் கேளிக்கையை ஆதரித்துக்கொண்டு அவர்களையே பாட்டாளிகளாகவும், போராளிகளாகவும் நம்பிக்கொண்டிருக்கிறது என்ற குற்றசாட்டு கவனிக்கப்பட வேண்டிய ஒன்று. மற்றபடி, முற்போக்கு சூழ்ச்சிக்கும் பெருகிவரும் இந்த லும்பன்களின் அதிர்ச்சிக்கும் இடையேதான் புதிய எழுத்து தன்னைச் சுலபமாகத் தேர்ந்துகொள்ளும் என்று இந்தக் கட்டுரை நம்புகிறது. அதையும் தாண்டி படைப்புமனம் தன் வெளிப்பாடு சார்ந்து எதையும் எழுதிப்போகும் தன்னிச்சையானது என்பதில் இக்கட்டுரைக்கு மறுப்பு ஏதும் இல்லை. மற்றபடி படைப்பாளியின் மரணம், பிரதியின் மரணம் என்றெல்லாம் கவிஞர்களை அச்சுறுத்தாமல், எல்லோரும் பயன்படுத்தும் மொழியை எடுத்துக்கொண்டு, எவரும் சொல்லாதவற்றைச் சொல்லிவிட வேண்டும் என்பதையே இக்கட்டுரை பொது நோக்கமாகக் கொள்கிறது.

திருக்குறளைப் படித்தபின்பும், தான் எழுதுவது புதியது என்று ஒருவன் நம்புகிறான் என்று ஒரு விமர்சனம் தமிழில் உண்டு. ஆனால் திருக்குறளும், திருட்டுப் பரத்தமையும் எந்தத் தளத்தில் ஒரு நிலையை எய்துகின்றன என்பதைச் சொல்லவே புதிய எழுத்து தேவைப் படுகின்றது. வார்த்தைகள், வார்த்தைகள் எல்லாமே வார்த்தைகள் என்று கூறி சூக்குமத்தில் ஒன்றுமில்லையென்று உதடு பிதுக்குவதைவிட தன்னைச் சொல்லிக்கொள்ள முடியாத இடத்தில் வெகுநேரம் நிற்பது சுலபமாக

இல்லை என்ற உண்மையின் மீது புரிதல் வேண்டும். பிறகு வாசிப்பு பற்றிய அனுபவங்களில், மொழியைக் கட்டுடைக்கும்போது, பல பிரமைகள் உடைபடத் துவங்கின என்பது உண்மைதான். ஆனால் மொழி மீண்டும் தன்னளவில் சுருங்கும்போது ஒருவட்டவளையப் பரப்பாக இருப்பது கவனிக்கப்பட வேண்டிய ஒன்று. இந்த வட்டவளையப் பரப்பை, எழுதப்பட்ட பிரதியை வைத்தே பேசிப் பார்க்கலாம்.

ஒரு பிரதி எண்ணற்ற சொல் அலகுகளாலும் அவற்றுக்கிடையே, பிணைகக்கப்பட்ட அர்த்தக் கூறுகளைக் கொண்டதாகவும் இருக்கிறது. ஒரு பிரதியின் அமைப்பிற்குள் எல்லாச் சொல் அலகுகளும் சாராம்சத்திற்கு இணங்கும் வகையில் உணர்த்துதல், வடிவம், போன்ற அனைத்துப் பண்புகளிலும் முழுதொத்தவையாக இருக்கின்றன. ஒரு பிரதியின் சொல் அலகுகள் தன்னிச்சையானபோக்கில், சொல்ல வந்ததற்கு நேர்கோட்டுப் பாதையில் சாராம்சத்தின் அத்தனை வெளிப்பாடு களையும்கொண்டு இயங்குகின்றன. பிரதியின் சொல் அலகுகள் சாராம்சத்தைக் கொண்டதாகவும், பிரதியாக்கப்பட்டவுடன் மீள்தன்மை கொண்ட தனித் தனிச் சொல் அலகுகளாக நின்றுகொள்ளும் இயல்புடையன. பிரதியின் சொல் அலகுகள் சாராம்சத்தில் ஒன்றையொன்று மோதி முரண்படுவதோடு, வடிவத்தின் அமைப்பிற்குள்ளும் ஏதேனும் அடுத்தடுத்த முரண்பாடுகளில் மோதிக்கொள்ளும்போது உண்டாகும் இடைவெளியை பிரதியின் சராசரிப் புரிதல் பண்பாடு எனலாம். ஒரு படைப்பாளி பிரதியில் கொடுக்கும் அழுத்தம் மாறாமல் இருக்கும்போது, குறிப்பிட்ட சாராம்சத்தில் வெளிப்படும் செய்தி அதன் புரிதலுக்கு நேர்விகிதத்தில் இருக்கும். ஒரு பிரதி தனது அமைப்பிற்குள் இழந்துபோவதாக பாவனை செய்யும் அதிர்வு, புரிதல், உணர்தல் ஆகியவற்றை ஒரு வாசகன் தன் வாசிப்புப் பயிற்சியின் மூலம், பிரதியில் படைப்பாளி சொல்ல வந்ததற்கு நேராகவோ அல்லது தன்னிச்சைக்கு வசமாகவோ அதிர்வு, புரிதல், உணர்தல், ஆகியவற்றின் வழியாக ஏற்கச் சமன் செய்கிறான். இதன் மூலம் மொழியின் வட்டவளையப் பரப்பு பூர்த்தியாகிறது.

இவ்வகையிலேயே இன்றைய நவீன கவிதைகளை வாசித்துப் புரிந்துகொள்ள அதிகச் சிரமம் இருக்கிறது என்றுபடுகிறது. அப்பால் அவரவர் பாடு.

(குற்றாலத்தில் நடைபெற்ற "பதிவுகள்" கருத்தரங்கில் 30.09.98 அன்று வாசிக்கப்பட்ட கட்டுரை)

•

மாதிரியில்லா மொழி உலகமும் பிரக்ஞையில்லா கலகமும்

மொழியின் யதேச்சையான அத்தனை விளைவுகளும் சமூக இருப்பின் வரையறைகளை ஒழுங்கு செய்வதாகக் கூறிக்கொண்டு அக, புற யதார்த்தங்களை ஆளுமையின் துறைகளுக்கு ஒப்புக்கொடுக்க முனைந்தேயன்றி விடுவிக்கப்பட்ட கழன்று உருவாகும் ஒரு புதிய பல்முனை உலகம் பற்றிய உள்மௌனங்களை காணமுடியவில்லை என்பதுதான் அரசியல்மயப்படுத்தப்பட்ட இன்றைய எல்லாத் தன்மைகளுக்கும் மூல காரணமாகிறது.

மொழி ஒரு சாத்தியமான உருதான். எல்லாவிதமான தர்க்க நியாய எதிர் இணை முரண்களின் அடியில் விலகி வரும் மௌனம் இன்னும் பல சாத்தியங்களைக் கொண்டிருக்கிறது என்பதால் அவ்வகை

மௌனத்திற்கு மொழியே எங்ஙனம் தடையாகவும் இருக்கிறது என்பது, உருவாக்கப்பட்ட மொழிக்குள் கேள்வியாகவும் இருக்கிறது.

இதுவரை மனிதன் என்கிற உயிரி வாழுகின்ற ஒரே கோளாக மனிதனாலே அறியப்பட்டிருக்கிற இப்பூமியானது, பிரக்ஞைபூர்வமாக ஆதியிலிருந்தே உதாரணங்களால் கட்டமைக்கப்பட்டுவிட்டது ஒரு பெரிய அவமானம். இப்பூமியில் தோன்றியிருக்கிற இன்னும் தோன்றித் துலங்கவிருக்கிற யாவும், எப்போதும் உதாரணங்களால் அடையாளப் படுத்தப்பட்டு "போல" எனும் குறியீடுகளால் தற்காலிகப் பூர்த்தியை ஏற்றுக்கொண்டு வந்திருப்பதை நாம் காணலாம்.

இன்னதென வரையறுக்கவே மொழி பல்லாண்டு காலமாக பயன்படுத்தப்பட்டிருக்கிறது. இதன்வழியே சராசரிப் புரிதலுக்கு மட்டுமே இலக்கானதுதான் இப் பூமி அதன்மேல் அசையும் யாவற்றையும் உதாரணங்களை அடிப்படையாக்கி இதனை, இதனால், இவையென்று புரிந்துகொள்ளப்பட்டு வந்திருக்கின்றன. இது ஏன், எதற்கு, எப்படி என்பதன் மறு விளைவாகக் கொள்ளலாம்.

ஆன்மிகத்திலிருந்து அரசதிகாரம் வரை பரிணாமம் பெற்றுவிட்ட ஆதி மனித நிலை, தன் காட்சிக்கு வசப்பட்ட இவ்வுலகை ஒன்றோடு ஒன்று குறிப்பிட்டு இதைப்போல இருப்பதால் அதைப்போலொன்று, எதைப்போலிருக்கிறது என்பதையே தீர்வாய் முன்வைக்கிறது. இலக்கியத்தின் அத்தனை இயங்கு தளங்களிலும் வேறு இயல் சார்ந்து மொழியடிப்படை யாவற்றிலும் உதாரணங்களின் ஆட்சி மேலாதிக்கம் பெற்றிருப்பதை உதாரணங்களின்றியே ஒப்புக்கொள்ள முடியும். ஆக, பூமியின் புறவயப் பொருட்கள் யாவும் புழங்கு நிலை அடையாளம்பெற மொழியின் குறிப்பான அடைமொழிகளையே சுமந்தன என்பதைக் கவனிக்கும்போது உதாரணப் பெயர்களையே ஒவ்வொன்றுக்குமாக தன்னிலைப் பெயர்களாகக் சூட்டிக்கொண்டு வந்துவிட்ட எளியமுறை அறிவு வளர்ச்சியின் சவலைத்தனத்தைக் காட்டுகிறது. ஒவ்வொன்றின் தன்னிலையையும் அதனளவிலேயே அதன் பண்பாகக் கருதியதை குறிப்பானாக அடையாளப்படுத்த முடியாமையினால்தான் இங்கு குறிப்பீடுகள் மட்டுமே மேலாதிக்கம் செய்கின்றன.

இவ்வகையான குறிப்பீடுகளின் மொத்தத் தத்துவ பண்பே யாவற்றையும் தீர்மானிக்கிறது. குறிப்பீடுகளை ஒழுங்குபடுத்தும் முறையே உதாரணங்களாய் கட்டமைக்கப்படுவதால், உதாரணத்திற்கான மொழியறிவே சமூக, உள்/புறவய இயங்குதல்களை ஒப்பனை செய்கிறது. இந்த ஒப்பனையின் பாவனைகள் அதிகாரத்திற்கான தளத்தினை உருவாக்கும் சக்திகளுக்கு ஆளுமைகளை, அதிகாரங்களை ஒப்புக் கொடுக்கிறது.

இதிலிருந்து உதாரணங்களே நம்மை ஆள்வதை அல்லது

உதாரணங்களாய் நாம் இருப்பதை, உதாரணங்களுக்காக இயங்குவதை இன்னும் மொழிவசப்படாது கிடக்கும் நம் மௌனங்களின் வழியே புரிந்துகொள்ளலாம். பிறப்பிலிருந்தே மனிதனுக்கு உதாரணங்களின் வழியேதான் இவ்வுலகம் உணர்த்தப்படுகிறது. அவன் பணம், மகிழ்ச்சி, துன்பம், தோல்வி, வெற்றி, ஈடுபாடு, கடமை, பலன், ஒழுக்கம், விலகல், கட்டுப்பாடு, சரி, தவறு, துய்ப்பு, தவிர்த்தல், பெறுதல், அடைதல், விருப்பம், நிராகரித்தல், கோபம், ஒழுக்கம், போராட்டம், யாவும் உதாரணங்களால் நம்பிக்கையூட்டப்படுவதற்கும் கைவிடுவதற்கும் ஏதுவான நிலையை கைக்கொண்டுள்ளன.

பொருளில் துலங்கும் தன்னிலையின் இயல்பான பெயர் சூட்டலுக்கு, மொழி என்றைக்கு பாவனையை அல்லது "போல" எனும் உதாரணங்களைக் கைக்கொண்டதோ, அன்றே மொழி தன் அலகுகளின் வரிவடிவ ஒப்பனைகளுக்கு தன்னை வகைப்படுத்திக்கொண்டது. அதனாலேயே அது சுட்டும் உலகினை போலியாகவும் ஆக்கிவிட்டது. இது மொழியின் அகங்காரம் தவிர வேறில்லை. அகங்காரம், அதிகாரத்தின் இயங்குநிலைதானே! அத்தோடு மேற்கூறிய இரண்டும் உதாரணங்களால் உருப்பெற்றதாய் இருப்பதாலே அவை எங்கு தோன்றினாலும் தற்காலிக இடத்தையே, இருப்பையே காட்டி நிற்கின்றன. தொடர்ந்த இருப்பு என்பதும் "அது"வாகவே கருதப்படுவதும் சாத்தியமில்லாமல் போகிறது. இவ்வாறு உதாரணங்கள் மொழியில் புகும் இடமே அதிகாரம் உள்நுழையும் திறப்பாகவும் இருப்பதை புரிந்துகொள்ள வேண்டும். இவ்வகையான உதாரணங் களுக்கு இருப்பிடம் இப்பூமிதானே என்றாலும் எவ்வகை இருப்பிலிருந்து இவ்வுதாரணம் எவ்வகை இருப்பிற்குள் நுழைகிறது என்பது முக்கியமானது. ஆகவே, இவ்விடத்தில் உதாரணப்பட்டுவிட்ட நிராதரவான அதிகார மறுப்பைச் சுமந்து திரியும். ஒன்றின் விழைவு முன்னகர்வதை தடுக்க இயலாமல் போவதும் நிகழத்தானே வேண்டும். வலிமையான உதாரணங்கள் அறிவின் ஒப்பனைகொண்டு பாவனை அதிகாரத்தை கையகப்படுத்தும்போது, மறுக்கப்பட்டதாய், அறிவற்றதாய், உதாரணிக்கப்பட்ட உதாரணங்கள் முதலில் எதை உதற வேண்டியிருக்கிறது என்பதே அதிகார வெளியில் முக்கியத்துவம் அடைகிறது.

நாம் உதாரணங்களாய் இருப்பது, மற்றெல்லா உதாரணங்களோடு ஒப்பிடப்படுவது அல்லது கீழிறக்கப்படுவது, படிமுறைப்படுவது போன்றவற்றில் இருந்து அல்லது ஒடுக்கப்படுவதில் இருந்து வேறு ஒரு வெளியை வேண்டுவது என்பது மீண்டும் உதாரணத்தின் வழியே சாத்தியப்படாது என்பதை உணர்ந்துகொள்ள வேண்டும். மொழியின் ஒப்பனைகளை சிதைக்கும் முகமாக, பாவனை அதிகாரத்தின் இயங்குதலில் இருக்கும் பெயர் சூட்டலுக்கு எதிராக இயங்க வேண்டியது அல்லது மொழிக்குள், வரிவடிவத்திலிருந்து உதாரணத்திற்கு அலையும்

புள்ளியை கைப்பற்றுவது போன்றவற்றை யோசிக்க வேண்டும். மொழியை குறிப்பீடுகளில் இருந்து விடுவித்து தன்னிலையில் கொண்டு போய் வைப்பது என்பது உலகத்தை மீண்டும் ஏதோ ஒருவகையில் "மொழிவழி புரியலாம்" என்பதற்கு ஒப்பாகும். இவற்றிலிருந்துதான் பல உலகங்களுக்கான உதாரணமற்ற மொழியின் சாத்தியப்பாடுகள் உருவாக முடியும். மொழி தோற்றம் கொண்ட இடத்தில் அதை சந்தேகிப்பதுதான், விலக்குவதுதான், அதுவும் உதாரணங்களால் கட்டமைக்கப்பட்டவற்றை உதறுவதுதான் பன்முகத்தன்மைகளுக்கு இடமளிக்க ஏதுவாய் இருக்கும். இதன் நேரடி அர்த்தம் மொழியை இழந்துவிடுவது அல்ல. மொழியிலிருந்து உதாரணங்களை களைவதுதான். ஒரு மொழியிலிருந்து உதாரணங்களைக் களைந்துவிடுவது ஏறக்குறைய அதிகாரத்தை நீக்கி விடுவதாகத்தான் அர்த்தப்பட வேண்டும்.

இதற்காக மொழியின் தோற்றுவாயை தேடிப்போக வேண்டிய அவசியம் இல்லை. எங்கு மொழி எந்த அதிகாரத்திற்கும் வழியற்றுக் கிடக்கிறதோ, எங்கு மொழி வெறும் மௌனமாக நிலை பெற்றிருக்கிறதோ, எங்கு மொழி பகடி செய்யப்படுகிறதோ, எங்கு மொழி கூறியது கூறலாய் வெறுக்கப்படுகிறதோ, எங்கு மொழியின் புனிதங்கள் அவமானப்படுகிறதோ, நிராகரிக்கப்படுகிறதோ, எங்கு ஒரு மொழியின் சாராம்சம் அர்த்தமின்மையை உருவாக்குகிறதோ, அங்கிருந்தே தன்னிலைக்கான மொழியின் மீட்பு வேலைகள் துவங்கப்படலாம். அதை மீட்டெடுக்கும் சக்திகளின் இயங்குதல் ஓர் அதிகாரமாகத்தானே உருமாற்றம் அடையும் என்று வாதம் வந்தால், அது உதாரணத்திலிருந்தே வருகிறது. உதாரணத்திற்கு இன்னும் பக்க பலம் சேர்க்கிறது அல்லது உதாரணத்துணை கொண்டு மீட்புச் சக்திகளை அழிக்கப் பார்க்கிறது. ஏனெனில் உதாரணங்களால் ஆளப்படும் நாம் மொழியை உலகமாய் பாவனை செய்துகொண்டிருப்பதை அதை எதிரொலிக்கும் மாதிரிகளாய், பிம்பங்களாய் அல்லது உதாரணங்களாகவே இருப்பதை எப்படிச் சகிப்பது. நம் தன்னிலைகளை யதேச்சையாக கொண்டிருக்கும் தன்னிலையானதே இவ்வுலகம். அதை யார் உதாரணமாக்குகிறார்களோ, அவர்கள் அதிகாரத்தை கையிலெடுக்கிறார்கள். நிராதரவானவர்களின் மொழி மீண்டும் உதாரணங்களில் இருந்து துவக்கப்பட்டால் மொழியின் ஒப்பனைமிகுந்த அறிவின் பாவனை அதிகாரத்திற்கே நாம் மீண்டும் அடிமைப்படுவதை உறுதி செய்யும். மனிதப் பிரக்ஞையற்ற இயற்கையின் தன்னிலையில் இருந்தே நாம் நமக்கான உணர்வைப் பெறமுடியும். இது உதாரணமல்ல. ஏனெனில், நமக்கு உயிர் வாழ்தலோடு கூடிய இவ்வுலகத்தை உதாரணிக்க வேறொரு மாதிரி உலகம் இப் பிரபஞ்சத்தில் இல்லை என்பதுதான் பரிதாபம். இப் பூமியைப் போல் அற்புதமான உலகம் வேறெங்கும் கிடையாது என்று பிரகடனப்படுத்தும் நமக்கு, ஆமோதிக்கவோ, மறுப்புச் சொல்லவோ சமிக்ஞைகள் இல்லை.

அதனால்தான் நமக்குள் அதிகாரம் எப்போதும் உலகளாவி மேல்நிலையாக்கம் பெறுகிறது.

உலக முழுமைக்குமான கோட்பாடுகளாக ஆன்மிகத்தையும் வரலாற்றையும் மொழிக்குள் உதாரணங்களாய் முன்னிறுத்தியே தீர்க்கதரிசிகளும், அரசு முறைசார்ந்த பிரதிநிதிகளும் தங்களைக் கட்டமைத்துக்கொண்டார்கள் என்பதே நடந்து வந்திருக்கிற உண்மை. இதில் இலக்கியம், அரசியல் மயப்படும்போது இவ்வுதாரண அருமைகள் எப்படி இல்லாமல் போகும். எதிர்வினையேகூட இன்னொரு அரசியல் அமைப்பாகுமே ஒழிய விடுதலை இலக்கியம் சாத்தியமில்லை.

சித்தர்கள்கூட லோகாதாயங்களின் மேல் கட்டற்ற விமர்சனங்களை வைத்திருந்தாலும், இறை என்ற மொத்தத்துவ பண்பிலிருந்து அவர்களாலும் தன்னிலை விடுதலையைப் பேச முடியவில்லை. உதாரணங்களால் ஆன மொழியறிவின் மயக்கத்திலிருந்து உலகத்தைப் பார்த்தனர்.

சமூக, பண்பாட்டு, பொருளாதார, தொழில்நுட்ப நெருக்கடிகளுக்கிடையே உருவாகிவரும் ஒரு புதிய மொழி, தன்னிலை இழந்தவர்களால் உதாரண வகைப்படாமல் அதேசமயம் கவனிப்பாரின்றியும் காரணகாரிய மற்றும் எல்லாவகை தர்க்க, நியாய, உதாரணப்பாவனை செய்கிறவற்றுக்கும் அதன் அதிகாரத்திற்கு எ்திராகவும் பித்து மொழியாக உருக்கொள்கிறது. மனநோய் விடுதிகள் அதிகமாகிவரும் இந்நாளில் அத்தியாவசியங்களுக்கான போராட்டங்கள் குறுகி, அனைத்து பிரமாண்டங்களுக்கும் பின்னணியில் உள்ள அறிவுப் பயங்கரத்தின் மீதான பிரக்ஞையற்ற கலகமாய் உருக்கொள்வதை பல கோணங்களில் ஆராயலாம். பைத்தியக்காரர்களின் மொழியே இன்று தன்னிலையில் இருக்கிறது. அதுவே, பசியையும் காமத்தையும் மனிதப் பிரக்ஞையற்ற இயற்கைக்குள் எதிர்த்து பிரக்ஞையற்ற நிலையில் கலகம் புரிகிறது. போக, விஞ்ஞானத்தின் அத்தனை விளைவுகளையும் சுமப்பது ஒருபோதும் மனிதத் தலைவிதியாகிவிடாது.

கதவு இதழ் 1999

•

தலித்துகளுக்கு சந்தையில் விற்க ஒரு பொருளும் இல்லை

"காலனியம் பிரிதான மனிதரை மறுக்கிறது. மனிதகுலப் பண்புகள் இத்தகு பிறரிடம் இருக்கக்கூடும் என்பதைக் கடுமையாக மறுப்பதில் உறுதியாக இயங்குகிறது. எனவே, தான் ஆதிக்கம் செலுத்தும் மக்களைத் தொடர்ச்சியாக, 'உண்மையில் நான் யார்?' என்ற கேள்வியைத் தமக்குள்ளாகக் கேட்க வைக்கிறது".

-பிரான்ஸ் ஃபனான்

உண்மையில் பௌத்த, சமண சமயங்கள் மற்றும் முகலாய ஆட்சிகள் தொட்டு இறுதியாக உள்நுழைந்த ஆங்கிலேய வர்த்தகர்களின் பல ஆட்சிக் காலங்கள் யாவும் இந்தியாவில் வணிகத்தையே மையமாகக் கொண்டவை. ஒரு காலத்தில் சீனாவின் பழைய கன்ஃபூசியஸ்

சிந்தனைகளும் இந்திய சனாதன வேதமரபுகளும் வணிகத்தைப் பாவம் என்றே கருதியிருந்தன. ஆனால் இன்றைய காட்சி உலகில் இவ்விரண்டு நாடுகளும் உலக வணிகத்தோடு தன் அகன்று விரிந்த சந்தையைத் திறந்துகாட்டி ஏற்றுமதிக்காகப் போராடிக்கொண்டிருக்கின்றன. காலதாமதமான இந்த வர்த்தக மேலாண்மை கடற்கரை ஓரங்களில் தாங்கள் செய்துவந்த பழம் வணிகமுறைகளை பெரும் ஆசியச் சந்தையாக வரலாற்றில் வளர்த்தெடுப்பதை இழந்துபோனபிறகு தொழிற்புரட்சிக் காலத்தில் பெரும்பாலும் வடக்கே பனியா குடும்பங்களுக்குள் வணிகம் முழுவீச்சாக முனைந்து எழுந்தபோது, அதன் வர்த்தகம் மேற்குலகிற்கு எப்போதும்போல் பின்தங்கியே இருந்தது. இன்று இந்திய வணிகவெளிகள் வெகுவாக விரிவடைந்திருக்கின்றன. இம்மாதிரியான வணிக வரலாற்றுத் தொடர்ச்சிகளை தலித்துகள் தங்களுக்கான ஆய்வுகளாக மேற்கொள்ள வேண்டிய காலம் வந்திருக்கிறது. தங்களின் வாழ்வின் உண்மையான சிக்கல்களைக் கண்டறிய தலித்துகள் புதிய கல்விகளை அறிவது அவசியமாய் இருக்கிறது. இந்தியாவில் சுதந்திர வணிகம் நடைபெற்றுவந்த பல நூற்றாண்டு காலத்திலும்கூட தலித்துகள் வணிகத்தினுள் நுழைய முடியாமல் போனது வியப்பிற்குரியதும் சந்தேகத்திற்குரியதுமாகும்.

இந்தியாவில் தலித்துகளைவிட பார்க்கக் கூடாதவர்கள் என ஒதுக்கப்பட்ட சாதி இனங்கள் சில தமிழகம் உட்பட ஆங்கிலேயக் காலனி ஆதிக்கத்திலேயே வணிகத்தை மேற்கொண்டு இன்று பொருளாதாரத் தன்னிலைகளையும் சமூக அந்தஸ்தையும் பெற்றிருப்பது கண்கூடு. இன்று அவர்கள் யாரும் ஊருக்கு வெளியே தனித்து இல்லாமல் மக்கள் சமூகத்துடன் சந்தையிலும் இரண்டற பொருளாதார வசதியுடன் கலந்திருக்கிறார்கள். எனில் வணிகமே அவர்களை இந்நிலைக்கு அரசியல் அதிகார வாய்ப்புகளைவிடவும் மிகச் சிறப்பாக வாய்ப்பளித்திருக்கிறது என்பது நிதர்சனம்.

ஏனெனில், இந்தியாவில் தலித் என்று அறியப்படுபவர் அதன் கிராமமாயினும் சரி, நகரமாயினும் சரி சாதி தெரிந்துவிட்டால் ஓர் இட்லிக் கடைகூட வைக்கமுடியாது. சில்லறை வணிகங்கள், மனித உடல் சேவைத் தொழில்கள் என்று எடுத்துக்கொண்டால்கூட அதில் தலித்துகளை அனுமதிக்க மாட்டார்கள். மிகச்சிறந்த ஒரு தலித் மருத்துவர்கூட தனியாக மருத்தவமனை வைத்து நடத்த முடியாது. அவர் அரசு மருத்துவமனையிலோ அல்லது தனியார் மருத்துவ மனையிலோ சாதி சொல்லாமல் வைத்தியம் பார்த்தால்தான் சாதி இந்துக்கள் தங்கள் உடல் மெய்களைக் காட்டுவார்கள். இதுபோக, அடிநிலை தலித் தொழிலாளர்கள் குடும்பத்துடன் பெரும் ஆலைத் தொழில்கள் நடைபெறும் திருப்பூர் போன்ற நகரங்களுக்கு இடம்பெயர்ந்தாலும் அங்குகூட கழிவுநாற்றம் எடுக்கும் சாயத் தொழிற்சாலைகளில் வேலை செய்யத்தான் பயன்படுத்தப்படுகிறார்கள்.

தொடர்ச்சியாக, பன்னாட்டு நிறுவனங்களில்கூட எப்படியோ அவர்களது சாதி கண்டுபிடிக்கப்பட்டு அங்குள்ள நவீன கழிப்பறைகளை, செப்டிக் டேங்குகளை, தண்ணீர் டேங்குகளைச் சுத்தப்படுத்துவதோடு, துடைத்தல், பெருக்குதல் போன்ற வேலைகளுக்கு மட்டுமே ஆணாயிருந்தாலும் பெண்ணாயிருந்தாலும் அனுமதிக் கிறார்கள்.

பிரிட்டிஷாரின் காலத்தில் அனேக தலித் தொழிலாளர்களை நிலங்களில் இருந்து ஆசைகாட்டி கப்பல்களில் ஏற்றிப்போய் அந்நிய நாடுகளில் தங்கள் பணப்பயிர்த் தோட்டங்களில், அதன் உழைப்பு முகாம்களில் தங்கவைத்த பிறகு இந்திய நிலங்களில் கூலி அடிமை களாகவே வாழ்ந்துவந்த தலித்துகளை அகமணத் திருமணங்களின் தன்மையிலிருந்து இன்னும் விடுபடாத சாதியவர்க்கம் தங்கள் வணிகத்திலிருந்து அவர்களைப் பிரித்துப்போட்டு தனிமைப்படுத்துவதில் அத்தனை வாய்ப்பையும் எடுத்துக் கொண்டது. இன்றைய சமகாலத் தமிழகத்தில் வடக்கு, தெற்கு என இரண்டு பகுதிகளிலும் ஆதிக்கச் சாதிகள் மற்றும் வளர்ந்துவரும் வணிகச் சாதிகளின் புதிய கூட்டு அறிமுகப்படுத்தப்பட்டு அவைகளும் தலித்துகளை மீண்டும் தங்களுக்குள் ஊடுருவவிடாமல் தடுக்கின்றன. மேற்சொன்ன இரண்டு அரசியல் பின்னணிகளும் இன்று பன்னாட்டு மூலதனங்களுடன் உறவுகொண்டிருக்கும் பல பெரும் பணக்கார குடும்ப அரசியல் தலைமைகளின் காலடியில் சரணடைந்திருக்கின்றன. இப்படி மூலதனமானது அரசியல், நிலம், சாதி, வணிகம், பெருந்தொழில் என்ற குழாய்களின் வழியாக சமூகத்தை தனது வர்க்க நலன்களோடு இறுக்கிப் பிணைத்திருக்கிறது.

இன்றைய பின்காலனித்துவ சந்தைமுறை, அந்நிய மூலதனங்களின் வரவு மற்றும் தடையற்ற புதிய பொருளாதாரத் திறப்பு போன்றவற்றின் அடிப்படையில் இந்தியா போன்ற வளர்வதாகச் சொல்லிக்கொள்ளும் நாடுகளின் புதிய தொழிற்சாலைகள், போக்குவரத்துக் கட்டுமானங்கள், தனியார் நிறுவனங்கள் யாவற்றுக்குள்ளும் தேவைப்படக்கூடிய மனித உழைப்பிற்காக குறைந்த கூலி கிடைத்தால்கூட தயாராக இருந்த நீண்டகால தலித்துகளையே அவைகள் பயன்படுத்திக்கொள்ள முன்வரும் என்று எதிர்பார்த்த இந்திய மனித உழைப்பு யதார்த்தம் ஆச்சரியப்படும் வகையில் தோல்வியடைந்தது. ஏனெனில் தொழிற் சாலைகள் அமையும் மையங்களை நிலரீதியாக விற்க, வாங்க அவற்றைச் சொந்தமாகக் கொண்டிருந்த இடைநிலைச் சாதியினரையே திருப்திப்படுத்த வேண்டிய நிலையிலிருந்த மூலதனக் குவிப்புகள் வேலைவாய்ப்பிலும் அத்தகைய இடைநிலைச் சாதிகளுக்கே உத்தரவாதத்தினையும் தந்தன. பிறகு அவர்களிடமே பங்கு வர்த்தக மூலதனத்தையும் நீண்டகால முதலீடுகளையும் பெற்றுக்கொண்டதோடு, வணிக ஒப்பந்தங்களுக்கான வாய்ப்புகளையும் வழங்கின. இந்திய

நிலவுடைமையும் பின் காலனித்துவ சந்தையும் கைகோர்த்த கதை இப்படித்தான். ஆக நிலத்திலேயே மீண்டும் மீண்டும் விவசாய உற்பத்திக்காக தக்கவைத்துவிடும் தலித்துகள் மற்றும் நகர்ப்புற அடித்தட்டு வேலைகளுக்காக இடம்பெயரும் அவர்களது கூலித் தொழில்முறை மாற்றங்கள் ஒரு விஷயத்தில் அரசியல், கல்வி, இடஒதுக்கீடுகளையும் தாண்டி பேரளவு வலுவுள்ளதாக ஏன் ஆகமுடியவில்லை என்பதை இப்படியாக நாம் புரிந்துகொள்ள முடிகிறது.

இவ்வளவு பெரிய நாட்டுடைமையாக்கப்பட்ட வங்கிகள், தலித் முன்னேற்றத்திற்கான ஐந்தாண்டுத் திட்டங்களை வகுக்கும் அரசு போன்றவை தலித்துகளின் வணிகத்திற்கென எந்த பெரிய கடனுதவியையும் வர்த்தக வாய்ப்பையும் அளிப்பதில்லை. ஊருக்கு வெளியே மானியமாக தாட்கோ மூலம் கட்டிக் கொடுக்கப்படும் வீடுகளைவிட இவர்களுக்கு ஏன் நகர மையங்களில் அல்லது அரசு புறம்போக்கு நிலங்களில் மேலும் ஊருக்கு நடுவே பிரிக்கும் வீட்டடிகள் வரை ஒதுக்கிக் கொடுப்பதில்லை. வணிகப் பயிற்சி மையங்களில் ஏன் இவர்கள் அதிகம் இடம்பெறுவதில்லை என்பது முக்கியமான கேள்வி. தலித்துகளிடம் சந்தையில் விற்று லாபம் ஈட்ட ஒரு சரக்கும் இல்லை என்பது எவ்வளவு அதிர்ச்சிகரமான உண்மை. காலணிகள், நார்க் கயிறுகள், தோல் பதனிடுதல், கூடை முடைதல் போன்ற உற்பத்திப் பொருட்கள் புழங்கும் இடத்தில்கூட தலித்துகள் வியாபாரிகளாக இல்லை.

இந்தியா முழுமைக்கும் வெற்றிகரமாக நடைபெறும் நட்சத்திர உணவு விடுதிக்கு சொந்தக்காரரென ஒரு தலித்தைக் காட்டமுடியுமா? மண்பானை செய்யும் குயவர்கள்கூட சந்தையில் வணிகர்களாக இருக்கிறார்கள். இந்த நிலையில் தமிழகத்தில் நடப்பதுபோல தலித்தியம், தமிழ்த் தேசியத்திலோ, திராவிடக் கட்சிகளின் அரசியல் வழிமுறைகளிலோ, மொழி அடிப்படையிலோ, பார்ப்பன குற்றவுணர்வு ஒத்துழைப்புகளிலோ, பெருந்தெய்வக் கூட்டுகளிலோ தன்னைத் தற்காத்துக்கொண்டு தங்களது அரசியல் உரிமைகளைப் பெற்றுவிடலாம் என நினைப்பது எவ்வளவுதூரம் பொருந்துமெனத் தெரியவில்லை. சினிமா போன்ற காட்சி ஊடகங்களில் மனங்கொடுத்த எளிய தலித்துகளின் வாக்குகளை எம்.ஜி.ஆர். முதற்கொண்டு கடைசிக் கதாநாயகன் வரை பெற நினைப்பது எந்த உத்திரவாதத்தின் அடிப்படையில் என்று தெரியவில்லை.

இன்றைய தலித் அறிவுஜீவிகள் ஏன் இந்த மொத்தத்துவ இந்திய சாதி அமைப்பில் மாற்றமையாக, வித்தியாசமாக தங்களைக் கட்டமைத்துக்கொள்ள மறுக்கிறார்கள் என்பதும் அல்லது ஏதாவதொன்றின்கீழ் எப்போதும் கரைத்தழிக்கப்பட வேண்டியவர்களாக

தலித்துகளைக் கருதும் சாதிய அரசியலை எதிர்த்துக் கலகம் செய்யும்போது அவர்களுடைய மன அமைப்பில் வலிமையற்ற, வணிகமற்ற, பொருளாதார வலைப்பின்னலற்ற அல்லது இந்த எந்திரமய தொழில்நுட்பத்தில், தகவல்களில் பங்கற்ற நிலையைத்தான் இதற்குக் காரணமாகக் கூறவேண்டி இருக்கிறது.

ஒருகட்டத்தில் ஓரளவு நிலைமையை சரிசெய்யவும் தகவமைத்துக் கொள்ளவும் மேற்கண்ட வாய்ப்புகளைப் பயன்படுத்திக்கொள்வது என்ற நிலைப்பாடு சரியாகப்பட்டாலும் தலித்திய அறிவுஜீவிகள் மூலதனக் குவிப்பின் அருகில் செல்லும்போது அவர்களுக்கு என்ன நடக்கிறது என்பதும் வணிகச் சந்தைக்கான உற்பத்தி உறவுகளில் தலித்துகளின் வாய்ப்பு எவ்வளவாக இருக்கிறது என்பதெல்லாம் ஆய்வு செய்யப்படவேண்டிய நிகழ்வுகள்.

பின் காலனித்துவ வணிகத்தை உடைப்பதன்மேல் கவனமற்று சந்தைப் பொருட்களின் மத்தியில் தலித்துகளும் நுகர்வு அடையாளத்தை மட்டும்தான் பெறுகிறார்களாக அல்லது இரட்டை வாக்குரிமை, பஞ்சமி நில மீட்சி, இட ஒதுக்கீடு, கருத்தியல், அரசியல் உரிமைகள் போன்றவற்றுக்கு வேறு எவரும் பெரும் மூலதனம் இடாத நிலையில் அவற்றுக்கான அடிப்படைப் பொருளாதாரத்தை வணிகமின்றி வேறு எந்தமுறையில் அவர்கள் பெறமுடியும் என்பது துக்ககரமாக இருக்கிறது.

டெடுல்ம்பே, கிறிஸ்துதாஸ் காந்தி, விஜய் டெண்டுல்கர் தமிழில் ரவிக்குமார், ராஜ் கௌதமன் என நீளும் தலித் அரசியல் விழிப்புணர் வாளர்கள் அல்லது திருமாவளவன், டாக்டர் கிருஷ்ணமூர்த்தி போன்ற தலித் அரசியல் தலைவர்கள் கடந்த இருபது ஆண்டுகளில் சிறப்பாக உருவாகி வந்திருக்கும் நிலையில் அருந்ததியர் உள் ஒதுக்கீட்டில் முரண்பாடுகளை, பிளவுகளை ஏற்படுத்தி வரும் ஊடகங்களின் பிரச்சாரம்போக இன்றளவும் நிலவிவரும் தலித்துகள், பெண்கள் நிலையில் மாற்றம் பெரிதளவு இல்லை. ஆனால் தலித்துகளின் எதிர்ப்புணர்வு கலக, கலை இலக்கிய அரசியல் செயற்பாடுகள், பிரச்சாரங்கள் பேரளவு முக்கியத்துவம் பெற்றிருப்பதை அதன் நீண்ட போராட்ட வரலாற்றுடன் இணைத்துக் காணமுடிகிறது.

ஆயினும் பின் காலனித்துவம் தனது கரங்களை எல்லா இடம், காலம் சார்ந்த நிலைகளிலும் ஆற்றல்வாய்ந்த தன் 'டெர்மினேட்டர்' உருவகத்தை வைத்து அழுத்திக் கொண்டுவரும் சூழ்நிலையில் உள்காலனியத்தின் ஆகச்சிறந்த மற்றமையான வித்தியாசங்களையும் தன்னிலையும் கொண்டிருக்கிற தலித்துகள், பெண்களை எந்த கலாச்சார, பொருளியல், பொதுமைகளுடன் பொருத்துவது. சந்தைமயமாக்கம் மற்றும் நகர்மயமாக்கம் போன்றவை அதிகரித்துவிட்ட சூழலில் பணி காரணமாக வீட்டைவிட்டு வெளியேறும் பெண்கள், இடம் மாறிக் கொண்டிருக்கும் தலித்துகள் இடையே என்ன சாதகமான சூழல்கள்

இருக்கின்றன. புதிய தலித்திய படித்த இளைஞர்களுக்கு வணிக வாய்ப்பு போன்றவற்றை நடைமுறைப்படுத்த கிடைக்கும் வாய்ப்புகள் யாவற்றையும் யோசித்து செயற்படுத்த வேண்டிய தருணமாக இன்றைய சமகாலத்தைக் கூர்மைப்படுத்தவேண்டியிருக்கிறது.

சந்தையை அடுத்துள்ள நிலங்கள், வணிக வளாகங்களின் உள்ளே இருக்கும் கடைகள், பணம் பெருக்கும் வருவாய் உள்ள தொழில்களைக் கண்காணிப்பது, கல்வியில் வணிக நிர்வாக மேலாண்மையை காலத்திற்கேற்பப் பயில்வது கணினித் தொழில்நுட்பங்களை கலை, சினிமா போன்றவற்றில் அதன் உத்திகளில் நிபுணத்துவம் பெறுவது, பகுதிநேர விற்பனைப் பிரதிநிதிகளின் இடத்தைப் பிடிப்பது, பொருளாதார கூட்டு வைப்பு நிதிகளை தலித்துகளுக்கென உருவாக்குவது போன்றவை வளர்ந்துவரும் வாய்ப்புள்ள இந்திய வணிகச் சமூகத்தில் முயற்சிக்க முடியுமென்றாலும் அமெரிக்கக் கறுப்பர்கள்போல இவற்றிலெல்லாம் ஊடுறுவக்கூடிய புதிய, தலித்திய வணிக முயற்சிகள் வகுக்கப்படவேண்டும். இப்படியாகத்தான் மால்கம் எக்ஸ்-ன் செயல்பாடுகள் இருந்தன.

தலித்திய அடையாளங்களை ஒட்டுமொத்தமாக்கி அரசு என்கிற நிறுவனத்துடன் மோதியவகையில் இதுவரை கிடைத்த பொருளாதார வாய்ப்புகள் சமூக அந்தஸ்து என்று வரும்பொழுது இந்திய நிலவியல் மையங்களில் இன்றளவும் தனிமைப்பட்டுக் கிடப்பது மோசமானது. அந்தவகையில் நிலத்தின் பரப்பின்மேலேதான் தங்கள் மீதான சாதிய அமுக்கங்களுக்கு எதிராகக் கலகம் செய்யவேண்டி வந்தாலும் எந்திரமயமான விவசாயத்தின் பணப்பயிர் உற்பத்தியை எதிர்த்துப் போராடுவதும் அல்லது அதில் பங்குபெறவும் அரசு, வங்கி, பெருநிலம் உடைமையாளர் என்ற கூட்டணியில் அரசின் பங்கை எதிர்ப்பதும் உற்பத்தி உறவுகளில் ஏற்றுமதிக்குரிய குறிப்பான இனவகை விவசாயத்திற்கு தலித்துகளுக்கு முன்னுரிமையும் கடனும் அதோடு மாதிரி நிலங்கள் வழங்க போராடுவது, தொழில்நுட்பங்களைக் கற்றுத்தேற தலித்துகளுக்கு தனி பயிற்சிமையம் கோருவது, அன்றாடச் சந்தைகளில் பேன்ஸி வகை வணிகங்கள், மலர்கள் விற்பனை போன்றவற்றில் தலித்துகளுக்கென கடைகள் கட்டிக்கொடுப்பது, மரபு விவசாயங்களை ரசாயன உரமற்ற காய்கறிகளை விளைய வைப்பதில் தலித்துகளுக்கு வாய்ப்பளிப்பது, இறைச்சிக் கூடங்களில் பதப்படுத்துவது, டப்பாக்களில் அடைப்பது என அவர்களது உற்பத்தி உறவுகளை சந்தைவரை கொண்டுசென்று கலப்பது மற்றும் அவர்களுக்கெனவே அரசு மூலதனமிட்ட தொழிற்சாலை கட்டுவது எனப் பல ஏற்பாடுகளை நவீன தலித் அறிவுஜீவிகள் போராட்டமாக வகுத்துக்கொள்ள முடியும் எனத் தோன்றுகிறது.

சாதி வன்கொடுமை மற்றும் தங்கள் வாழ்வின்மீதான அச்சுறுத்தல்

எங்கு நடந்தாலும் அவற்றை மிகப் பகிரங்கமாக ஊடகங்களில் வெளியிடுதல் மற்றும் சிறப்புக் காவல்படையினை தலித்துகளுக்கென உருவாக்குதல் போன்றவை இந்தியா போன்ற சாதிய நோய் பிடித்த சமூகத்திற்கு மிக அவசியமானது. பிறகு வருங்காலத்தில் பெரும் தொழிற்சாலைகளின் வளாகங்களுக்குள்ளேயே ஏற்படுத்தப் போகும் காவல் நிலையங்களுக்கு படித்த தலித்துகளையே அதிகாரிகளாக்குவது, இந்திய ராணுவங்களில் சேருவது போன்றவை கவனத்தில் கொள்ளவேண்டிய விஷயங்கள். அனைத்தும் தனியார்த் துறைகளின் ஒப்பந்தங்களுக்குக் கீழ் வரும்போது, அவற்றில் பங்குபெற தலித்துகள் தங்களைத் தயார் செய்துகொள்ள வேண்டியதும் ஒரு தொலைநோக்குப் பார்வையாகும். மாறாக, தமிழில் பெயர்வைப்பது, மறைமுகமாக கோவில் விழாக்களை ஆதரிப்பது, குறுகிய அரசியல் லாபங்களை ஓட்டு வங்கிக்காக வழிமொழிவது, சினிமா நடிகர்களுக்கு சங்கம் வைப்பது, தலித்திய பெண் கல்விக்கு ஆதரவளிக்காது அலட்சியம் காட்டுவது போன்றவற்றால்தான் மீண்டும் தேக்கநிலைக்குத் திரும்ப நேர்கிறது.

உண்மையில் தலித்துகள் இந்த வணிகத்தில் நவீனமாக பங்கேற்கும்போதுதான் தங்களுக்கான உரிமைகளின் அந்தஸ்தை மீட்டெடுக்க முடியும். ஏனெனில் இந்தியாவில் உள்ள அனைத்துச் சாதிகளும் ஒருவகையில் சந்தைக்கென தங்களை தயார் செய்து கொண்டபோதுதான் அதன் பொருளாதாரப் பின்னணியில் தங்கள் சாதிப் பெயர்களை அரசியலாகவும் கௌரவமாகவும் நிலைநாட்டிக் கொண்டன. அந்த அளவில் காங்கிரஸ் ஆட்சிகள், மதவாத ஆட்சிகள், இடதுசாரி ஆட்சிகள், மாநில பிராந்தியக் கட்சி ஆட்சிகள், தமிழ்நாட்டில் பெரியாரிய சீர்திருத்த இயக்கங்கள், அயோத்திதாசர் சிந்தனைகள், தேர்தல்கால திராவிட ஆட்சி அதிகார சலுகைகள் பல தலித்திய பண்பாட்டு அமைப்புகள், ம.க.இ.க.வினரின் போராட்டங்கள் என தலித்துகளுக்கென கிடைக்கும் மினுக்கங்களிலிருந்து இந்திய சந்தை வணிகத்தில் ஊடுறுவுவதற்கேற்ற சூழ்நிலையை மாறிவரும் உற்பத்தி உறவுகளுக்குள் கண்டுபிடிப்பது அவர்களுக்கு அவ்வளவு எளிதாக இருக்காது என்றாலும் முனைந்து செல்லவேண்டிய வழி இதுவே என்பது கண்கூடு.

பின் குறிப்பு: இந்தியாவின் கலாச்சார, பண்பாட்டு, சடங்கியல், தொன்மங்கள் வழிபாடுகளுக்கான அவசியமான சிறு கைத்தொழில் சார்ந்த வணிகங்கள் இன்றளவும் கைவினைப் பொருட்கள் விற்பனை வழியே நல்ல வர்த்தகமாக இருக்கிறது. இம்மாதிரி சிறிய கைவினைப் பொருட்களின் வணிக வாய்ப்புகளை பெருநகரங்களில் தலித்துகள் ஏற்படுத்திக்கொள்ள முடியும். சிறிய வீட்டு உபயோகப் பொருட்களான ஊசிகள், பாசிமணி மாலைகள், காதணிகள் சிலசமயம் மலிவு விலைக் கைக்கடிகாரங்கள் விற்கும் குறவர்கள் அல்லது நாடோடிகள் தங்களது பொருளாதாரத்தை வணிகரீதியாகக் காப்பாற்றிக்கொள்கிறார்கள்.

ஒருசில குறவர்கள் மலேசியாவில் தைப்பூசம் கொண்டாடும் நாளில் விமானம் ஏறிச்சென்று அங்கு கூடும் தமிழர்களிடையே இம்மாதிரி பொருட்களை விற்று மீண்டும் திரும்புவதை கண்டிருக்கிறேன். அவர்கள் வருடம் முழுவதும் மலேசியா, சிங்கப்பூர், தாய்லாந்து போன்ற நாடுகளில் வணிகத்திற்காக வந்து செல்வதாகக் கூறுகிறார்கள்.

●●●

அதிகாரத்தின் வறுமையும் கறுப்பினத் தலைமையும்

"நாம் என்னவாக இருக்கிறோம் என்பதைக் கண்டறிவதல்ல இன்று நமது குறிக்கோள். மாறாக நாம் என்னவாக இருக்கிறோமோ அதை மறுப்பதுதான். நவீன அதிகார அமைப்பின் "இரட்டைத் தளையாக' செயல்படும் தனித்துவப்படுத்தல் மற்றும் ஒட்டுமொத்தமாக்கல் என்பதிலிருந்து நம்மை விடுவித்துக்கொள்வது எப்படி என்பதை நாம் யோசித்து கண்டடைந்தாக வேண்டும்" - ஃபூக்கோ

பயங்கரவாதத்தை ஒழிப்பதற்கு அமெரிக்காவும் இந்தியாவும் உலகளவில் நெருங்கிய ஒப்பந்தங்களுக்கு இலக்காகி வரும் இவ்வேளையில், ஆப்கானிஸ்தான் தீவிரவாதம் மற்றும் அந்நாட்டின் நிலைகுறித்த கவலையையும் 95 நாடுகள் கூடிக்கலந்து பேசுகின்றன.

பேச்சுவார்த்தை தொடர்ந்து புதுப்பிக்கப்படும் என்றாலும் அமெரிக்கா வகுக்கும் ஜனநாயக நெறிமுறைகளைப் பின்பற்றாமல் இனி எந்த ஒரு தேசமும் தங்களுக்குள் ஒரு அரசதிகார முறையைப் புதிதாக வகுத்துக்கொண்டுவிட முடியாது என்பதாய் ஒரு கண்காணிப் பிற்குட்பட்ட வட்டத்திற்குள் உலக அதிகார அமைப்பு உள்வந்து விட்டதையும் அதை மொத்த மனித ஜீவராசிகளின் மன அமைப்பிற்குள்ளும் ஏறக்குறைய வன்முறையாக புகுத்திவிட்டதையும் நாம் உணர்கிறோம்.

வெறுமனே அமெரிக்காவை குறைகூறிக் கொண்டிருப்பது வறுமை நாடுகளின் அங்கலாய்ப்பாகவும் மத அடிப்படைவாத நாடுகளின் வன்முறையாகவும் மாறி இருப்பது வளர்ந்து வருவதாகச் சொல்லிக் கொள்ளும் இந்தியா, சீனா போன்ற நாடுகளுக்கு அவ்வளவு பிடித்தமான விஷயமாய் இல்லை. பெருகிவரும் வர்த்தக வலைப்பின்னலில் தங்களுடைய உற்பத்தி உறவின் மூலம் திறந்திருக்கும் சந்தையின்வழியே வல்லரசாகும் கனவுகளையும் அவைகள் வளர்த்துக்கொண்டுள்ளன.

மார்க்ஸின் காலத்தில் எதிர்கொண்ட தத்துவத்தின் வறுமையும் வறுமையின் தத்துவமும் இன்றைய ஏகாதிபத்திய சந்தையின் பின் காலனித்துவ யுகத்தில் அதன் தகவல் தொடர்பு பாய்ச்சல்களால் தடமிழந்து வருவதையும் மூலதனப் பெருக்கத்தின் நபர்சாராத வெறியாட்டத்தில் ஒற்றை அதிகார தேசியமாய் அமெரிக்காவை வடிவமைத்துவிட்டதையும் நாம் உணர்ந்திருக்கிறோம். உண்மையில் அமெரிக்காவின் அரசதிகாரக் கட்டுமானங்களை இயக்கி வருவது உலகளாவிய நான்கு பெரும் பன்னாட்டு கம்பெனிகளை நிர்வகித்து வரும் யூதர்களே என்பதும் நாமறிந்த செய்தி. அவர்கள்தான் அமெரிக்காவின் ஜனாதிபதியை உலகக் கதாநாயகனாகவும் தனித் துவமான அரசியல் அதிகாரம் உடையவராகவும் ஒப்பனை செய்கிறார்கள், பேச வைக்கிறார்கள் என்பதும்கூட நமக்குத் தெரிந்திருக்கலாம்.

ஆண்டாண்டு காலமாய் அமெரிக்க ஜனாதிபதியாக வெள்ளையர் களே உருவாகி வந்த வரலாற்றில், முதன்முறையாக ஒரு ஆப்ரோ - அமெரிக்க இனத்தைச் சேர்ந்த கறுப்பர் ஜனாதிபதியாகி இருப்பது வரலாற்றில் நிகழ்ந்த உலக அதிசயம் மாதிரிப் பேசப்பட்டது. உலகெங்கும் வாழும் கறுப்பர் இனங்களின் ஆனந்தக்கண்ணீர் வேறு அடிக்கடி நமக்குக் காட்டப்பட்டது. இதன் பின்னணியில் உள்ள பொருளாதார அரசியல் பற்றிய உண்மைகளை ஆய்வுரீதியாக எந்த ஊடகமும் மக்களுக்கு வெள்ளையாகத் தெரிவிப்பதில்லை என்பதைதான் அவற்றின் விலை போய்விட்ட வணிகக் கேவலமாய் நாம் கருதவேண்டும். மார்க்ஸ் எழுதிய வறுமையின் தத்துவம் ஒரு பக்கம் இருக்க, உண்மையில் வரலாற்றின் பக்கங்களில் 'அதிகாரத்தின் வறுமை' தோன்றிவிட்டதற்கான

முதல் விளைவுதான் ஒபாமா ஜனாதிபதியாக தேர்வு செய்யப் பட்டிருப்பது என்பதை நாம் சற்று விரித்துப் பார்க்கவேண்டும்.

அமெரிக்க வெள்ளையர்கள் இந்த பின்காலனித்துவ சந்தையைக் காப்பாற்ற அதிகாரத்தைக்கூட இழப்பார்கள் என்பதற்கு ஒபாமாவின் தேர்தல் வெற்றி ஒரு சாட்சியம்.

கடந்த 15 ஆண்டுகால அமெரிக்க நிதிநிலைமையினூடாக, அதன் மூலதன பங்குவர்த்தக விளையாட்டில், (பல்வேறு ஏழை நாடுகளில் இருந்து சுரண்டிய மூலதனக் குவிப்பைக்கொண்டு) ஆட்டம் போட்ட உள்நாட்டு அமெரிக்க முதலாளிகள், தங்களுடைய நவீன டெக்னோ கிராப்ட் நிறுவனங்களுக்கு கடன்களாக வாரி வழங்கிய பல்வேறு அமெரிக்க வங்கிகளை திவாலாக்குவதில் படுசமர்த்தர்களாக இருந்தார்கள். எண்ணை நாடுகளை கேளிக்கை வழியே வசப்படுத்தி அதன் வயல்களுக்கான முகவர்களாக தங்களது குடிமக்களை மாற்றி கொள்ளையடித்துவரும் அமெரிக்கா, உலகின் பெருஞ்செலவையும் கேளிக்கையையும் நுகர்வையும் விரயங்களையும் உண்டு கொழுக்கும் தன் உள்நாட்டு மக்களுக்கு தன்னிறைவுக்கு மேல் வழங்கிய தாராளமும் அதன் மட்டுமீறிய நுகர்வையும் கலாச்சாரத் தளத்தில் கட்டுப்படுத்த முடியாமல் போனது ஒரு பெரும் சோகம். இன்று பலநூறு நிறுவனங்கள் இழுத்து மூடப்பட்டுவிட்ட நிலையில் பெரும் பொருளாதாரத் தோல்வியை சந்தித்திருக்கும் அமெரிக்கா, ஏழைநாடுகளில் இருந்து இறக்குமதி செய்யப்பட்ட தொழில்நுட்ப வல்லுனர்களுக்கு சம்பளமாய் பெருந்தொகைகள் கொடுக்கப்பட நேர்ந்ததில்தான் அதிக நஷ்டம் என உலகிற்கு கணக்குக் காட்டுகிறது. மேலும் தகவல் தொடர்பு சாதனங்களின் வழியான யூக வணிகத்தை கட்டுப்படுத்த முடியாமல் குழப்பமான நிலையில் அரச நிதி நிலைமையைவிட தனியார் நிதி நிலைமை மற்றும் சொத்துக்களின் கூடுதல் வளர்ச்சி கண்டு பதறி இருக்கிறது. Y2K பிரச்சினையில் வெளித்தெரிந்த அதன் கையாலாகாதத் தனம் நிறுவனங்களை ஆரம்பித்து பலகோடி ரூபாய்களை கட்டுமானங்களில் செலவழித்து கொள்ளை லாபம் ஈட்டியபின் மூடிவிட்டு வேறுபெயரில் கம்பெனி தொடங்கும் உள்ளூர் அயோக்கியர்களைக் கட்டுப்படுத்த முடியாத அளவிற்கு பலவீனமாகப் போய்விட்டது. இன்று அமெரிக்க தனியார் நிறுவனங்களின் சொத்து மதிப்பானது உலக நாடுகளின் அனைத்து தேசிய வருமானங்களை மொத்தமாய்க் கூட்டினாலும்கூட ஈடாகாது என்பதுதான் உண்மை. இதற்கிடையே டாலரின் சர்வதேச விலை வீழ்ச்சி நம்மால் அனுமானிக்கக்கூடியதுதான். இதைக் கண்ணுற்ற யூதர்களின் கண்டிப்பும் தேசிய இறையாண்மை குறித்த அச்சமும் ஒன்று சேர்ந்து பெரும் பிரச்சினையாக எழ, இன்னும் எவ்வளவு உள்நாட்டு நெருக்கடிகளை அமெரிக்கா தன்னளவில் பாரதூரமாக சந்தித்து வருகிறதென்பது நமக்குத் துல்லியமாகத் தெரியாத விஷயம்.

இதைத்தவிர பல்வேறு நாடுகளில் தன் வல்லாதிக்கத்தை நிலைநாட்ட போரைத் தூண்டி அதற்கான செலவையும் தேசிய வரவினத்தில் வைப்பது மேலும் வெள்ளைக் கொடிகளின் மேட்டிமைகளுக்கான அரசு விரயம் எனச் சேர்த்து மிகப்பெரும் பொருளாதார மந்தத்தைச் சந்தித்துவரும் அமெரிக்க டாலருக்கு எதிராகத்தான் அல்லது அதன்மீது நம்பிக்கையற்றுத்தான் ஐரோப்பிய யூனியன்கள் தங்களுடைய செலாவணியை ஒரு தொலைநோக்குப் பார்வையுடன் யூரோவாகத் துண்டித்துக்கொண்டதை இத்துடன் இணைத்துப் பார்க்க வேண்டும். டாலர்களின் இறங்கு முகத்தில் அதிகம் பாதிப்படைந்திருக்கும் இந்திய, சீன பங்கு வர்த்தக தொழில்துறைகள் மேற்சொன்ன வகையில் ஆசிய பொது நாணயச் சந்தைக்கான எந்த ஒரு யோசனையும்கூட உருவாக்கத் துப்பில்லாதவை என்பது இன்னும் வெட்கக்கேடான விஷயம்.

மேற்சொன்ன பொருளாதார நெருக்கடிகளைத் தவிர்ப்பதற்கு அல்லது மூலதனத்தின் நடைமுறை குழப்பத்தின் மூலம் ஏற்பட்டிருக்கும் அதிகார இழப்பை ஈடுசெய்ய அமெரிக்க நாடுகள் அந்நியத் தொழிலாளிகளை வேலை இழப்பிற்கு உள்ளாக்கி நாடு திரும்பச் செய்வதையும் நாம் ஒரு சூழ்ச்சியாகத்தான் புரிந்துகொள்ள வேண்டும். உலக வளத்தையெல்லாம் அமெரிக்கா நோக்கி திருப்பி விடுவதற்காகச் சென்ற தொழில்நுட்ப வீரர்கள் கடமை முடிந்து இன்று வீடு திரும்பும் நேரம் நெருங்கிவிட்டது. திரும்பும் அவர்கள் தங்கள் உள்நாட்டில் வந்திறங்கும் பன்னாட்டுக் கம்பெனிகளுக்குள் மடைமாற்றம் செய்யப்பட்டு மீண்டும் அமெரிக்காவிற்கு தொலைதூர முகவர்களாகச் செயல்படுவார்கள் என்பதுதான் விபரீதம்.

இது ஒருபுறமிருக்க, ஆப்பிரிக்க மற்றும் இலத்தீன் அமெரிக்க, ஆசிய வறுமை நாடுகள் யாவும் தங்களது தேசிய வருமானத்தில் 50 முதல் 70 சதவிகிதம் வரை உலக வங்கியை கைக்குள் வைத்திருக்கும் அமெரிக்க அரசு அல்லது அதன் யூத வணிகர்களின் யூகபேர வணிகத்திற்கு வட்டியாகச் செலுத்தி வரும் உலகப் பெரும் வருவாய்கள்தான் அமெரிக்காவை இன்றுவரை பொருளாதார ரீதியாக காப்பாற்றி வருகிறது என்பது அவ்வரசு வெளியே காட்டாத இரகசியம். இதில் ஐரோப்பிய நாடுகளும் அடக்கம். இவ்வாறு ஏழ்மை நாடுகளின் செப்பனிடப்படாத வருவாய்கள், அவர்களின் உழைப்பு மற்றும் வளங்களின் வழியே வரும் தொகையை மாஃபியா உலகங்களும் CIA ஏஜெண்டுகளும் மற்றும் மருத்துவ, விஞ்ஞான ஆய்வுகளுக்கும் விண்வெளி ஆராய்ச்சிகளுக்கும் எண்ணை, கனிமத் தேடல்களுக்கும் கேளிக்கை விடுதிகளுக்கும் ஆயுதங்களுக்குமாக பயன்படுத்தும் வளர்ந்த நாடுகள் ஜனநாயகம் பற்றி பேசுவதில் என்ன நியாயம் இருக்கமுடியும்.

குறிப்பாக, ஐரோப்பிய நாடுகள் பெருமளவில் விண்வெளிச் சோதனைகள் நடத்துவதில்லை என்பதை நாம் தெரிந்துகொள்ள

வேண்டும். அமெரிக்காவுடன் சேர்ந்து இந்தியா, சீனா போன்ற நாடுகள் விண்வெளி ஆராய்ச்சியை மேற்கொள்வது பூமிப்பந்தில் பெறப்பட்ட எரிபொருளை அல்லது மனித உழைப்பை அல்லது அவர்களது அடிப்படைத் தேவைகளை விண்வெளியில் கரைத்து விடுவதுதான். இது உலக உபரியை ஏழை மக்களுக்குத் தராமல் அவர்களை வறுமையில் தள்ளிவிடுவதன் மூலம் மூலதனப் பகிர்வைத் தடுத்து தங்களது வல்லாதிக்கத்தை பொருண்மையாக கட்டமைத்துக்கொண்டு வரும் அரச பயங்கரவாதத்தைத்தான் நாம் கைகளைக் கட்டி சேதிகளாக, பிம்பங்களாகக் கண்டு வியக்கிறோம். சீனா, ஆப்பிரிக்கா, இந்தியா போன்ற நாடுகளில் வறுமைச்சாவு அதிகரித்திருக்கும்போது செவ்வாய்க் கிரகத்தில் நீர் இருந்தால் என்ன? யார் இருந்தால் என்ன? அதிகரித்துவரும் உலக வெப்பம் பற்றியும் பூமியில் குடிநீர் வற்றிவருவது குறித்தும் யார் யோசிக்கிறார்கள்?

ஒபாமாவை தேர்ந்தெடுத்ததன்மூலம் மேற்சொன்ன ஏழ்மை நாடுகளின் வயிற்றில் பால் வார்த்துவிட்டதாக அமெரிக்கா நடிக்கிறது. மிகப் பெரும் பொருளாதாரத் தோல்வியை, கலாச்சார இழப்பை சந்தித்திருக்கும் அமெரிக்காவில் இன்றைய மோசமான நெருக்கடிகளுக்கு வெள்ளை இன ஈகோ மிகுந்த ஒரு அமெரிக்கன் தலைமை தாங்குவது கேவலம் என்று அஞ்சியே கருப்பரான ஒபாமாவை உட்கார்த்திவைக்க உள்நாட்டுத் தேர்தலில் சதி நடந்திருக்கிறது என்று ஏன் நாம் இதைச் சொல்லக்கூடாது. ஆனானப்பட்ட புஷ்மீதும் பொருளாதார நிபுணர்கள்மீதும் செருப்பை வீசும் காலமல்லவா இது!

ஒபாமாவை ஜனாதிபதியாக ஆக்கியதன் மூலம் ஆப்பிரிக்க ஏழைநாடுகள் இனி தாங்கள் செலுத்தப்போகும் வட்டித்தொகை ஒபாமாவின் மூலம் அமெரிக்கக் கருப்பர்களுக்கு கொஞ்சமாவது போய்ச் சேரும் அல்லது நம்மீதான கடன் சுமை தளர்த்தப்படும் என ஆறுதல்கொள்வார்கள் எனவும் உலகின் வளமைமிக்க ஒரு நாட்டின் தலைவர் நம்மைப் போல ஒரு கருப்பர்தானே என்ற பெருமிதமும்கூட கிடைக்குமல்லவா? இதுபோக மத்திய, கீழை ஆசிய நாடுகளுக்குள் இருக்கும் வெள்ளை இன வெறுப்பும் குறையக்கூடும் என்பது வரையிலான உபாயங்கள் இதில் அடங்கி இருப்பதை நாம் புரிந்துகொள்ள வேண்டும். அத்துடன் ஏதேனும் குளறுபடிகள் ஏற்படும் பின்னாட்களில் கருப்புத் தலைமையின் தகுதி பற்றியும் வெள்ளையர்கள் குற்றம் சாட்டலாம்.

உலகின் பெரும்பான்மை யூதர்கள் அமெரிக்காவில் பாதுகாப்பாக இருந்துகொண்டு தாங்கள் திரும்பப் பெற்றுவிட்டதாக மார்தட்டிக் கொள்ளும் இஸ்ரேலைக் காப்பாற்ற இந் நீள்நிலம் முழுவதையும் அழித்தால்கூடப் பரவாயில்லை என்று வஞ்சினம் கொண்டு தங்களின் வணிகப் பொருளாதார பலத்தால் அமெரிக்க அரசை பழைய திருச்சபை

அதிகாரம்போல் ஆட்டிப்படைக்க இதை உணர்ந்த நவீன வெள்ளையர்கள் அந்தப் பழியை ஒரு கருப்பு அடிமை ஏற்கட்டும் என்று ஒபாமாவைப் பிடித்து முன்னுக்குத் தள்ளிவிட்டிருக்கிறார்கள். யார் ஆண்டால் என்ன? ஓட்டுப் போடுவது நமது கடமை என நினைக்கும் இந்திய இளிச்சவாயர்களா அமெரிக்கர்கள். அவர்கள் ஒன்றும் அப்பாவிகள் இல்லை.

இப்படியாக அடிமைராஜ்யம் தன் வெள்ளை இன பிரபுக்களின் நலன்களுக்காக சுத்திகரிக்கப்பட்டிருக்கிறது. மூலதனமோ நபர்சாராத நிலையில் நபர்களான யூதர்களோ அரசதிகாரத்திற்கு ஆசைப்படாமல் அதற்கு வெளியே அதை இயக்கும் தந்திரத்திற்கு வந்துவிட்ட நிலையில் உலகத்தில் அதிகாரம் முதன்முறையாக வர்த்தகத்திற்கு முன்பு தோற்கடிக்கப்பட்டிருக்கிறது. பதினெட்டு பத்தொன்பதாம் நூற்றாண்டின் தத்துவவாதிகள் அரசுருவாக்கக் கதாநாயகர்கள், இலட்சியவாதிகள், முற்போக்காளர்கள், பகுத்தறிவுவாதிகள், அஹிம்சையாளர்கள், அதிகாரிகள், மத அடிப்படைவாதிகள், இடதுசாரிகள் அத்தனை பேரின் தலைமையும் அதிகாரமும் வர்த்தகத்திற்குக் கீழ் வெட்கத்துடன் ஒளிந்துகொள்ளும் இக் காலத்தைத்தான் அதிகாரத்தின் வறுமை தொடங்கிவிட்ட பின் காலனித்துவத் தோற்றுவாய் என நாம் வர்ணிக்கலாம். இரண்டு நூற்றாண்டுகளாய் போர் மற்றும் ஆதிக்கங்களின் வழியே நடைபெற்று வந்த அரசதிகார ஒற்றை மையம் இன்று கேள்விக்கு உள்ளாக்கப்பட்டிருக்கிறது. அனைத்துப் பாராளுமன்றங்களும் மெல்ல சாம்பல் பூத்துக்கொண்டிருக்கின்றன. இன்று இராணுவம், சட்டம், நீதி போன்றவை பாராளுமன்றங்களையோ அதன் தலைவர்களையோ அவ்வளவு துல்லியமான கண்காணிப்புடன் பாதுகாத்துவிட முடியாது. ஒரு தற்கொலை தீவிரவாதி இவற்றை வெறும் மனித உடல்களாகவும் அதிகாரத்தின் செங்கற்களாகவும்தான் பார்க்கிறான். இவ்வகையான அரசியலமைப்பில் தற்காலிகமாக வந்துபோகும் இந்த அதிகார நபர்களைத் தவிர்த்து இராணுவம், சட்டம், நீதி போன்றவை பரபரப்பான சந்தைகளுக்கு வெளியே இன்று காவல் நிற்பதை நாம் காணவேண்டும்.

உண்மையில் வணிகத் தலங்கள், வங்கிகள், சரக்கு ஏற்றுமதியாகும் துறைமுகங்கள், வணிக வழிகள் யாவும் பாதுகாப்பு வளையங்களுக்குள் வந்துவிட்டன. பெரும் மூலதனத் தொழிற்சாலைகளுக்கான தனிப் போலிஸ்படை அதன் வளாகங்களுக்குள்ளே உருவாக்கப்படுகிறது. மின்வேலி இடப்பட்ட பெரும் பாதுகாப்பு குடியிருப்புகள் உருவாக்கப்படுகின்றன. யுத்தத்திற்கு ஆகும் செலவு அரசு அதிகாரத்திற்கு பயன்படுவதுபோல வர்த்தகத்திற்கு ஆகும் செலவு மூலதனப் பாதுகாப்பிற்கு ஆகியது. மற்றபடி எதிர்கால அதிகாரம் என்பது பின் காலனித்துவப் பொருளாதாரச் சூழலில் தளர்ந்துவரும் அரசு கட்டமைப்பிலும் தனியார் சொத்துக்களிலும் ஆயுதம் மற்றும் வர்த்தகச் சந்தையிலும் போதைப் பொருட்கள் கடத்தும் மஃபியாக்கள் மற்றும்

புரட்சிகர இயக்கங்கள், பயங்கரவாத அமைப்புகள், மதவாதத் தீவிரங்கள், ஏழ்மை நாடுகள் அவற்றின் வறுமைக் கோலங்கள் மீதும் ஒரு பனிமூட்டமாய் கவிந்து கிடக்கிறது.

உலகெங்கும் வர்க்கரீதியாய்ச் செயல்பட்ட புரட்சிகர, சோசலிச கெரில்லா இயக்கங்களை வேரோடு சாய்ப்பதற்கும் அழிப்பதற்கும் அமெரிக்கா போன்ற யதேச்சதிகார நாடுகள் செலவிட்ட தொகை, செய்த சதிகள், கொலைகள் கணக்கில் அடங்காதவை என்றபோதும் ஒருவேளை, அவை இன்று இருந்தால் அதிகாரங்களுக்கு எதிரான சம வாய்ப்புகளுடன் இழுவிசை கூடிய ஒரு ஜனநாயக சக்தியாக்க்கூட இருந்திருக்கும். அதற்குப் பதிலாக தங்களின் மனிதாபிமானமற்ற கொள்ளைகளின் வழியே பயங்கரவாதங்களை வளர்த்து விட்டிருக்கும் அமெரிக்கா போன்ற நாடுகள் எதிர்காலத்தில் அதற்கான மோசமான ஒரு விலையை தந்துதான் ஆகவேண்டும். இதற்கிடையில் அடிப்படைத் தேவைகளுக்காக அன்றாடம் போராடும் ஏழைநாடுகள், மற்றும் வளர்முக நாடுகளுக்கு ஒபாமாவின் தேர்வு ஒரு உளவியல் சிகிச்சையாக இருப்பது தற்காலிக ஏமாற்று வேலை என்பதோடு இனிமேல் பயங்கரவாதிகள் யாரும் அமெரிக்க ஜனாதிபதியை குறிவைக்கும்போது, ஐயோ, அவர் ஒரு பழங்குடித் தோற்றத்தில் கறுப்பராக இருக்கிறாரே' என தயக்கமடையவும் நேரலாம். போராடும் உலகிற்கு இப்படியெல்லாம் ஒரு சத்தியசோதனை.

குறிப்பு 1. உலகின் வளர்ந்த, வளரும் நாடுகள் பலவற்றிலும் பன்னாட்டு திறந்த வர்த்தகத்தின் மூலம் மிகத்துரிதமாக வளர்ச்சியடைந்த பெரும் பணக்காரக் குடும்பங்கள் வியப்பூட்டும் வகையில் உலக மூலதனத்தின் பறக்கும் தட்டுகளில் இருக்கிறார்கள். இவர்கள்தான் எல்லா தேசிய அரசாங்கங்களையும் அதன் தலைவர்களையும் இரகசியமாக அல்லது தங்களுக்குத் தோதாகத் தீர்மானிக்கிறார்கள் என்பது இன்றைய நடைமுறை உண்மை.

குறிப்பு 2. இவர்கள் மீண்டும் ஒரு மத நெறி அடிப்படையை பின்பற்றும்படி தங்கள் மூலதனத்தைப் பாதுகாக்கும் பொருட்டு பாராளுமன்றங்களை நிர்பந்திக்கிறார்கள். இக் குடும்பங்களின் மூலதன வலைப்பின்னலில் சிக்கிவிட்டிருக்கும் அரசாங்கங்கள் அடித்தள மக்களின் முன்பு அவர்களின் நலன்கள் குறித்து கையாலாகாமல் நிற்கின்றன. உற்பத்தியும் மூலதன விசுவாசமும் இல்லாத உதிரிகளைக் கைவிடுமாறும், அவர்களைத் தனிமைப்படுத்தி மெல்ல இறந்து போகும்படிச் செய்வதே நீதியின் பெயரால் ஆன வலிமையான அரசுக்கு ஆன்மீக அடிப்படையாக இருக்க முடியும் என்பதே இதன் உளவியல் பயங்கரவாதம்.

குறிப்பு 3. அமெரிக்க, ஐரோப்பிய நாடுகள், மூன்றாம் உலக கீழைத்தேய நாடுகளில் இருக்கும் இயற்கை வளங்கள் யாவற்றையும்

தம்முடையது என்றே நினைக்கின்றன. அப்பகுதிகளில் ஆப்பிரிக்கர்களோ, ஆசியர்களோ, லத்தீன் அமெரிக்கர்களோ தற்காலிகமாக இருந்து வருவதாகவும் பன்னாட்டு வர்த்தகத்தின் மூலம் தங்களின் ஆதிக்கத்தை ஏற்றுக்கொண்டால் ஒழிய அப்பகுதிகளில் அவர்கள் வசித்துவருவது பயங்கரவாதமாக சித்திரிக்கப்படும் என்பதையும் மேலும் உலக நலன் கருதி அவர்கள் யுத்தத்தால் துடைத்தழிக்கவும் நேரலாம் என்பதே மேற்கின் மன அமைப்பாக இருக்கிறது! ஒபாமாவும் இதற்கு விதிவிலக்கா என்ன?

தேசியம் ஒரு கற்பிதம் :
அ.மார்க்ஸின் விவாதப்புள்ளிகள்

"தேசாபிமானம், மொழியபிமானம், சாதியபிமானம் மனிதருக்கு விரோதமானது"

- பெரியார்

"தேசியம், சனநாயகம் போன்ற கருத்தியல் கூறுகளைக் கையிலெடுக்கும் இயக்கங்கள் அவற்றை எந்தவொரு வர்க்க சாதியச் சொல்லாடல்களுடன் இணைக்கின்றன என்பது முக்கியம்"

- நிறப்பிரிகை

தேசியப்பாடல், தேசியக்கொடி, தேசியப்பறவை, தேசிய விலங்கு, தேசிய இலட்சியம், தேசிய அணு ஆயுதங்கள், தேசிய மாநிலங்கள்,

தேசிய பாராளுமன்றம் என இந்திய விடுதலைக்குப் பிறகு நமது அரசு உருவாக்கியிருக்கும் இறையாண்மை நிறுவனங்கள் எண்ணிக்கையிலடங்காது நீள்கின்றன. இன்னும் பல நிறுவனங்கள் இவற்றில் இடம் பெறவில்லையாயினும், இவையாவற்றையும் நிர்வகிக்கவும் இயக்கவும் தனித்தனி இலாகாக்கள், கட்டடங்கள், அதிகாரிகள், அமைச்சர்கள், பணியாளர்கள் என ஒரு பெரும் நிலப்பரப்பு ஆக்கிரமிக்கப்பட்டு அதன்மேல் பல லட்சம் கோடி மூலதனம் கொட்டப்பட்டு, நமது ஜனநாயக அரசு நமது நலன்களை நிர்வகித்து வருவதாக நாம் நம்பிக் கொண்டிருக்கிறோம்.

ஏனெனில், நாமும் ஒரு தேசியத் தந்தைக்கும் தேசியத் தாய்க்கும், தேசியப் பிள்ளையாகப் பிறந்து, தேசியப் பள்ளிகளில் படித்து, தேசியத் தொழில்களைச் செய்து, தேசிய ஆண் பெண்ணை மணந்து, தேசியப் பிள்ளைகளைப் பெற்று, தேசியப் பொருட்களை வாங்கி, தேசிய முதுமை அடைந்து, தேசிய மரணத்தைத் தழுவுகிறோம். அந்த வகையில் தேசிய விடுதலைக்குப் போராடிய நம் தேசியத் தலைவர்களுக்கு முதலில் நன்றியைச் செலுத்திவிட்டு, கீழ்க்கண்ட பட்டியலையும் ஒருமுறை பார்த்து விடுவது உசிதம்.

தேசிய அந்நிய சோப்பு, பற்பசைகள், சிகரெட்டுகள், தேசிய அமெரிக்க அடிமைத்தனம், தேசிய அமெரிக்க கலாசாரமென இன்னும் எத்தனை தேசியம் இருக்கிறதோ இறைவா! தெரியவில்லை! இதன்கீழ் எப்படி தேர்தல் இன்னும் இந்தியாவில் அமைதியாக நடக்கிறது என்பதுதான் உலக மக்களின் எட்டாவது அதிசயம். போகட்டும் தேசியம் ஒரு கற்பிதம் என்பதற்கும் அதற்கும் மக்களுக்குமிடையே ஸ்தூலமற்ற உறவுதான் நிகழ்கிறது என்பதற்கும் மக்களின் மேல் அரசு நலன் சார்ந்த ஒரு வர்க்கம் தேசியம் என்பதன் பேரில் போலியாக நிலவுகிறது என்பதுடன் அது நம்மீது ஒரு நிர்ப்பந்தமான சுமத்துதலை மேற்கொள்கிறது என்பதைக் காட்டவே மேற்கண்ட முரண்பாடுகள் பார்வைக்கு வைக்கப்படுகிறது.

இத்தகைய தேசியம் பற்றி உலகின் பல சிந்தனையாளர்கள் பலவித விமர்சனங்களை செய்திருக்கிறார்கள் என்றாலும், 1980களில் தொடங்கி இன்றுவரை தொடர்ந்து தமிழ்ச் சிந்தனைப்பரப்பில் பெரும் தாக்கங்களையும் உடைப்புகளையும் கட்டவிழ்ப்புகளையும் மனித உரிமைக் குரல்களையும் பெரியாருக்குப் பின் பொறுப்புணர்வுடன் ஏற்று, சிந்தனை, செயல் என்ற இரண்டு தளத்திலும் ஈடுபட்டு வரும் தோழர் அ.மார்க்ஸ் அவர்களின் பார்வையில் இந்திய தேசியம் மற்றும் தமிழ் தேசியம் பற்றிய அணுகுதலை நாம் இக்கட்டுரையில் காணலாம்.

நிறப்பிரிகை இதழ் மூலம் அ.மார்க்சின் எழுத்துகள் தமிழ் கலை இலக்கிய வாசிப்புகளுக்கிடையே ஒரு கோட்பாட்டு அதிர்வினை உண்டாக்கியது. முதல் தலித்துகள், பெண்கள் போன்றோருக்கு

எழுத்தையும் அரசியலையும் புதிதாகத் தூண்டியதுடன் வாசகத் தளத்தில் அதை உரையாடல் மூலம் சந்திக்க வைத்ததில் முக்கியமானவராகிறார். பின்நவீனத்துவ சொல்லாடல்களை தமிழுக்கு அறிமுகம் செய்ததில் பலருக்கும் பங்கிருக்கிறது என்றாலும் அதைத் தொடர்ந்து கலாச்சாரத்தளத்தில் ஒரு நெகிழ்வினையும் தாராளப் போக்கையும் வழிமொழிந்தது. மேலும், இறுக்கமான வறட்டுத்தனமான அரசியல் தத்துவ சித்தாந்தங்களை இடையூடு செய்ததென அவருக்கு ஒரு தனித்தன்மை இருப்பதின் பின்னணியில்தான் இக்கட்டுரையும் தன்முனைப்பு கொள்கிறது. அ.மார்க்ஸ் ஒரு வழிகாட்டி என்பதைவிட, சிந்தனை வட்டத்தில் எல்லோருடனும் உரையாடல் நிகழ்த்தியதில் பெரும் உழைப்பையும் உடல் ஆற்றலையும் செலவிட்டவர் என்பதாக ஒரு வரையறையை இங்கு வைப்பது அவசியமானது. குறிப்பாக, இந்தியச் சிறுபான்மை மக்களின்பால் கொண்ட சமூக நீதிக்காகவும் பெரும்பான்மை மத அதிகாரத்திற்கெதிராக உண்மையைப் பேசுதல் போன்ற வெளிப்பாட்டிற்காகவும் தேசியம் குறித்து சுய நிர்ணய உரிமைகள் பற்றியும் வகுப்பு வாரி பிரதிநிதித்துவம் குறித்தும் தமிழில் அதிகம் எழுதி வருபவராகவும் அவர் அறியப்படுகிறார்.

அ.மா.வின் எழுத்துகளின் முதல் தாக்குதலை மார்க்சியமே எதிர்கொள்ள வேண்டியிருக்கிறது. சேகுவராவின் புரட்சிகர கொரில்லா தாக்குதல்களைக் குறிப்பிடும்போது ‘‘உருகுவே, அர்ஜென்டைனா, சிலி ஆகியவற்றின் புரட்சிகர அமைப்புகளில் ஒழுங்கிணைப்புக் குழு தனது போராட்டத்தில் பொலிவர், கான் மார்ட்டின், ஆர்ட்டிகாஸ் போன்ற தேசிய வீரர்களை முன்னிலைப்படுத்துவதை நடைமுறையாகக் கொண்டது. இங்கெல்லாம் மக்களைத் திரட்டுவதற்கு வர்க்க சொல்லாடலைக் காட்டிலும் தெளிவற்றத் தொன்மைப்படுத்தப்பட்ட வரலாறு சார்ந்த தேசிய இன உணர்வுக் கருத்தாக்கங்களே பயன்பட்டன.’’ இப்படியாக, சோசலிஸப் புரட்சிக்குப் பிந்தைய அத்தனை நாடுகளும் சனநாயகமற்று முதலாளித்துவத்தைத் தழுவியது தேசியம் என்ற கற்பிதத்தில்தான் என புரட்சிகர அமைப்புகளை விமர்சிக்கும் மார்க்ஸ், இதனடிப்படையில் “தேசியம் என்பது சோசலிஸப் பாதைக்கான அவசியமான காரணியாக இருந்தாலும் இந்நாட்களில் அவையாவும் எதேச்சாதிகாரத்தையும் சர்வாதிகாரப் போக்கினையும் கடைபிடித்தன’’ என்பதோடு இதற்கிடையில்தான் வர்க்கப் போராட்டங்கள் உலகெங்கும் மறைந்து இழந்தது எனவும் குற்றம் சாட்டுகிறார். மார்க்சியமென்று வரும்போது. ‘‘மார்க்சிய லெனினிய சிந்தனைகளின் வளத்தையும் ஆய்வுகளையும் விவாதங்களையும் எச்சரிக்கைகளையும் எளிதாகப் புறக்கணித்த நாடுகளில் சனநாயகத்தையோ, சமத்துவத்தையோ, உண்மையான விடுதலையையோ நிலைநாட்டி விட முடியவில்லை’’ என்பது அ.மா.வின் முடிவு.

தேசியவாதக் கருத்துகளுக்காக காரல் மார்க்ஸ், ஏங்கெல்ஸ் தொடங்கி ஆட்டோபாயர், கார்ல்ரென்னர், ஜேம்ஸ் கன்னோலி, ரோசா லக்சம்பர்க், லெனின், ஸ்டாலின் போன்றோரின் நிலைப்பாடுகளைத் தொகுத்து தேசியமென்பது சுய நிர்ணய உரிமைகள், தேச அதிகாரம் என சுருங்கி தர்க்கப்பூர்வமற்று அது எவ்வாறு பாசிசத்துடன் இணைத்துப் பார்க்கும் சிந்தனைகளுக்குள் வந்தது என்பதை நமக்கு ஆதாரத்துடன் எடுத்துக்காட்டுகிறார். அந்தவகையில் "தேசியமென்பது அரசியல்ரீதியாக நியாயப்படுத்திக்கொள்ள பயன்படும் கொள்கையென கெல்னர் கூறுவதும், தங்களுக்குரிய அரசைக் கைப்பற்றவும் தக்கவைக்கவும் உருவாக்கப்படும் செயல்பாடுகள், அதன் கருத்தியல் மற்றும் இயக்கங்களை தேசியம் என்கிறோமென பீட்டர் ஒர்ஸ்லி குறிப்பிடுமிடத்திற்கு நாம் வந்து சேர்கிறோம். அந்த அடிப்படையில் இந்திய தமிழ் இலக்கியங்கள் மற்றும் ஈழ இலக்கியங்களில் காணப்படும் இனமொழிக்கூறுகள் யாவும் ஒரு சமயப் பண்பாட்டையே வலியுறுத்து கின்றன எனச் சொல்லும் அ.மார்க்ஸ் அதனடிப்படையிலேயே இங்கு அனைத்துத் தேசியங்களும் கட்டமைக்கப்படுவதாகக் கூறுகிறார். தமிழ் தேசியத்தை இதுவரை கட்டமைத்து வந்துள்ள அனைவரும் ஆதிக்க சாதி வர்க்கங்களுடனும் அவற்றின் பண்பாட்டுக் கூறுகளுடனுமேயே இணைந்து வந்துள்ளனர். அது குறிப்பாக, இந்து சைவ அடையாளங் களுடன்தான் வெளிப்பட்டு வந்திருக்கிறது. சிறுபான்மையினர், பெண்கள், தலித்துகள் முதலியோர் இதன்மூலம் ஒதுக்கப்படும் நிலை உள்ளது. ராஜராஜன் தஞ்சை பெரியகோயில் சைவ இலக்கியம் ஆகியவற்றி னூடாகவே இதுவரை இங்கு தமிழத் தேசியம் வரையறுக்கப்பட்டுள்ளது எனத் தமிழ் தேசியத்தின் பொது மன அமைப்பை எடுத்துக்காட்டும் போது சாதி ஒழிப்பு என்கிற அடிப்படையில் தனிநாடு கோரிக்கையை முன்வைத்த பெரியாரின் இது குறித்த எச்சரிக்கைகளை தமிழ் தேசியர்கள் இன்றுவரை புறக்கணிப்பது குறிப்பிடத்தக்கது என்கிறார். சைவத்தை ஒதுக்கிய தமிழ்தேசியம் சாத்தியமா என அவர் கேட்கும்போது இன்றுவரை அது சாத்தியமில்லை என்றுதான் தோன்றுகிறது.

தேசிய வரையறை என்பது நெகிழ்ச்சிமிக்கதாகவும் உள்ளடக்கக் கூடியதாக அமையும்போதுதான் அது பாசிசமாக உருப்பெறாது எனக் கூறும் அ. மார்க்ஸ், திராவிட இயக்கத்தாரின் தேசியப் பார்வையை வரவேற்கிறார். பெரியார் முஸ்லீம்களை திராவிடர் என அணைத்துக் கொண்டதும் திராவிட இயக்கங்கள் அனைத்தும் பெயரிலேயே மொழிச் சிறுபான்மையினரை உள்ளடக்கியுள்ளதும் குறிப்பிடத்தக்கது என்று கூறும் அ.மார்க்ஸ் தமிழர்களென்றால் யாரென ஓர் ஆய்விற்குள் புகும்போது, தமிழ் மீட்புவாதியான மனோன்மணியம் சுந்தரம் பிள்ளையிலிருந்து பிறகு வந்த நீதிக்கட்சி பெரியார், மா.பொ சிவஞானம், திமுக (அண்ணா), குணா, ஈழத்தமிழ் தேசியமெனத் தொடர்ந்து விவாதப் புள்ளிகளைக் கலைத்துக்கொண்டே இறுதியில் ஈழத்து ஆறுமுக

நாவலரைக் குறிப்பிட்டு தமிழ்ப் பார்ப்பன வெள்ளாள கூட்டும் அதன் போட்டிகளும் அதிகார மையங்களும் ஆதிக்க வெறிகளும் தமிழ் தேசியத்தின் உள்ளியங்கும் நனவிலிகளாக மொழி மற்றும் நிலங்கள், அரசு அதிகாரம் போன்றவற்றைக் கைப்பற்றுவதில் இயங்கி வந்திருக்கின்றன. பார்ப்பன எதிர்ப்பு மற்றும் வெள்ளாளத் தூய்மைவாதம், அதாவது தமிழ் என்றாலே சைவ வெள்ளாளத் தொண்டுகளும் அதன் வரலாறுகளும்தான் எனத் தெரிந்து இவர்கள் எப்படி துளுக்காள்களையும் தலித்துகளையும் தாங்கள் விரும்பிய தமிழ் தேசியத்திற்குள் விலக்கி வைத்தனர் என்பது வரையிலான அ.மா. இன ஆய்வு அடித்தள விளிம்பு நிலை மக்களின் மீதான அரசியல் விடுதலைச் சொல்லாடல்களாக விரிவடைந்ததை நம்மால் பின் தொடர முடிகிறது. இதனடிப்படையில், தமிழ் வல்லாதிக்கச் சாதிகளின் முகமூடிகளைக் கிழித்தெறிவதில் எந்தத் தயக்கமும் மனத்தடையுமற்று அ.மார்க்ஸ் துணிச்சலாக இயங்குகிறார். இவ்வளவு 'முரட்டு'த்தனமாக பெரியாருக்குப் பின் இயங்கியவர்கள் என்று தமிழில் என்னால் ஒருவரையும் குறிப்பிட முடியவில்லை. தேசிய மன அமைப்பை அதன் சாதிய முகத்தைக் கட்டவிழ்ப்பதின் மூலம் உருவாகும் இடத்தில் விளிம்பு நிலை அரசியல்கள் புத்துணர்ச்சி பெறுவது இயல்பானதுதான். அதை அ.மார்க்ஸ் நேர்மையாகவே செய்திருக்கிறார். நாம் ஈழத்து தேசியத்தையும் அங்கு நடந்த தமிழீழ விடுதலைக் கெரில்லா யுத்தங்களையும் இனத் தூய்மைக்காக அவர்கள் யாரை வெளியேற்றினார்கள் என்பதையும் இத்துடன் இணைத்துக் காண வேண்டும். நிறப்பிரிகையின் அத்தனை இதழ்களிலும் காணக்கிடைக்கும் இந்திய தேசியத்தைப் பற்றிய உரையாடல்களிலிருந்து காந்தியின் முக்கியத்துவத்தையும் இந்திய தேசியமானது மதச் சார்பற்ற வகையில் எப்படி இரண்டு விதமாகப் பார்க்கப்பட்டது எனச் சொல்ல வருகையில் தேசியக் கட்டமைப்பில் செயல்படும் அரசியல் வர்க்க, சாதிய, ஆணாதிக்க நலன்களை நாம் கணக்கிலெடுக்க வேண்டுமெனக் குறிப்பிடும் அ.மா. தேசம் மட்டுமின்றி, தேசிய மரபு, மொழி, பண்பாடு, வரலாறு, இலக்கியப் பாரம்பரியம் எதுவும் இயற்கையல்ல எல்லாம் கண்டுபிடிக்கப்பட்டவையே என பின்நவீனத்துவ நிலைப்பாட்டிற்கு அடிக்கோடிடுகிறார்.

காந்தி வைத்த தேசியம் புவியியல் சார்ந்தது. இந்தியா என்கிற புவியியல் எல்லைக்குள் பிறந்தவர்கள் யாவரும் இந்தியர்கள். இந்த வகையில் முஸ்லீம்களையும் கிறிஸ்தவர்களையும் உள்ளடக்கும் விசயமாக இது அமைந்தது. இந்துத்துவவாதிகள் தமது தேசியத்தை கலாச்சாரத் தேசியம் என்றனர். அதாவது, இந்துக் கலாச்சாரத்தை ஏற்றுக் கொண்டவர்களே இந்தியர்கள். யாரொருவன் இந்தியாவையே தனது பித்ரு பூமியாகவும் புண்ணிய பூமியாகவும் கருதுகிறானோ அவனே இந்தியன். அதன்படி, முஸ்லீம்கள் கிறிஸ்தவர்கள் இந்தியர்கள் அல்லர். எனவே அது விலக்கும்

தேசியமாக இருந்தது. காந்தி மதச்சார்பற்ற அரசு பற்றி வலியுறுத்தினார். அரசையும் மதத்தையும் பிரித்துவிட வேண்டுமென்றார். இந்து ராஸ்டிரம் பேசியவர்கள் இதற்காகவே காந்தியை எதிரியாகக் கருதினர். கொன்று தீர்த்தனர் எனச் சொல்லுகிறார் அமார்க்ஸ். தேசியம் என்கிற கருத்தியல் வடிவம் பற்றிய பிரச்சினையை நாம் கணக்கில் எடுத்தால்தான் அதற்கும் மக்களுக்குமான உறவை பரிசீலிக்க முடியும் என்பதும் மனிதச் சிந்தனையில் தேசியம் என்கிற பிரக்ஞை இருந்ததில்லை. மனிதத் தன்னிலைக்கு இந்த வரையறை அந்நியமானது என்பதும் அ.மா.வின் வழியாக நீட்சியடைகிறது.

தேசியமென்கிற பொதுத்துவ மையத்தை ஒரு ஒழுங்கவிழ்ப்பிற்கு உள்ளாக்குவதன் மூலம் வகுப்புவாரி பிரதிநிதித்துவம் எல்லோருக்குமான அரசியல் இடம் போன்றவற்றை, எளிய மக்கள் கல்வியறிவு மற்றும் தேர்வு செய்துகொள்ளும் திராணி இல்லாமல் இருந்தாலும் அவர்களுக்கான நலன்களை புரட்சிகரமாக செயல்படுத்தும் அமைப்பையே அரசியலில் அறிவு நாணயத்திற்கு சிபாரிசு செய்வதன் மூலம் தனது அறவுந்தங்களை முன்வைக்கிறார். பல கலை இலக்கிய சிற்றிதழ்கள் அரசியல் முகம் காண 1990களில் நிறப்பிரிகையே வழிவகுத்தது. அதுவே சிந்தனை மட்டத்தில் பல இளைஞர்கள், யுவதிகளின் கலை இலக்கிய வரவிற்கும் வழிவகுத்தது. அதன் தொடர்ச்சியாக அ.மாவின் சிறுபான்மையினர் குறித்த மற்றும் மனிதவுரிமை எழுத்துகள் அவர்களுக்கு எல்லாவற்றின்மீதும் கேள்விகளை உருவாக்கிக் கொடுக்கும் அரசியல் தூண்டுதலாக இருந்திருக்கிறது என்பது உண்மையானது. இந்திய இலக்கியம் மட்டுமல்ல, தமிழிலக்கியமும் கூட ஒருமைப்படுத்தப்பட்ட தேசியத்தின் கீழ் ஒருவித நவீன சமய உருவாக்கத்திற்கு தனது நனவிலியைப் பதுக்கிக் கொண்டிருப்பதை கட்டுடைக்க அ.மார்க்ஸ் பின் நவீனத்துவத்தின் வழியே அதன் மீது ஒரு உலர்ந்த தன்மையை பதிலியாக்குகிறார். அதனாலேயே அவர் பல இலக்கியவாதிகளால் 'ஆண்டி லிட்ரேச்சர் பெர்சன்' என விமர்சிக்கப்பட்டதை இங்கு நினைவுகூற வேண்டும். அந்த உலர்ந்த தன்மையைத் தாண்டி கலை இலக்கியங்கள் ஆசிரிய அதிகார மனப்பான்மையை இழந்து, மற்றமைக்கான அற நெகிழ்வை தங்களது மொழியால் கலையாக்கும்போது, அரசியல் நெருக்கடியிலிருக்கும் மனித தகவமைப்பு இன்னும் பல மன உயரங்களை அடைய முடியும் என்பது ஒரு எதிர்பார்ப்பு. அதுபோக, இன்று பின்காலனித்துவ சூழலில் அத்தனை தேசிய இலட்சியங்களும் வர்த்தகத்தின் கீழ் அடிமைப்பட்டுப்போன பிறகு மூலதன விசுவாசிகளால் வழிநடத்தப்படும் அரசாங்கங்கள் தங்கள் இறையாண்மையை எளிய மக்களின் வறுமை மற்றும் தற்கொலைகளுக்காக மறுபரிசீலனை செய்து கொள்ள வேண்டும். அ.மா.வைப் பொறுத்தவரை இந்தியாவில் காந்தியும் தமிழ்நாட்டில் பெரியாரும் மட்டுமே தேசியத்தின் அதிகபட்ச

சாத்தியங்களைப் பேசியவர்கள்.

மற்றபடி, தரகு முதலாளித்துவத்திற்காக உருவாக்கப்பட்ட தேசிய கண்ணோட்டத்தில் அதற்கு வெளியே இருப்பவர்கள் தேசம் என்கிற பொறுப்புணர்வை ஏற்றுக்கொள்ள வேண்டும் என்கிற நிர்ப்பந்தம் ஒரு நாடு சார்ந்ததல்ல. அது உலகளாவிய பிரச்சினை ஏனெனில், மூலதனம் தனக்குக் கீழ் இந்த உலகத்தை ஒருமையாக தீர்மானித்துவிட்ட பின்பு தேசம், எல்லைகள், இறையாண்மை, இனங்கள், மொழிகள், மதங்கள் யாவற்றுக்கும் அவற்றின் புனித இருப்புகள் குறித்த பெருமிதம் பரிதாபகரமானது.

இன்றுவரை தொடர்ந்து பல நூற்களை மனித சமூகத்திற்காக அதன் அவலங்களுக்காக எழுதி வரும் அ. மார்க்ஸ் மற்றும் அவருடன் இணைந்து பல சமூக ஆய்வுகளை நிகழ்த்திய நிறப்பிரிகையின் பங்கேற்பாளர்களுக்கும் மொழிபெயர்ப்பாளர்களுக்கும் இந்த நேரத்தில் நாம் ஒரு நன்றியறிவித்தலை தெரிவித்துக்கொள்வோம்.

•••

பசி, காமம், மறு உற்பத்தி சார்ந்த கதையாடல்கள்

மூலதனம் சந்தையில் பொருட்களை மட்டும் குவிக்கவில்லை. அதாவது வாங்குபவர்களுக்கும் விற்பவர்களுக்குமிடையே மட்டும் தன்னைத் திரட்டிக்கொள்ளவில்லை. அத்துடன் பக்கவாட்டில் மதம், கல்வி, மருத்துவம், தேசியம், கலாச்சாரம், இனங்களின் மீதான கரிசனம் போன்றவற்றின் வழியே தனது வர்த்தக மேலாண்மைக்கு ஒரு இறைமையையும் உற்பத்தி செய்து கொள்வதாகக் கூறிக்கொள்கிறது. யுத்தம், விஞ்ஞானம், சந்தை போன்றவற்றை உலக நீதியான மனிதமைக்கும் சுற்றுச்சூழலுக்கும் உட்படுத்த முடியாமையை மறைத்துக்கொண்டு வெளியே வளர்ச்சி என்கிற பெயரில் மூலதனம் என்பது நல்லாதிக்கத்தின்

ஆன்மா எனவும் பெயர் சூட்டிக் கொண்டு தன்னை உலகுக்கே ஒப்புக்கொடுத்துவிட்டதாகவும் பாவனை செய்கிறது.

உலகின் நகரமைப்புகள், குடியிருப்புகள், வணிக வளாகங்கள், தொழிற்சாலைகள், இராணுவம் உள்ளிட்ட பாராளுமன்ற அமைப்புகள், தகவல் தொழில் நுட்பங்கள், நவீன விவசாய நிலங்கள், வான் கடல் வழிகள் என மனித மந்தைக்கான அனைத்தையும் மூலதனம் கட்டிமுடித்திருப்பதாக சவால் விடுவதோடு, கடலில் மிதக்கும் நகரங்களையும் மனிதர்களின் ஆயுளை நீட்டிக்க பல நவீன விஞ்ஞான டெக்னாலஜிகளையும் ஆய்வகத்தில் கொண்டுள்ளதாகவும் துருவப் பனிப் பிரதேசங்கள் தொட்டு விண்வெளி வரை ஆராய்ச்சி நடத்தி வருவதாகவும் எதிர்கால மனிதர்களின் கற்பனா லோகம் பற்றிய நடைமுறை யதார்த்தங்களை மூலதனம் வெற்றிகரமாக சாதிக்கும் என்பது வரையிலான அதிகபட்ச அறிவுத் தொலைநோக்கும் அதற்கு உண்டு.

மேற்சொன்ன அனைத்தும் கணினித்திரையில், தொலைக்காட்சியில், மின் அணு ஒளித்துகள்களின் திரட்சியில் மாய உருவலோகம் காட்டுகின்றன. காட்சி ஊடகங்களின் நம்பவைக்கும் தன்மை அதிகரித்துவிட்ட நாளில் கணினி தொழில்நுட்ப வல்லுனர்களின் இந்திரஜித்து விளையாட்டுகளை, அதன் கொண்டுகூட்டிக் காண்பிக்கப்படும் உண்மை போன்ற மயக்கத்தை மட்டும் நம்பி இன்று ஏராளமான மனிதர்கள் புற்று நோயில்லாத, நீரிழிவு நோயற்ற, பாலியலுடன் கூடிய ஆரோக்கியமான உடலுக்கான எதிர்கால நூற்றாண்டை யூகித்து நிகழ்கால இருப்பின் மீது சலிப்படைகிறார்கள்.

நாம் கேள்விக்குட்படுத்துவது அதையல்ல. மேற்சொன்ன கட்டுமானங்கள் யாவும் மனித அடிப்படை இயல்பூக்கங்களான பசி, காமம், மறுஉற்பத்தி ஆகிய மூன்றின் மீதும் எழுப்பப்பட்ட கதையாடல்களாக அல்லது பயங்கர நடத்தைகளாக ஏன் மாறிவருகிறது என்பதைத்தான். உலகில் சுமார் 650 கோடி மனிதர்களுக்கான மூலதனத்தின் இன்றைய புழங்கு மதிப்பு எத்தனையோ கோடி கோடிக்கும் மேலே என்பது வியப்பூட்டும் செய்திதான். உலகச் சொத்து மதிப்பின் பேரில் கேள்வி கேட்பாரற்று போட்டு வைக்கும் இப்பெரும் மூலதனத்தை தலைக்கு இத்தனை சதவீதம் எனப் பிரித்து அளித்துவிட்டால் அனேகமாக நாம் அனைவரும் உலகக் கோடீஸ்வரர்கள்தான் என்பதில் சந்தேகம் வேண்டியதில்லை. ஆனால், இந்தக் கற்பனை பொருந்தாது. அனைவரும் கோடீஸ்வரர்கள் ஆகிவிட்டால் பொருளின் சந்தை மதிப்பு மிக அதிகமாக இருக்கும் என்பதால் அதை வாங்கும் திராணியற்ற ஏழைகள் இருக்கத்தான் செய்வார்கள் என் ஒருவர் சொல்லவும் கூடும். ஆனால், அத்தகைய பொருட்கள் உயிர்வாழ்வின் ஆதாரமாக எப்போதும் இருந்ததில்லை என்பதுதான் நமது பதில். நாம் அடிப்படையான பரிவர்த்தனை

மேல்தான் எப்போதும் வறுமைக்கு எதிராக கவனம் கொள்கிறோம் என்பதை நினைவு கொள்வோம்.

மற்றபடி மூலதனம் இப்படி விநியோகம் செய்யப்படுமா? செய்யப்பட்டால் யாரால் அது முடியும்? எப்படி செய்ய வைப்பது? என்ற கேள்விகளை நாம் கேட்டுப் பார்த்தால், மூலதனம் எந்தத் தனிநபர் சார்ந்தும் இல்லை என்கிற உண்மையை வந்தடைய வேண்டியிருக்கிறது. அதாவது, மூலதனம் தன்னளவில் ஏதோ வான மண்டலத்தில் தேங்கி தன் செயலாற்றலை விசுவாசமிக்க இடங்களில் மழையாய்ப் பொழிவது மாதிரி அல்லது போலி இயற்கையைப் போல் நடிக்கிறது. நமது அம்பானியோ, இங்கிலாந்து பணக்காரர்களோ, அமெரிக்க யூதர்களோ, ஜப்பானிய நிறுவனங்களோ, ஐரோப்பியக் கனவான்களோ, உலக வங்கி நிறுவனங்களோ தங்கள் மூலதனத்தின் வெறும் முகவர்களாகவும் ஊழியர்களாகவும் சொல்லிக்கொள்வதையே விரும்புகிறார்கள்.

அப்படியானால் பசியும் காமமும் பகிர்ந்தளிக்கப்பட முடியாத ஒரு சிக்கலான தொகுதியாகவும் மறுஉற்பத்தி என்பது கட்டுப்படுத்த வேண்டிய அல்லது மூலதனத்துக்கு எதிரான மூன்றாம் உலகக் குற்றம் என்பது மாதிரியும் நடந்துகொண்டு வருவதன் காரணத்தை நாம் காண முயலவேண்டும். ஏனெனில், மூலதனம் குவிந்துள்ள இடங்களில் அதன் விரயமான பிரயோகம் காமத்திலும் உணவுப் பொருட்களிலும் பெரும் கேளிக்கைகள் வழியேயும் சீரழிக்கப்படுவதோடு விநியோக முறையில் மனசாட்சியின்றி உலகின் வறுமையை அதன் மறுபக்கம் எதிரொலிக்கின்றன. மூலதனம் நபர் சாராத நிலையில், காமமும் பசியும் நடனமும் கேளிக்கையும் மட்டும் நபர் சார்ந்து, குறிப்பிட்ட உடல் சார்ந்து ஏன் மூலதனத்தை சுவீகரிக்கிறது என்பது கேள்வி. இதற்குத்தான் மிக மறைவான, குளிரூட்டப்பட்ட, யாரும் கண்டுபிடிக்க முடியாத, கடற்கரைகள் மற்றும் மலைப்பிரதேசங்கள், தீவுகள், வணிக நகரங்களுக்கு வெளியேயான கட்டுமானங்கள் கட்டப்படுகின்றன. ஒரு கனவான் தன் பெரும் செல்வாக்கின் வழி உலகின் தலைசிறந்த பெண் மாடல்கள் முதல் நடிகைகள் மற்றும் விபசாரத்தின் மூலம் உலகின் பன்னாட்டுப் பெண்கள், சிறுவர் சிறுமியர் வரையிலான அனைவருடனான காமத்தை அனுபவிப்பதற்கு இத்தனை சொகுசான கட்டுமானங்களும் மறைவிடங்களும் பிரைவசியும் வேண்டும் என்கிறார். அதற்காகத்தான் தன் உடல் நோய்வாய்ப்படாமல் ஆரோக்கியமாக இருக்கவும் வருங்கால குளோனிங் ஆய்வகங்களுக்கும் செலவிடுகிறார். இப்படித்தான் மூலதனம் ஆசீர்வதிக்கப்பட்ட மனிதர்களுக்காக மறைந்துகொண்டு வாழ்கிறது. தாவரங்களை எண்ணெய்ச் சத்தாக்கி, இறைச்சிகளைப் பதப்படுத்தி, பாலாடைகளைக் கெடாமல் பாதுகாப்பதோடு, பனிப் பிரதேசங் களையும் வளங்களையும் தானே கண்டுபிடித்ததாகக் கூறிக்கொண்டு அங்கு குடியிருக்கும் உள்ளூர் ஆதிமனிதர்களையும் விரட்டி தன்வசப்படுத்த முயல்கிறது. உலக வங்கி மூன்றாம் உலக நாடுகளின்

அந்நியச் செலாவணிக்காக அதன் சுற்றுலாவை மேம்படுத்துவதன் முகமாக, வெளிநாட்டுக்காரர்களை ஈர்க்க விமான நிலையங்களில் சிறுவர் சிறுமிகளை வரவேற்பிற்காக நிற்கச் சொல்கிறது. மறைந்திருக்கும் மூலதனத்தின் யோக்யதை இதுதான். சிறுவர் சிறுமியருடன் முதிய வயதினர் உடலுறவு வைத்துக்கொள்வது மதங்களின் காலத்தில் இருந்து உளவியலாகவும் நடைமுறையாகவும் இருக்கிறது என்பதெல்லாம் பரஸ்பர அனுமதி மற்றும் பாலியல் கிளர்ச்சி அடிப்படையில்தானே ஒழிய வன்முறையாக மூலதனத்தின் கீழ் கொடூரமாக மனச்சிதைவை உண்டாக்கும் வகையில் மூன்றாம் உலக ஏழைகள் மீது அதை விதிப்பது, பிறகு அந்நாட்டின் வளர்ச்சிக்காகத்தான் என்று சொல்வது மேற்கு உலகின் வலதுசாரி வக்கிர கொடூரங்கள்தான். இத்தகைய போக்கிற்கு அடியில் புதியதாக உருவாகி வரும் ஓரினப் புணர்ச்சியாளர்கள், சுயபாலின்பக்காரர்கள், மாற்றுப்பால் தன்மை வேண்டுபவர்கள், சுயவதைப் பாலியல் இன்பம் காண்பவர்கள் எல்லோரும் விளிம்பு நிலையில் குற்றவாளிகள் என ஒதுக்கிவைக்கப்படுவதன் மூலம் அரசியல்மயமாகிறார்கள்.

இன்று உலகின் எல்லா ஆண் பெண் வசிப்பெல்லைகளிலும் பாலியல் தன்மையின் கூருணர்வுகள் அதிகரித்து சூழ்ந்துவிட்டதையும் பழைய மணவாழ்வு எனும் சாயம் மங்கிய புனித செவ்வியல் படுக்கையறைகள் மாற்று விநோதம் கொள்வதையும் பிறகு அதன் சூழல் புதிய தடங்களில் நுழைவதையும் காண முடிகிறது. பெரும் வரலாற்றுக் குடும்பங்கள், குலங்கள், அதன் மகோன்னத வம்சாவழிகள், கொடியுறவுகள், அதன் பிரதான இனத் தலைவர்கள், பிரசித்தி பெற்ற பெண்மணிகள், வீரக் கதாபுருஷர்கள், அவர்களின் வீர மைந்தர்கள், தனிநாயகர்கள் அனைவரின் கதையாடலும் குடும்ப அமைப்பிற்குள்ளேயே முரண்பட்டு கேலிப்பொருளாகிக் கொண்டிருப்பதை அனுமானிக்க முடிகிறது. மூலதனத்தின் கீழான சுரண்டல் சார்ந்த காமம் விஷக்காய்ச்சலைப் போல பரவி அனைத்தையும் சுவைத்துக் கொண்டிருப்பதாக எடுத்துக் கொள்ளலாம்.

இங்கிலாந்து ராணி குடும்பத்திலும் காமம், இந்துஜா குடும்பத்திலும் காமம், அமெரிக்க அதிபர் அலுவலகத்திலும் காமம் எனப் பெரும் பணக்கார உலகக் குடும்பங்கள் அனைத்திலும் காமம் நுழைந்துவிட்டிருக்க, பெரும் பொருளாதார வளர்ச்சி அடைந்துவிட்ட ஜப்பானில்கூட காமத்தின் உளவியல் அடிப்படையிலேயே இளம் பெண்கள் தற்கொலை செய்வது முதல், பெரும் கெரில்லாப் படையினுள்ளும் தீவிரவாத இயக்கங்களிலும் மதவாத அடிப்படை பயங்கரவாதிகளிடமும் மாஃபியாக்களிடமும் வெகுஜன கலாச்சார வாழ்விடங்களிலும் ஹைடெக் குழுமங்களிலும் காமம் புகுந்து வேரோடி பல விளைவுகளை ஏற்படுத்தி வருவதை மூலதனத்திற்கு முன்பான எதிர்மறை பாலியல் புரட்சி என்றே சொல்லவேண்டும். இவற்றை ஒரே

வரியில் அமெரிக்க மயமாகும் ஒற்றைத் தன்மை எனவும் சிலர் விவரிக்கக்கூடும். ஆனால், இந்தியா போன்ற சனாதன பழமைவாத நாடுகளின் பணக்கார ஆண்களும் பெண்களும் போலிச்சாமியார்களிடம் காமத்தையும் சொத்துகளையும் ஏன் ஒப்படைக்கிறார்கள் என்பது ஆராய வேண்டிய விஷயம்.

பெரும் பணம் சம்பாதிக்க அலையும் ஒரு நோயுற்ற சமூகத்தில் வீட்டுப் பெண்களின் பாலியல் உத்வேகங்கள் மற்றும் அவர்களது சுதந்திர உணர்ச்சிகளின் அடைக்கலத்திற்கு இன்னும் மத ஆன்மீக அடிப்படைகளே சாதகமாக உள்ளன. இந்த நவீன ஆசிரமங்கள் அவர்களுக்கான மாற்றுப் பாலியலை இருபாலருக்கும் கௌரவமாக ஏற்பாடு செய்து தரும் இரகசிய தரகு நிறுவனங்களாக செயல்படுகின்றன. சம்பாதித்த சொத்தின் பாவக் கணக்கை ஒப்படைப்பது முதல் மன அவசத்தின் நெருக்கடியைத் தணித்துக் கொள்ளும் யோகா மையங்களாகவும் ஹைடெக்கான பாலியல் சுதந்திரங்களை அனுபவித்துக்கொள்ளும் விடுதிகளாகவும் எந்த வகையிலும் அவமானப்படாமல் ஆன்மீகம் பேசிக்கொண்டே குடும்பத்துக்கு வெளியே உடலுறவு நிகழ்த்திக்கொள்ளும் பாலியல் கேந்திரங்களாகவும் இவை தொழிற்படுவதால் இத்தகைய போக்கு நிகழ்கிறது. இங்கு பணக்காரப் பெண்களுக்கு மறைமுகக் காமமும் பணக்கார ஆண்களுக்கு வருமான வரிக்கான முறைகேடுகளும் இருப்பதால் இந்நவீன சாமியார்கள் கொழிக்கிறார்கள். நவீன மத அடிப்படைகளில் உபரியைக் கரைப்பது உலகம் முழுவதிலும் கட்டமைக்கப்பட்ட அனைத்து சொத்துடைமைக் குடும்ப நிறுவனங்களிலும் போலி அறம் சார்ந்த நடைமுறையாய் இருக்கிறது. இத்தகைய மத நிறுவனங்களின் சொத்துகள் உண்மையில் மதிப்பிட முடியா அளவில் எந்த விநியோகமும் அற்று வெட்டித்தனமாய் உலகெங்கும் பாதுகாக்கப்பட்டு வருகின்றன.

மேலும் நிதி நிறுவன மோசடிகளில் அல்லது பகிரங்கமான இத்தகைய திருட்டுகளில் ஏமாறும் மக்களிடையே பிடிபட்ட நிதிநிறுவன சதிகாரன் பெரும் பணத்தை நடிகைகளுடன் உல்லாசமாக இருந்ததாகக் கணக்குக் காட்டுகிறான். நடிகைகளிடம் அதை வசூலிக்க நடைமுறையில் சட்டங்களும் சாட்சியங்களும் இல்லை. ஆனால், விபச்சாரத்தை ஒழிப்பதாக அரசு பல சோதனைகளையும் சட்டங்களையும் உருவாக்கி விரட்டுகிறது. சமீபத்தில் ஒரு நீதிபதி விபச்சாரத்தை ஒழிக்க முடியாதெனில் சட்டமாக்கிவிட்டுப் போவதுதானே என்று சலித்துக் கொண்ட சம்பவங்களும் நம் நாட்டில் உண்டு. சட்டமென்பதே குழப்பமான வகைமையாகவும் வர்க்க பேதங்களுக்கிடையே சமயோசிதப் புத்தியாகவும் தந்திரமாகவும் எளிய மக்களின் அறியாமையின் மீதான அழிவாற்றலாகவும் இருக்கிறது. மூலதனத்திற்கும் சாமியார்களுக்கும் விபச்சாரத்திற்கும் அதிகார நபர்களுக்கும் கேளிக்கை மையங்களுக்கும் வரலாறு சார்ந்து எல்லாக்

காலத்திலும் மறைமுக நட்பு உண்டு.

திருட்டையும் விபச்சாரத்தையும் ஏன் அரசாங்கம் கடுமையாக தண்டிப்பதுபோல் நடிக்கிறது எனில், இரண்டிலிருந்தும் புறவயமாக அரசுக்கு வரிவருவாய் இல்லை. அதற்காக திருட்டையும் விபச்சாரத்தையும் சட்டமாக்க முடியுமா? பிறகு தனிச்சொத்தும் அகமணக் குடும்பக் கற்பும் என்னாவது? அதிலிருந்துதானே அரசாங்கமே பிழைக்கிறது. ஆக, திருட்டும் காமமும் சமூகத்தில் நெடுங்காலமாக அமுக்கி வைக்கப்பட்ட நடத்தைகளாக இருக்கும்போது, அவை வன்முறையின் வடிவம் கொண்டு பொது வாழ்வில் பெரும் அச்சமாய் ஊடுருவுகின்றன. வருங்காலத்தில் இவற்றை ஒடுக்க அரசாங்கங்கள் இராணுவத்தைக்கூடப் பயன்படுத்தும் என்பது ஆச்சரியகரமான விசயம் இல்லை. ஆனால், மேற்சொன்ன இரண்டிலிருந்தும் பெறும் மறைமுகமான வருவாய் அதிகார நபர்களின் கணக்கில் வராத சொத்துகளாய் லஞ்சத்தைப் போலவே இன்று பெருகி வளர்ந்திருக்கின்றன. மக்களின் புழக்கத்திற்கு விடப்படும் பணம் ஸ்விஸ் வங்கிகளில் உறங்கும் அபத்தங்களை என்னவென்று சொல்வது. அவர்கள் அதை வைத்துக்கொண்டு என்ன செய்கிறார்கள்? பண வீக்கம் என்பதெல்லாம் என்ன எழவோ தெரியவில்லை. பொருளாதார நிபுணர்கள் என்பவர்கள் யார்? அவர்களை செம்மையாக உதைக்க வேண்டும் போலிருக்கிறது. பாலியலும் பொருளாதாரமும் பகிர்ந்தளிக்க முடியாச் சமூகங்களில் அதற்கென இருக்கும் ஒரு சட்டம் நீதி சார்ந்த அரசு என்பது உளவியல்பூர்வமாக மலட்டுத்தன்மையையும், வீரியமற்ற வளர்ச்சித் திட்டங்களின் கைப்பாவையுமாக இருப்பதை இன்றைய வணிகச் சந்தைகள் உணர்ந்து கொண்டு விட்டன. சந்தையின் எதேச்சாதிகாரத்தில் பொருட்களின் உண்மையான விலை என்பது ஊடகங்களில் ஊதிப் பெருக்கப்பட்டு, விளம்பர மற்றும் நுகர்விய ஈகோக்களினால் மதிப்புயர்த்தப்பட்டு, எளிய மக்களின் எட்டாக் கனவாகி பூதாகரமடைந்து இருக்கிறது. சரிவிகிதமான உணவும் ஆரோக்கியமான காமமும் அத்தனை வளர்ச்சிக்கிடையிலும் கேவலமாக மிதிபடுகிறது. பெருகும் உடலின் நோய்த்தன்மையும் ஆண் பெண்களின் குறுகிய இளமையும் இன்று வாய்ப்புகள் மீது வெறியுடன் கவனம் குவிப்பதை 1940களில் பிறந்தவர்கள் ரசிக்க முடியாது. இந்திய ஆண்மய சாதியம் தங்களின் பெண்மையின் வழியே சந்தைக்குள் ஒருவகையான தாராள மனதுடன் இடம்பெறுகிறது.

ஒருவகையில், பெண்ணுக்கான புதிய வெளியும் உழைப்புச் சுரண்டலும் சந்தை முடுக்குகளில் அவள் உடல் கசக்கிப் பிழியப்படுவதையும் இருமுனைகளில் முரண்பாலியக்கமாய் காண முடிகிறது. மதவாதிகள் பெண்களின் இத்தகைய போக்குகளை மதப்பண்பாட்டுச் சீரழிவாகவும் இந்திய தேசிய அடையாளச் சிதறலாகவும் முன்வைத்து ஆர்ப்பாட்டம் செய்கிறார்கள்.

எல்லாவற்றையும் நீண்ட மத்திய கால மன அமைப்பு உள்ளிருந்தபடியே ஒளிந்து உற்றுப் பார்த்துக்கொண்டிருக்கிறது. இத்தகைய பன்முகக் கலாச்சார வேட்கைச் சிதறல்களை ஒன்றிணைத்துவிட்ட மூலதனம் வலிமையுள்ளவைகளுக்கு அல்லது அதிகாரத்திற்கு இவற்றை ஒப்புக் கொடுத்துவிட்டு யாவற்றின். மேலும் தர்க்க பரிபாலனம் பண்ணுவதாக நயவஞ்சகம் கொள்கிறது. ஒருவகையில், மதம் எப்படி காமத்தையும் பொருளையும் ஆசையின் விதியின்மேல் பாவமாகச் சுமத்தியதோ, அதே போலவே மூலதனமும் தன் பங்கிற்கு குற்றமும் தண்டனையுமாக அவற்றைத் தீர்மானிக்கிறது. குறிப்பாக, பெண்களைக் குறித்தவகையில் இனம், கலாச்சாரம், தேசியம் போன்றவற்றை மறுஉறுதி செய்யும் உடல்களாக, அவர்களை சொந்த இன சொத்துகளாக பாவிப்பதே எல்லாவகைக் குழுக்களுக்கும் மறுஉற்பத்தி சார்ந்த அடையாளமாக இருக்கிறது. இது, பெண்களின் பாலியல் உள்ளிட்ட எல்லா தனித்தன்மையையும் இல்லாததாக்குகிறது.

விடுதலையையும் தற்சார்பான் பொருளாதாரத்தையும் வெகுவாகவே அடைந்துவிட்ட ஐரோப்பிய ஒன்றியங்கள், தங்களின் நிலைத்த தேசிய வருமானங்கள் மற்றும் உலகளாவிய சந்தை வருமானத்தில் இருந்து தங்கள் சமூகங்களை மிகச் சிறந்த குடும்பங்களாகக் கட்டமைத்திருக்கின்றன. அவை பாலியல் சுதந்திரம் மிக்க குடும்பங்களாக இருந்த போதிலும் தனியுரிமை, சொத்து அடிப்படையில் உலகின் வளம் மிக்க குடும்பங்களாக இறுகி இருக்கின்றன. மேலும் தங்கள் பாலியல் சுதந்திரத்தை அதிக மன உயரங்கள் கொண்டதாக ஆண்/ பெண் அடிமை முறைகளைக் களைந்து ஒரு தனிச் சிறப்பைப் பெற்று வாழ்கின்றன.

ஆனால், நான்காம் அகிலம் பேசிய இடதுசாரி அரசாங்கங்கள் மேற்குலகின் இத்தகைய போக்கிற்கு எதிராக தங்கள் சோசலிச நிலத்தில் புரட்சிகர பாட்டாளி வர்க்க சுதந்திரத்தை மீட்டெடுத்த பின்னும் குடும்ப அலகுகளை ஏன் தங்கள் அடிப்படைகளாக மீண்டும் தக்க வைத்துக்கொண்டார்கள் என்பது பெரும் கேள்வி. என்ன முயன்று இருக்கலாம்? பாலியல் மற்றும் உணவு உற்பத்தி பங்கீடு மற்றும் குறைந்த கால உழைப்பு என்ற முறையில் குடும்பத்திற்கு வெளியே மாற்று இருப்பிடங்களைக் கட்டுவதற்கு அவர்களுக்குப் பெரும் வாய்ப்புகளும் கால அவகாசங்களும் இருந்தன. பாலியல் சுதந்திரத்தைப் பரவலாக்கி, மறு உற்பத்தியை அரசு பாதுகாப்பின் பேரில் ஆரோக்கியமான தலைமுறையாக தனக்குக் கீழ்கொண்டு வ்ந்து ஆண், பெண் உறவுகளை குடும்பமற்று காமமாய் கட்டமைக்கத் தவறிய குற்றம் காலத்தில் மோசமானது. வெறும் அரசு வர்க்க நலன்களாக சோசலிசத்தை இறுக்கிக் கட்டியது மக்களின் இயல்பூக்கத்தின் மீதான ஒரு அதிகாரச் செயல்பாடுதான். உற்பத்தியையும் நிலங்களையும் பொதுவாக்கி மனிதர்களின் இயல்பூக்கமான பசி மற்றும் காமத்துக்கு குடும்பத்தையே

மீண்டும் உத்திரவாதமாக்கியது எவ்வளவு மத்தியகாலப் பழமை முறையாகிறது. இன்றைய ஏகாதிபத்தியம் பசியையும் காமத்தையும் சரக்காக்கி சந்தையில் எளிய மக்களுக்குக் கிடைக்காவண்ணம் மதிப்புயர்த்தி வர்க்க நலன்களுக்குப் பலியிட்டு வருவதை நாம் கையாலாகாமல் பார்த்துக் கொண்டிருக்கிறோம்.

அந்நியமாதல், கலகம் செய்தல், குற்றங்களில் ஈடுபடுதல் என ஒரு எளிய மனிதத் தொகுதியைத் தவிக்கவிட்டதுதான் மிச்சம். காதல், ரொமான்டிசம், குடும்பம் என உழைக்கும் மக்களிடையே காமத்தை நெறிப்படுத்துதல் என்பது விஞ்ஞானபூர்வமான உண்மையாகாது. இன்று காமத்திற்கும் பொருளுக்கும் இடையே தன்னிச்சையான வேட்கை கொதிநிலை அடைந்திருக்கிறது. காமம் பொருள்சார் தன்மைகளின் மேல் சுலபமாக நிலவுகிறது. உடலின் ஆர்வங்கள் மற்றும் கலவியுச்சம் என்பவை புதுமையையும் வெவ்வேறு உடல்களின் இணையையும் புத்துயிர்ப்பையும் கொண்டவை; இரண்டு மையப்படுத்தப்பட்ட உடல்சார் தன்மையில் நீண்டகாலம் தேங்கியிருக்காதவை; தன்பால் அல்லது பலர்பால் கூட்டுறவில் காமத்தைப் பங்கீடும் பரிசோதனைகளும் செய்யும் ஆவலையும் விருப்புறுதியையும் தேர்வுகளையும் கொண்டவை. இதை ஒருபோதும் பொருண்மையான அரசுகள் பரிசீலிப்பதில்லை. ஆனால், திருமணத்தை சுயநிர்ணய அல்லது விலகிக்கொள்ளும் சுதந்திரத்துடன் ஒரு ஒப்பந்தமாக, குடும்பமாக வழிமொழிந்ததன் மூலம் தங்களின் அரசுருவாக்கத்தை விடாப்பிடியாகக் கட்டிக்கொண்டவை. குடும்பம் சிதைந்தால் அரசு இல்லை என்பதில் ஒரு பழம்வரலாற்றை வழிமொழிந்தவை. ஆகவே, மாற்று பாலியல் மற்றும் குடும்பமற்ற தேர்வுகளுக்கு இந்த உலகின் இன்றைய வளர்ச்சிப் போக்கில், அதன் தாராளப் பொருளாதாரத்தில் இடமில்லையெனில் வளர்ச்சி என்பது வெறும் சிமெண்ட் பாலங்களும் நீண்ட சாலைகளும் தொழிற்சாலைகளும்தான். மற்றபடி மனித யதார்த்தத்தின், அவ்வுடல் இயல்பூக்கத்தின் ஆசைகள் மீது அரசு மற்றும் சட்டரீதியாக நிகழ்த்தப்பட்ட வன்முறைகள் மட்டுமே இன்றும் தொடர்கிறது என்பதைத் தவிர, வேறு மாற்றங்கள் ஏதும் எந்த சித்தாந்தத்தின் அடிப்படையிலும் எங்கும் நிகழவில்லை என்பதே உண்மை.

அரசுகளுக்குத்தான் சித்தாந்தம் தேவைப்படுகிறதே ஒழிய தனிமனிதத் தன்னிலைகள் மீது அதைச் சுமத்துவது என்பது பெரும்பாலும் கலாச்சாரத் தளத்தில் தோல்வியாகவே முடிகிறது. புலன் ஒழுக்கத்திற்காக மதங்கள், மனித மனத்தின் மீது, அதன் விடுதலைக்காகச் செலவிடும் தொகைகள் மனிதனை அரசதிகாரத்தின் கீழ் கொண்டு வருவதற்குத்தானே ஒழிய அதன் தத்துவப் பிரச்சினை வானத்தில் புல் முளைப்பதைப் போலத்தான். இந்தத் தனிமனிதத் தன்னிலைகள் என்பதும் அதன் பொதுவான குணாம்சம் என்பதும் பசி, காமம், மறு உற்பத்தி சார்ந்த வாரிசு, வளமான வாழ்வு, அதன் நீண்டகால சொத்துரிமை சார்ந்த

இறுகிய பிடிப்பு போன்றவற்றையே நனவிலியில் கொண்டிருப்பவை என்றும் அதற்கு வெளியே எல்லோருக்குமான புரட்சிகர சிந்தனைகள் இருப்பதில்லை என்றும் இவை குற்றம் சாட்டுகின்றன. அதற்காக மனம் என்பது கட்டுப்படுத்த முடியாத பேராசை கொண்டது எனவும் மன நடுக்கமும் புலன் ஒடுக்கமும் அற்ற விவஸ்தை கிடையாத ஒரு மந்தையின் மீது கட்டுப்பாடுகளை விதிப்பதே பாதுகாப்பான ஒழுங்கு சார்ந்த நடவடிக்கை எனவும் நம்புகின்றன. மேலைச் சமூகம் என்பது பண்பார்ந்த சமூகம் எனவும் கீழைச் சமூகம் என்பது பண்படாத தொகுதி என்பதும் இவற்றின் யூகம். ரஷ்யா, சீனா போன்ற கம்யூனிச நாடுகள் பூமத்திய ரேகைக்கும் கீழேயோ அல்லது ஐரோப்பிய யூனியன்களின் கீழ்ப்பகுதியிலோ இருப்பதை ஒருவர் பழமைவாத நிலவியல் உளவிலாகக் கூட அணுகலாம்.

ஆனால், நாம் மேற்சொன்ன தன்னிலை என்பது இன்று தத்தமது தேசிய எல்லைகளைக் கடந்துசெல்லப் பிரியப்படுவதையும் நாடோடித் தன்மையோடு, பல்வேறு கலாச்சாரங்களுடன் கலந்து தங்கி இருக்கவும், குடும்பத்திற்கு வெளியே உலகின் எப்பகுதியிலும் இடம்பெயர்ந்து வாழவும் அனுபவிக்கவும் தீர்மானிக்கவும் பயணப்படவும் உணவு மற்றும் காமத்தின் வாய்ப்புகளை மிகப் புதியவர்களுடன் பகிர்ந்து கொள்ளவும் வணிகம் முதல் உழைப்பு உற்பத்தித் திறன்களில் ஈடுபடுவது என்பது உலகின் எந்த மூலையிலும் எவருக்கும் சாத்தியம் எனவும் புதிய புனைவுகளை மேற்கொள்கின்றன. இது முற்காலனிய கட்டத்தில் உழைப்பதற்காக இடம் மாற்றப்பட்ட பல்லாயிரக்கணக்கான மக்களின் தொடர் வாழ்வுகளில் இருந்து பெறப்பட்ட எல்லைகள் கடக்கும் இயல்பூக்கம் சார்ந்த ஒன்றுதான். இத்தகைய மனிதத் தன்னிலை என்பது விருப்ப வேட்கை வழியாக இன்று பன்முகத் தன்மை அடைந்திருப்பதைக் காணவேண்டும். குறுகிய தேச எல்லைகள் கொண்ட அரசு நிறுவனங்கள் தமது சித்தாந்தத்திற்குள் ஒருமுகமாக கொள்கையளவில் யாவற்றையும் கட்டுப்படுத்துவது என்ற பாரிய தத்துவப் பிரச்சினைகளைக்கூட நடைமுறையில் அவை கடந்துபோக முயல்கின்றன என்பது நிதர்சனம். அப்படி இல்லையெனில் மனித உடல் ஏற்றுமதிகள், அதன் பரிவர்த்தனைகள் இன்றும் அடிமை முறையிலேயே பணக்கார நாடுகளுக்காக தாரை வார்ப்பதை மட்டும் எப்படி ஒரு பண்பட்ட தேசியக் கொள்கையாக ஏற்றுக்கொள்ள முடியும்?

நமக்குத் தெரிய வணிகம் மற்றும் தகவல் தொடர்பு தொழில்நுட்ப வேலை வாய்ப்புகளுக்காக மட்டும் இன்று உலகில் பல நாட்டு மனிதர்கள் பல்வேறு நாடுகளுக்கு இடம் யெர்ந்து குடியுரிமை பெற்றுக்கூட வாழ்கிறார்கள். அவர்களின் நாஸ்டால்ஜியா என்னும் பிறந்த இட ஏக்கம் மீறப்பட்டு மதம், வழிபாடு, குடும்பம், உறவுகள் யாவற்றையும் கைவிட்டு புலம் பெயர்ந்த இடத்தின் கலாச்சார மொழி வாழ்வை ஏற்றுக்கொண்டு தங்களின் மொழியைக் கூட குழு மனப்பான்மையாக

மட்டும் வைத்துக்கொண்டு மாற்று இடங்களில் தகவமைக்கிறார்கள் என்பது இன்னும் பல்வேறு மாறுதல்களை எதிர்காலத்தில் உள்ளடக்கி இருக்கிறது எனலாம். இதற்கிடையே உலகின் வறுமை நாடுகளிலிருந்து அபாயகரமாக மேற்கத்தைய எல்லைகளுக்குள் சென்று உயிர்வாழ முயற்சிக்கும் பலர் பிடிபட்டும் தண்டனை அடைந்தும் மின்வேலிகளில் சிக்கியும் ஆண்டுதோறும் ஆயிரக்கணக்கில் மாண்டுபோகின்றனர்.

வருங்காலத்தில் எல்லை கடக்கும் நாடோடிகளும் குடும்பமற்ற புதிய தன்னிச்சையான மனிதர்களும் ஊடறுக்கும் வெளியாக உலகம் மாறுபாடு அடையும் என்பதும் சாத்தியமானதுதான். இதுபோக, உலகின் பல பாகங்களிலும் வறுமையை அதிகரித்துவிட்டு உடல்களை மட்டும் சந்தைக்கும் காமத்துக்கும் ஒரு விபச்சாரப் பிண்டமாக நவீனப் பொருளாதாரம் கட்டமைத்திருப்பதைப் பார்க்கும்போது உலகமே ஒரு தரகு விபச்சாரக் கூடமாகத்தான் இரகசியத்தின் அடியில் தோன்றுகிறது. குடும்பம் என்ற புனித வரலாற்றுத் தொகுதி அதன் உள்ளடங்கிய சிறிய புள்ளியில் விபச்சார சலனங்களைக் கொண்டியங்குகிறது என்பதை இந்த அதீத மூலதனப் பெருக்கத்தின் இடையே இனம் காண்பது ஒன்றும் மோசமானது இல்லை. பெரியாரும் குடும்பம் என்பது விபச்சார நிலையம்தான் என்று முன்மொழிந்துள்ளார்.

மதங்கள், இறைவன் ஏழு நாளில் முழு உலகத்தையும் படைத்ததாகவும் பாரபட்சமற்ற முறையில் அவற்றைக் கொண்டு ஜீவராசிகள் உயிர்வாழ பரமத்துவமான இறைவனை விசுவாசிப்பது அவற்றின் நம்பிக்கையின் செயல்பாடு எனவும் பொதுமைப்படுத்திக் கூறுகின்றன. தத்துவங்கள் மன விடுதலையைப் பேசுகின்றன. அரசாங்கங்கள் குற்றத்தையும் தண்டனைகளையும் ருசுப்படுத்துகின்றன. அதாவது, இம்மாதிரி நிறுவனங்களின் நியாயப்படுத்தப்படாத உறுதிப்பாட்டு நிலையில்தான் சிக்கலே அடங்கியிருக்கிறது. எந்த ஒன்றிலும் மையக் கதாபாத்திரம் வகிக்கக் கூடியவர்களிடம் சுயம்சார் ஒப்பீட்டுப் பார்வை வேண்டும் எனத்தான் அதன்மீது நாம் கேள்வி எழுப்புகிறோம். "எல்லா தன்னிலைகளையும் கூட்டாகக் கொண்டதுதான் ஒரு சமூகக் கூட்டமைப்பு என்கிற தாராள மனப்பான்மையானது ஒவ்வொரு தனி மனிதனும் தமது வாழ்க்கை பற்றிய தனித்தன்மை கொண்ட கதையாடலைத் தாமே உருவாக்கிக் கொள்ளக் கூடியவர்கள் என்ற நியாயமான கருத்தை அழித்து விடுவது எதன் வர்க்க நலன் சார்ந்த சொல்லாடலை காப்பாற்ற அதிகாரம் பெறுகிறது என்பதெல்லாம் எப்போதும் ஆய்விற்குரியதுதான். உதாரணமாக, சட்டத்தின் கீழ் அனைவரும் சமம் என்பதையெல்லாம் ஏற்கவே வேண்டியுள்ளது. முறை தவறி நடந்துகொண்ட ஒரு பெண்ணை பொது இடத்தில் வைத்து கல்லால் அடித்துக் கொல்வதை சில நம்பிக்கைகள் நிர்ப்பந்திக்கும் என்றால் அவை வேறு வகையானவை என்று கூறிவிட்டுக் கைகழுவ முடியாது" என கிறிஸ்தோபர் பட்லர்

சொல்வது இங்கும் பொருந்தும்.

இன்று, சீனா போன்ற நாடுகள் தங்கள் இளைஞர்களை திருமணத்திற்கு முன்பாக பாலியல் சுதந்திரம் உள்ளவர்களாக அனுமதிக்கிறது. சேர்ந்து வாழும் வருடங்களில் குழந்தை உருவாகிவிட்டால் திருமணம் செய்துகொள்ளும்படியும் இல்லையெனில் வேறு வாய்ப்புகளுக்காக நிர்ப்பந்தம் ஏதுமற்று பிரிந்தும் கொள்ளலாம் எனவும் மௌன அங்கீகாரம் தந்திருக்கிறது. இது அவர்களை உற்சாகமடைய வைத்திருப்பதோடு உற்பத்திகளில் தன்னிச்சையான போக்குகளை சந்தை வரையில் கொண்டு சென்று வாழும் தாராளத்தையும் கண்டுகொள்ள வைத்திருக்கிறது. மாறாக, இன்றைய ரஷ்யாவில் மாஃபியாக்களின் ஆதிக்கத்தால் இளம்பெண்கள் வளர்முக நாடுகளுக்கு விபச்சாரத்திற்காக அனுப்பப்படுவதை அறியும்போது எங்கு தவறு நடந்திருக்கிறது என்பதை நாம் யோசிக்க வேண்டியிருக்கிறது. இந்தியாவிலோ சொல்லவே வேண்டாம். பெண்களைப் பொறுத்தவரை பாலியல் மீறல் என்பது தேசிய, வர்ணாசிரம, சாதிய, குடும்ப வல்லாதிக்கத்தை மீறுவது என்னும் பொருளில் பெரும் வன்முறைக்கு அவர்கள் ஆளாகிறார்கள். அதனடியில் மறைமுகமாக ஆண் அதிகார நிறுவனங்கள் விபச்சாரத்தை நிலவுடைமை முறையிலேயே இன்றும் தங்களுக்குக் கீழ் வைத்து அனுபவிக்கின்றன. எந்த சாதிப் பெண்ணானாலும் வறுமைக்குட்பட்டு விட்டால் விபச்சாரம் செய்து கொள்ளலாம் என்பது இந்தியாவின் தாராளவாதம். மற்றபடி, அவர்களது பாலியல் விடுதலை பற்றிய பேச்செல்லாம் தேசிய இறையாண்மைக்கும் பண்பாட்டிற்கும் கேடானது. எதிர்காலத்திற்கான எந்த மன உயரங்களும் இல்லாத இந்தியச் சமூகம் இன்று சந்தையில் வாங்கும் நுகர்வோர்களாக மட்டும் சாபமிடப்பட்டிருக்கிறது. எதிர்கால வறுமை இந்தியாவின் பெரும் சாவு நோயாக இருக்கும் என்பதில் ஐயமில்லை.

குறிப்புகள்:

1. உலகின் பல வீடுகளில் சமையலறை வழக்கொழிந்து வருகிறது. உணவு விடுதிகள் பெருமளவில் உழைக்கும் மக்களின் உணவுத்தேவையை கவனித்துக் கொள்கின்றன. படுக்கையறைகளும் குளியலறைகளும் குழந்தைகள் உறங்கும் தனியறைகளும் மட்டுமே கொண்டிருக்கும் இன்றைய வீடுகள், அதன் சொத்துரிமையாளனிடமிருந்து பாலியல் விடுதிகள் என்ற அளவில் வித்தியாசப்படுகின்றன. நம்பிக்கையுள்ள அந்நியர்கள் புழங்குமிடமாக அவை திரிபடைகின்றன. சமயத்தில் நண்பர்களின் கேளிக்கை மற்றும் விருந்திடமாகவும் செயல்படுகின்றன. ஏழை நாடுகளில் மாற்றுப் பாலியல் வேண்டுவோர் ஏராளமாக செலவிட வேண்டியுள்ளது. சுற்றுலாத் தலங்களில் காமம் முகமூடியுடன் அலைகிறது. ஆனால், மூலதனம் எல்லாவற்றுக்கும் விலைப்பட்டியலை

நீட்டுகிறது. அதிகம் சம்பாதிக்க வேண்டி ஆண்மை இழப்பும் பெண்மை நீக்கமும் இயல்பாய் தோன்றி வருகிறது என்பதையும் நம்மால் மறுக்க முடியவில்லை.

2. இந்திய உழைக்கும் அடித்தட்டு மக்களின் காமம் இன்றும் நிலவுடைமைக்குக் கீழும் நகரங்களின் சேரிவாழ்வின் நெருக்கடிக்குள்ளும் நோய்மையுடன் குடும்பத்தைத் தக்க வைத்துக் கொண்டும், சந்தைகளுக்குள் முண்டியடிப்பதால் கிடைக்கும் சில உபரிகளைக் கொண்டும் தங்களின் மறு உற்பத்தியோடு, பொருளாதார சந்தர்ப்பவாதங்களுக்குமாக தகவமைத்துக் கொள்வதோடு, சேவைத் தொழில் மற்றும் சில்லறை வணிகங்கள் வழியே உயிர் பிழைக்க முயல்கிறது. பெண்களின் சுய சேமிப்பு மற்றும் நிதிக்குழுக்கள் மூலமாக அவர்களுக்கும் குடும்பத்துக்கு வெளியே சற்று மூச்சுவிட இடம் கிடைத்திருக்கிறது என்பது நீண்டகால அரசுத்திட்டம் மூலமாக அல்ல, அவர்களின் சொந்த முயற்சியின் காரணமாகத்தான் என்பது வெளிப்படை. மற்றபடி, உழைக்கும் வர்க்கத்தின் மதுப்பழக்கம் காமத்துக்கு மாற்று ஏற்பாடாக அவர்களின் இரவுறக்கத்தை அயர வைக்கிறது. காமம் சார்ந்த புதிய புலப்பாடு மற்றும் வெளிப்படையான நடைமுறைகளில் அனைத்து வகை மக்களும் மூலதனத்திற்கும் பாலியலுக்குமான தடங்களில் ஏதோ ஒருவகையில் இடம் பெறுகிறார்கள் என்பது நவீனத்துவத்துக்குப் பிறகான உருமாற்றம் என்பதாய் இன்றைய குடும்பங்களுக்குள்ளான உள்கட்ட திரிபுகளில் அடையாளம் நிலவுகிறது.